मी गीता बोलतीय

OrangeBooks Publication

1st Floor, Rajhans Arcade, Mall Road, Kohka, Bhilai, Chhattisgarh 490020

Website: **www.orangebooks.in**

© **Copyright, 2024, Author**

All rights reserved. No part of this book may be reproduced, stored in a retrieval system, or transmitted, in any form by any means, electronic, mechanical, magnetic, optical, chemical, manual, photocopying, recording or otherwise, without the prior written consent of its writer.

First Edition, 2024

ISBN: 978-93-6554-943-0

मी गीता बोलतीय

एक प्रेरित आत्मकथन

अभिताभ दि. होनप

OrangeBooks Publication
www.orangebooks.in

श्रीकृष्णार्पणमस्तु

त्यानेच दिलेली स्मृती जेव्हा त्याच्या

चरित्राचे आणि अवतारकार्याचे स्मरण

करून देते, तेव्हा संपूर्ण देहात

एक अजरामर व संपूर्ण धन्य

भावना वाहते.

त्या योगेश्वराला
सहृदय समर्पण.

उपोद्घात

लेखकाच्या लेखणीतून......

हा विषय कुठल्यातरी स्वरूपात वाचकांसमोर आणावा हे जेव्हा मनात आले तेव्हा तो कसा प्रस्तुत करावा ह्याचा मोठा प्रश्न पडून गेला होता. ह्या आधी लोकमान्यांपासून आज पर्यंत अनेक मोठ्या विद्वान लोकांनी श्रीमद्भगवद्गीतेचे सविस्तर, माहितीपूर्ण आणि शुद्ध विश्लेषण करून ते जगासमोर मांडले आहे. त्यांच्या बुद्धिचातुर्याने गीतेतील ज्ञानाचे अनेक पैलू नव्याने उजागर झाले होते. तत्पूर्वी, ज्ञानेश्वर माउलींनी पहिल्यांदा गीतेची मराठी टीका प्रस्तुत केली होती. माउलींच्या गोड, मधाळ, विनयशील, बहुआयामी शैलीत प्राकृत भाषेत केलेले अनुभवयुक्त ज्ञानाने गीतेचे वर्णन ग्रहण करणे सामान्य माणसाला सुद्धा थोडेही सुकर झाले. तत् उपरांत, अनेक संत-महात्मे, जाणकार, गीतेचे सखोल अध्ययन करून त्यावर यथायोग्य टीका करून आपल्याला समृद्ध करून गेले आहेत. ह्या पाश्वभूमीवर, गीता ह्या विषयावर काहीतरी नव्याने प्रस्तुत करावे हे म्हणजे 'जाणुनियां अवसान नसे हें, महत्कृत्यभर शिरीं घेतों' असेच काहीसे होते.

गीते मध्ये भगवंतांनी अर्जुनाला पूर्ण परमतत्वाचा प्रवास घडवून आणला, आणि त्यांनी अर्जुनाला बुद्धीला शरण जाऊन योग्य ते निवडण्यासाठी सारे ज्ञानाचे कोष मोकळे केले. गीतेचा व्यास इतका मोठा आहे आणि तिचे वैशिष्ट असे की ती अनेकांना अनेक तऱ्हेने आपलीशी वाटते आणि ते तिला त्या त्या दृष्टीने पाहतात आणि आत्मसात करण्याचा प्रयत्न करीत

असतात. 'एकं सद् विप्रा बहुधा वदन्ति' असल्याने सारेजण शेवटी त्यातील समाविष्ठ, सहक्षेपित ज्ञानालाच प्राप्त करण्याची आपापल्या मगदुराप्रमाणे धडपड करीत असतात. ह्याच सिद्धांताची कास धरून - 'मी गीता बोलतीय' - हे गीतेचे आत्मकथन अशा पद्धतीने वाचकांच्या समोर मांडता यावे म्हणून हा एक प्रयत्न. हे संगठन करण्यास अनेक स्रोतांचा अवलंब केला गेला आहे. अनेक ज्ञानी महापुरुषांचे निरूपण आणि विश्लेषण आत्मसात करण्याचा प्रयत्न केला आहे. वाचकांना जर ह्या वाचनातून एक सुखद अनुभव मिळाला तर हे सारे त्या विधात्याचे आणि ज्ञानी, जाणकार लोकांचे अचूक विशलेषण समजून मांडण्याचा माझा यशस्वी प्रयत्न होय. प्रस्तुत संग्रहात काही त्रुटी आढळून आल्या असतील, तर हा प्रयत्न करणाऱ्या माझ्या सारख्या ज्ञानार्थ्याची समजून घेण्याच्यी अक्षमता ओळखून वाचक श्रोत्यांनी मोठ्या मानाने सर्वक्षमा करावी.

हे वाचून झाल्यावर, त्याचा दर्जा आणि मोल वाचकच ठरवतील, परंतु हे सादर करताना हे कार्य केवळ माझ्या कडून करवून घेतले आहे ह्याची मला पूर्णपणे जाणीव आहे.

सकळ करणे जगदिशाचे । आणि कवित्वचि काय मानुषाचे ।

ऐंशा अप्रमाण बोलण्याचे । काय घ्यावे ॥

ऐसी हे विचाराची कामे । उगेंच भ्रमो नये भ्रमे ।

जगदीश्वरें अनुक्रमे । सकळ केले ॥

जर हे सारे त्या परमेश्वरानेच क्रमाक्रमाने रचले आहे तर माझ्या सारख्या सामान्य माणसाने ह्या सदर कवित्वाचा कर्तेपणा तरी का घ्यावा? ह्यातील आलेख वाचून जर कोणीही मनुष्य गीतेतील यथायोग्य सार समजून त्याचा थोडाही अनुकरता झाला तर, हीच माझ्या साठी सर्वात मोठी प्राप्ती.

श्रीकृष्णार्पणमस्तु!!

अ. दि. होनप.

पुणे, ११ डिसेंबर २०२४

मनोगत

प्रभू रामचंद्राला आणि सौमित्राला मिथिलेकडे घेऊन निघालेले विश्वामित्र ऋषी, रामाने विचारताच एका उजाड अशा आश्रमापाशी थबकले. निर्मनुष्य असा हा आश्रम रामाच्या मनात एक विलक्षण कुतूहल निर्माण करून गेला. आश्रमात पोचल्यानंतर विश्वमित्रांनी रामाला अहल्येची विस्तृत कथा निरोपिली. रामाने प्रवेश करताच त्याला शिळासदृश पडलेल्या एका स्त्री चे दर्शन झाले. पतीच्या शापानंतर, रामाच्या प्रतीक्षेत साक्षात ब्रह्मदेवाची मानसकन्या अहल्या अशा अज्ञातवासात विश्वाला विन्मुख होऊन अडकून पडली होती. ह्या प्रसंगी, विश्वामित्रांनी शिळेसारख्या पिचणाऱ्या अवस्थेत पडलेल्या अहल्येचा उद्धार करायला रामाला त्या लीलेचे स्मरण करवले आणि रामाने तिचा उद्धार करून तिला मुक्त केले. मी ही पार्श्वभूमी सांगण्याचे कारण असे आहे की माझ्यात आणि अहल्येत पुष्कळसे साम्य आहे. मी ही अनेक वर्षे अशी लुप्त अवस्थेत अज्ञात पडले होते. पुष्कळांना अनभिज्ञ. मला स्वतःलाही माझा परिचय असा नव्हता. आणि त्या भगवंतांच्या लीलेनेच मला प्रकट केले, मुक्त केले आणि त्यानंतर अनेक हजार वर्ष अहिर्निश तेवत ठेवलं आहे, आजपर्यंत आणि आजनंतरही अनेक वर्षे, युगे. माझा त्या युगात जन्म होण्याआधी पासून मी सगळ्या घटनांची साक्षी होते, भगवंताच्या आत, अव्यक्त स्वरूपात. आणि अशा एका प्रसंगी त्यांनेच मला व्यक्त अवस्थेत उतरवले, एका निराळया कारणासाठी. परंतु त्या उपरांत मात्र मी स्थित आहे, व्यक्त आहे, आजपावेतो, जगाच्या उद्धारासाठी. ईश्वरी महान कार्याला माझे हे

छोटासे योगदान. अहल्येला मुक्त करायला प्रभूंनी आपले चरण वापरले आणि मला विमुक्त करायला प्रभूंनी आपल्या वाणीचा वापर केला. मग मी विनासायास संचार केला आहे, मुक्तपणे, सर्वत्र. महर्षी व्यासांनी आपल्या बुद्धीने ह्या वेदरूपी समुद्राचे मंथन करून माझे हे भारतरूपी नवनीत आपल्याकडे सुपूर्त केले.

मी, श्रीमद्भगवद्गीता !!!

सद्यकाल

सारे अर्जुन !!

खरंतर, आजच्या युगात सारे अर्जुनच. तशीच असहाय्यता, तोच व्यामोह, तसेच धर्मसंकट, तसेच मनात असंख्य गोंधळ. आपल्या अगदी आप्त वक्तींशी कठोरतेने, ठामपणे वागावे लागणाऱ्या एक अनेक प्रसंगांना आपल्या पैकी प्रत्येकाला सामोरे जावे लागत आहे. आपल्या अगदी जवळचे वाटणारे आपल्याशी अधर्माने, स्वार्थाने, मूढपणाने वागताना आढळून येतात. आपण देखील त्यांच्याशी नकळत किंवा जाणीवपूर्वक अधर्माने, मत्सराने, द्वेषाने वागत असू. ह्यातून अनेक जण अज्ञानाने पळ काढून घेतात, अथवा दुर्लक्ष करीत आहेत. काही जण मोठ्या धीराने पण अपूर्ण ज्ञानाने त्याचा सामना करीत आहेत.

त्यांचे अज्ञान, अपूर्ण ज्ञान अथवा विपरीत ज्ञान दूर करण्यास मी सदैव तत्पर आहे परंतु मूढपणे ते हे ज्ञान संपादन करायला देखील जागरूक किंवा इच्छुक नसतात. काही लोक माझे सखोल अध्ययन करून भगवंतांनी दिलेला दृष्टांत समजण्याचा प्रामाणिक प्रयत्न करतात खरा, किंतु आचारण्याच्या समयी मात्र त्यांना ह्याचे विस्मरण होते. आजचा मनुष्य ह्या गोंधळातून बाहेर पडण्यास सतत कोणता तरी आधार शोधत असतो - तत्वज्ञानाचा, कोणाच्यातरी अनुभवाचा, नीतीचा, धर्माचा, अगदी थेट माझा सुद्धा. अगदी तंतोतंत जसा संपूर्ण गोंधळून गेलेला अर्जुन भगवंतांचा आधार शोधू लागला होता. विचारांच्या चक्रव्युव्हात सापडलेल्या

अर्जुनाला मार्ग दाखवला तो साक्षात योगेश्वर भगवंतांनी. पण आज मात्र मानव त्या भगवंतांचा शोध घेत भटकत आहे, एक अनेक जन्म.

त्याला अधूनमधून पण नेमाने भावंडांशी, वाड-वडिलांशी, माता - भार्येशी अधर्माचा, संघर्षाचा सामना करावा लागतो, असुरी वृत्तीचा अनेक स्तरांवर प्रतिकार करावा लागतो. ती वृत्ती कधी त्याच्या आजूबाजूच्या जीवांमध्ये आढळते, तर कधी त्याच्या स्वतः मध्ये देखील स्थित असते. अज्ञानाने न तो स्वतः मधील दोष पाहू शकतो, न त्यावर उपचार करण्याची दखल घेऊ शकतो. इतरांसंगे तो आपण स्वतः देखील मिथ्य जगतात रमतो, इंद्रियांचे लाड करण्यात धन्यता मिळवतो आणि आपल्या कर्म फळांचा उपभोग घेण्यात सुख-दुःख पावतो.

आज खरी गरज आहे, स्थितप्रज्ञ, गुणातीत, अद्वैतरूप जाणून, त्याचे जमेल तितक्या पराकाष्ठेने अंमल करण्याचा प्रयत्न करणे ह्याची. परंतु स्पर्धात्मक समाज व्यवस्था, दांभिकपणाचा भडीमार, वाढीला गेलेला अहंभाव, विषयभोगांचा अति हव्यास, आत्मकेंद्रित आचरण, विश्वापासून विभक्त होऊन जगण्याचा जन्मोजन्मी झालेला सराव, त्याला ह्या वैश्विक ज्ञानाचे विस्मरण करण्यास भाग पाडीत आहे.

मी प्रभूंनी सांगितलेल्या तत्वज्ञानाला पुनः जमेल तितक्या बाळबोध शैलीत सहक्षेपित करीत आहे. परंतु प्रभूंनी सांगितलेले ज्ञान गुह्य, सखोल आणि सविस्तर आहे. त्याबरोबर काही सिद्धांत, संकल्पना, व व्याख्या जरी वरपांगी अवघड किंवा क्लिष्ट वाटत असल्या तरी, त्यांचे अध्ययन झाले की त्यांच्याशी समरस होऊन आजचा मानव योग्य ती वाटचाल करू शकेल.

स्वामींनी अर्जुनाला इतके समर्पक ज्ञान बहाल करून देखील अंती अमुक एक कर अथवा करू नकोस असा उपदेश दिला नव्हता. उलट त्याला

प्रश्नावर प्रश्न विचारायला लावून उद्युक्त केले आणि प्रश्नांना प्रतिसाद म्हणून हे गुह्यातील गुह्य वैश्विक ज्ञान प्रदान केले. त्याला ज्ञानी बनवून योग्य तो निर्णय घेण्यास पक्व करून सोडले.

मीही प्रभूंच्या वाणीतून तेव्हा जी प्रकट झाले त्याचे धागे दोरे जुळवत ते ज्ञान टप्प्याटप्प्याने तुमच्या पर्यंत पोहोचवून तुम्हा सर्वांना जागरूक करण्याचा हा प्रयत्न करीत आहे. हे दान भगवंतांनी माझ्या पदरात घालावे हीच त्यांच्या चरणी प्रार्थना.

१

शेवटचा पर्याय म्हणून स्वामी हस्तिनापूर राजदरबारात गेले. त्यांना प्रामुख्याने युद्ध नको होते. काही करून युद्ध टळावे असे त्यांनी वारंवार पांडवांना बोलून दाखवले होते. पण त्यांच्या हाती यश काही आले नसावे. प्रभूंच्या हाती यश आले नाही असा विचार माझ्या मनात आला. ह्या विचारानेच माझी मला गंमत वाटली. मग जशी जशी मी परिपक्व होत गेले तसे तसे, ही सुद्धा त्यांची एक लीलाच होती हे ध्यानात आले. त्या साऱ्या प्रसंगाची मी सदेह साक्षी नव्हते, पण मला तो प्रसंग कसा घडला असेल ह्याची कल्पना नक्की झाली आहे.

पांडवांचा त्यांच्या आते भावावर पूर्ण विश्वास होता. तो कोण आहे, ते त्यांच्या पैकी कोणालाच सखोलपणे माहित नव्हते, पण तो असाधारण आहे ह्याची चुणूक त्याने त्यांना अनेक वेळा दाखवली होती. आप्त संबंधाने तर होतेच, पण त्याही पेक्षा एक कुशल नेता, एक अद्वितीय रणनीतीकार आणि पांडवांचा अखंड हितचिंतक म्हणून श्रीकृष्ण भगवंतांनी पांडवांच्या हृदयात घर केले होते. युधिष्ठीराने तर रणाचे वा तहाचे सगळे अधिकार भगवंताला बहाल केले होते. त्याच भूमिकेत प्रभू राजदरबारात गेले. त्यांची वाणी, त्यांचा युक्तिवाद इतका समर्पक, समतोल, समदर्शी झाला की ऐकताच हजर दरबारींचा गोंधळ उडाला. पितामहासारख्या निष्णात राजकारण्यालाही मनात समाधान वाटले असेल. सम्राट धृतराष्ट्रालाही क्षणभर कोंडीत सापडल्यासारखे झाले असणार.

प्रभूंनी सुरवातीला राज्याची निम्मी निम्मी विभागणी करण्याची समन्यायी सूचना केली. ती भीष्मांना, द्रोणाचार्यांना, कृपाचार्यांना, विदुरांना तेव्हा निश्चित योग्य वाटली असणार, पण दुर्योधनाच्या हेकट भूमिकेपुढे राजांनी थोडेफार पटत असून सुद्धा मान टाकली. प्रभूंनी दुर्योधनाला काहीसे समजावून सांगण्याचा प्रयत्न देखील केला पण उन्मत दुर्योधनाचा पवित्रा काही बदलला नाही. सर्व तयारीनिशी गेलेल्या स्वामींनी मग सौजन्यास्त्र म्हणून केवळ पाच गावांची मागणी केली: पानिपत, सोनिपत, व्याघ्रप्रस्थ, इंद्रप्रस्थ आणि तिलप्रस्थ. वरपांगी केवळ पाच गावे वाटणारा हा प्रदेश भौगोलिक दृष्ट्या फार सामरिक महत्वाचा होता. दुर्योधन इरेला पेटला असला तरी त्याची कुटबुद्धी शाबूत होती. त्याला ह्या प्रस्तावातले गमक नक्की समजले असणार. याचा अर्थ ही पाच गावे जर पांडवांना बहाल केली आणि युद्ध झालेच तर, आपले प्रचंड नुकसान झाल्याशिवाय पांडवांवर वर्चस्व मिळवता येणार नाही हे त्याला उमजले होते. कदाचित याच सामरिक कारणामुळे त्याने भगवतांचा प्रस्ताव उद्धटपणे नाकारला असणार. त्याने द्युतात फसवून, लाक्षागृहापासून अनेक वेळा पांडवांचा सर्वनाश करायचे योजिले होते खरे, पण प्रत्येक वेळी साक्षात प्रभू स्वतः, मध्ये येऊन ती पांडवांवरची संकटे थोपवत होते. त्याची दुर्योधनाच्या मनात तसेही चीड होती. त्या सगळ्याच्या आवेशात दुर्योधनाने सुईच्या अग्रावर मावेल इतकीही जमीन पांडवांना देता येणार नाही अशी मूर्खपणाची आणि बढाईखोर गर्जना केली. मी स्वामींना आणि त्यांच्या अंतरंगाला सर्वांपेक्षाही जास्त ओळखते. तरीही प्रभूंनी त्याला धर्माच्या आणि अधर्माच्या गोष्टी भर दरबारात समजावून सांगण्याचा शेवटचा असा प्रयत्न नक्की केला असेल. मी त्यावेळी अधोमुख अवस्थेत प्रसवण्याच्या उंबरठ्यावर होते. मला वाटले त्याच दिवशी मी ह्या स्वामींनी निर्माण

केलेल्या विशाल विश्वात जन्मून आपल्या अवघ्या जन्माचे सार्थक करणार. पण स्वामींनी तो क्षण पुढे त्यांच्या सख्यासाठी राखून ठेवला होता. दान सुद्धा सत्पात्री असावे लागते. दुर्योधनासारख्या विभक्त आणि असुरी वृत्तीच्या जीवासमोर तत्वज्ञानाचे आणि अध्यात्माचे किती गोडवे गायले तरी त्याच्या बुद्धीत काडी मात्र फरक पडला नसता. तरी स्वामींच्या मधुर पण कठोर वाणीने दुर्योधनाला धर्माच्या सन्मुख आणण्याचा नक्की प्रयत्न केला. त्यावर तो

जानामि धर्मम् न च मे प्रवृत्ति, जानाम्यधर्मम् न च मे निवृत्तिः ।

असे पुढचा मागचा काही विचार न करता, उत्तरदिशी बोलून गेला. मला कालांताराने जो दुर्योधन समजला त्याला कदाचित धर्म माहीत असणार, पण खलाचा त्यावर इतका परिणाम झाला होता, की धर्मात त्याची वृत्ती वसणे शक्यच नव्हते, आणि मूलतः अधर्मी असल्याने त्याला अधर्मही चांगल्या प्रकारे ठाऊक होता, पण त्यापासून त्याला स्वतःची सुटका करून घेण्याची गरजच भासत नव्हती. उलट एका अभद्र क्षणी, त्याने स्वामींनाच बंदी बनवण्याचा हुकूम सोडला. काय झाले असेल त्या राजसभेत! पितामह, राजगुरू कृपाचार्य, गुरु द्रोण, तत्ववादी विदुर, अनेक मंत्री, सुमंत, सगळे भयभीत झाले असणार. दुर्योधनाचा तो आवेग, ती गर्जना सम्राट धृतराष्ट्राला दिसली नसेल तरी नक्की जाणवली असेल. पण जन्मताच आंधळ्या सम्राटाला पुत्रप्रेमाच्या मोहात त्याच्या आंधळेपणाचा कदाचित असाही फायदा करून घ्यायचा होता. डोळ्यांवर निसर्गाने हात ठेवले होते, कानांवर पुत्रमोहाने. कारण त्यावर तो हस्तिनापूर सम्राट काहीच बोलला नाही. अनेक जन्मांची पापे केलेल्या चोपदारांनी जेव्हा प्रभुंना पकडायला त्यांच्यावर धावून जायचा जराही प्रयत्न केला असेल, तेव्हा मात्र सगळा दरबार हलून गेला असणार. हा उपटसूंभी प्रकार बघून सगळयांचे धाबे

दणाणले असणार. ह्याच दरबाराने शिशुपालाचा शेवट बघितला होता. त्यामुळे पुढे काय वाढून ठेवले आहे ह्याची सर्वांना धाकधूक वाटली असेल. अनेकांचे चेहेरे पांढरे पडले असणार. तोंडाला कोरड पडली असणार. पितामहांनी तर हात जोडून क्षमा याचना केली. सम्राट धृतराष्ट्र सुद्धा भयभीत झाले असणार. आपण काय करून गेलो आहे ह्याची दुर्योधनाला थोडीशी का होईना पण जाणीव झाली होती, पण मदमत्सरात यथेच्छ विहार करणाऱ्या दुर्योधनाला आपल्या असुरी कृत्याचा जराही पश्चाताप झाला नाही. स्वामींनी आपले विराट रूप प्रकट करून समस्त राजगृहाला संमोहित करून टाकले. त्यांना त्याच वेळी दुर्योधनाला आणि त्याच्यातला खलाला संपवता आले असते, पण दुर्योधनाच्या अंताचा काळ जो प्रभूंनी निश्चित केला होता तो यायला अजून काही अवकाश होता. एतदर्थ, भगवंतांनी आपले विराट रूप सोडले आणि आपल्या सौम्य स्वरूपात पुन्हा प्रकट झाले.

“आता फक्त युद्ध होणार. इतिहासाने कधीही पाहिला नसलेला महा संग्राम. भाऊ भावांवर तुटून पडतील. सर्व विनाश होईल. विश्वातला सर्वात मोठा नरसंग्राम. आणि दुर्योधना, ह्याला कारण असशील केवळ तू.” असे काहीसे बोल सुनावत स्वामींनी सभात्याग केला.

दोन्हीकडे आता युद्धाची जोरदार तयारी सुरु झाली होती. सगळी जमवाजमव, युद्धासाठी संयुक्त युत्या, रणनित्या, खलबते चालू होती आणि अखेरीस तो दिवस उजाडला. दोन्ही बाजूच्या विराट फौजा कुरुक्षेत्राच्या रणांगणावर समोरासमोर येऊन धडकल्या. हा प्रसंग साऱ्यांनाच अतर्क्य होता. फक्त प्रमुख योद्धेच भाऊबंधकीत एकमेकांच्या समोर ठाकले गेले नव्हते तर साधे घोडेस्वार, पायदळी सेना, हे सुद्धा अकल्पितपणे आपल्याच एखाद्या गणगोतासमोर येऊन उभे राहिले

असतील. मरावे वा अवघ्यांसी मारावे अशीच काहीशी साऱ्यांची मनस्थिती झाली असणार. इतक्यात पितामहांनी त्यांचा गंगनाभ निनादला होता. युद्धाचे रणशिंग फुंकले गेले. त्याला प्रतिसाद म्हणून स्वये प्रभूंनी त्यांचा पांच्यजन्य फुंकला होता. समस्त सेनादल स्तब्ध झाले. सगळे योद्धे भानावर आले. काय प्रसंग आहे ह्याची आता सगळयांना जाणीव होऊ लागली असावी. प्रभूंचा शंख नाद ऐकून ही काही साधी लढाई नाही हे सगळयांच्या नक्कीच लक्षात आले असणार. अर्जुनासकट सारे पांडवही भानावर आले. तत् उपरांत, अर्जुनाने त्याचा देवदत्त, युधिष्ठीराने त्याचा अनंतविजय, आणि मग एक एक करत साऱ्या प्रमुख योद्ध्यांनी आपापले शंख नाद करून सारे आसमंत दणाणून सोडले असणार. महर्षी व्यासांना ह्या महासंग्रामाची आणि त्या अंती होणाऱ्या कुरुवंशाच्या विनाशाची यथायोग्य कल्पना होती. धृतराष्ट्राला आपल्या अंधपणामुळे ह्या युद्धाची भयाण कल्पना असली तरी रणांगणावरची व्हूरचना कशी असेल ह्याबद्दल कुतूहल होते. महर्षींनी राजसारथी संजयाला अशा दिव्यदृष्टीचे वरदान दिले जिच्या सहाय्याने तो सम्राटाला संपूर्ण युद्ध वृत्तांत विस्तारून सांगू शकला. अर्जुनाच्या रथाचे सारथ्य स्वतः स्वामी करत होते. एवढा सेनासागर पाहून त्या विश्वविजेत्या अर्जुनाचे बाहू स्फुरले असणार. समस्त व्हूरचना न्याहाळता यावी म्हणून त्याने प्रभुंना रणाच्या मध्यभागी घेऊन जाण्यास सांगितले असेल. आजपावेतो, कौरवांनी जी काही दुष्कृत्य केली होती ती त्याला त्याच्या डोळयासमोरून जाताना दिसली असतील. द्रौपदीशी केलेले वर्तन आठवून त्याच्या तळपायाची आग मस्तकी गेली असणार. कधी एकदा ह्या साऱ्यांचा प्रतिशोध घेतो असे त्याला झाले असणार. श्रीकृष्णांनी नंदीघोष अगदी सैन्याच्या मधोमध आणून ठेवला आणि मग त्या महावीर योद्ध्याला भीष्म- द्रोणांच्या समीप नेऊन उभे केले. आपले वाडवडील, गुरु, गुरु-बंधू. भावंडे, मातुल,

नातवंडे, श्वशुर, हितचिंतक आणि अनेक परिचित चेहेरे अर्जुनाच्या दृष्टीस पडले. आणि ह्या दृश्याने तो कमालीचा व्याकुळ झाला.

अर्जुन म्हणाला,

> दृष्ट्वेमं स्वजनं कृष्ण युयुत्सुं समुपस्थितम्।
> सीदन्ति मम गात्राणि मुखं च परिशुष्यति ॥ १ - २८ ॥

आपले स्वकीय आपल्या सन्मुख उभे युद्धास सज्ज झालेले पाहून त्याच्या कणखर हातांनाही कंप सुटला असेल आणि नकळत त्या रथी महारथीने आवंडा गिळला. त्याचा शंख फुंकून उत्पन्न झालेला आवेश क्षणात गळून गेला. संपूर्ण अंगाला कंप सुटत त्याच्या अंगावर शहारा आला, गांडीव धनुष्य हातातून निसटू लागले, आणि ज्या आवेशाने त्याने भगवंताला सेनादलाच्या मधोमध घेऊन जाण्यास सांगितले असेल, तो आवेश कुठच्या कुठे गळून पडला. अर्जुन मग स्वतःच्या विचारांच्या जाळ्यात पूर्णतः गुरफटत गेला. मनाच्या विकल्पित अवस्थेत अर्जुन पुढे बोलू लागला,

> न च श्रेयोऽनुपश्यामि हत्वा स्वजनमाहवे।
> न काङ्क्षे विजयं कृष्ण न च राज्यं सुखानि च ॥ १-३१ ॥

स्वतःच्या आप्तस्वकीयांना मारणे ह्या कल्पनेनेच त्याचे पूर्ण अवसान गळाले. ज्यांच्या अंगाखांद्यवर खेळाला असेल, ज्यांकडून शिक्षणाचे धडे घेतले, ज्यांनी लहापणी लाड केले होते, ज्यांच्या संगे आश्रमात शिक्षण घेतले, त्यांनाच आपल्या अचूक लक्ष्याने ठार करणे, ह्या कल्पनेने तो व्यथित झाला, चिंतीत झाला, भयभीत झाला. त्याचा जीवभाव इतका जागृत झाला की त्याने वैराग्याची आणि निर्वाणीची भाषा सुद्धा सुरु केली.

ह्या मनस्थितीत त्रिलोक जरी पदरी पडले असते तरी तो ह्या युद्ध कृत्याला तयार झाला नसता. त्याला आपल्याच स्वकीयांना मारून राज्य जिंकणे पापमय वाटू लागले. अवघ्या कुळाचा नाश करून शाश्वत वंशपरंपरा नष्ट करण्याच्या हेतूचा प्रमुख शिल्पकार बनत असल्याचे वाटून त्याला अत्यंत क्लेश झाला. ह्याच विनमस्क मनस्थितीत तो पुढे बोलू लागला,

कुलक्षये प्रणश्यन्ति कुलधर्माः सनातनाः ।

धर्मे नष्टे कुलं कृत्स्नमधर्मोऽभिभवत्युत ॥ १- ३९ ॥

आता युद्धात विजयाची त्याची इच्छा पुरती विरून गेली. रस्त्याने चालले असता अकस्मात सिंह आडवा आला, तर त्याला चुकवून जाण्यातच आपले हित आहे असे असे काहीसे तो बरळू लागला. कुळधर्म नाहीसे झाले असता, त्या कुळात मोठ्या प्रमाणात पाप फैलावते ह्या विचाराने त्याला कापरे भरले. पाप अधिक वाढल्याने कुळातील स्त्रिया अतिशय बिघडतात आणि त्या स्त्रिया बिघडल्या असता वर्णसंकर उत्पन्न होतो असे काहीसे चमत्करिक विचार त्याचा बुद्धीचा ताबा घेऊन थुईथुई नाचू लागले. आणि ह्या साऱ्या होऊ घातलेल्या संकटाला तोच कारणीभूत असेल ह्या अपराधी विचाराने तो अधिकच व्याकुळ आणि अगतिक झाला. संपूर्ण कुळाला व कुळघातक्याला, दोघांनाही नरकाला जावे लागेल ह्या भीतीने तो थरथरू लागला. सारी धार्मिक कृत्ये बंद पडतील आणि त्यावेळी कोण कोणाला तिलोदक देईल इथपर्यंत त्याची विचारयात्रा बेफाम चालू होती.

हे असले भयानक पातक करण्यास तो तयारच कसा झाला हे आठवून तो लज्जित आणि खजील झाला. राज्यभोगाच्या इतक्या आहारी गेल्याची त्याला स्वतःचीच लाज वाटू लागली. त्याने स्वतःचीच अवहेलना सुरु

केली. हा सारा वृत्तांत संजयने सम्राट धृतराष्ट्राला इत्थंभूत सांगितला. महाराज काही वेळासाठी नक्की हर्षित झाले असणार. आपल्या पुत्रांचा सर्वात मोठा प्रतिस्पर्धी युद्धा आधीच शस्त्र टाकून उभा आहे, ह्या कल्पनेनेच ते अंमळ सुखावले असणार. जय दुर्योधनाचा!, हे त्यांना वाटू लागले असणार.

पांडवांवर मोठा कठीण प्रसंग ओढवला होता. हे सर्व अनाकलनीय, कल्पनाही न केलेले, तो साक्षात योगेश्वर अगदी गंभीरतेने ऐकत होता. अर्जुनाने युद्धातून माघार घेण्याची इतकी कारणे समोर ठेवली, तरी प्रभूंनी आपल्या चिरमुद्रेवरील स्मितहास्य यत्किंचितही ढळू दिले नाही.

मला काही विलक्षण स्पंदने जाणवू लागली. प्रत्यक्ष सरस्वती श्रींच्या मुखातून प्रकट होऊन हे विश्वाचे अचाट तत्वज्ञान जगापुढे मांडण्यासाठी सुसज्ज झाली होती. माझ्या जन्माची मला चाहूल लागली होती. भगवंतांनी अर्जुनाकडे त्यांच्या प्रेमळ पण ठाम नेत्रांनी पाहिले. त्यांना त्याच्या नजरेत कारुण्य, समर्पण दिसले असावे.आणि त्या काळात मार्गशीर्षातल्या शुक्ल पक्ष एकादशीला कुरुक्षत्राच्या रणांगणावर पहिल्या दुसऱ्या प्रहारच्या मध्ये कधीतरी, माझा जन्म झाला.

२

श्रीकृष्णांनी साऱ्या परिस्थितीकडे अतिशय शांतपणे आणि गांभीर्याने पाहिले. त्यांच्या समोर, जो योद्धा ह्या महायुद्धासाठी निर्णायक असा होता, तो सर्वश्रेष्ठ धनुर्धारी युद्धभूमीवर युद्धाच्या उंबरठ्यावर शस्त्र टाकून, युद्धातून निवृत्तीची भाषा बोलत होता. प्रभूंनी डोळे मिटून घेतले, आणि बिथरलेल्या आणि महामोहाने जर्जर झालेल्या पार्थाला थाऱ्यावर आणण्यासाठी त्यांच्या मधुर वाणीतून अथकपणे, परखडपणे ते मला व्यक्त करू लागले.

कुतस्त्वा कश्मलमिदं विषमे समुपस्थितम्।
अनार्यजुष्टमस्वर्ग्यम कीर्तिकरमर्जुन ॥ २- २ ॥

वास्तविक, अर्जुनाला ह्या मोहमयी अवस्थेत पाहून भगवंत चकित झाले. आणि अशा मोक्याच्या प्रसंगी मोहात अडकून पडलेल्या अर्जुनाचे त्यांना नवल वाटले. स्वतःला सावरत, स्वामी अर्जुनाला मोठ्या सुंदर शब्दात धीर देऊ लागले. सर्वप्रथम त्यांनी अर्जुनाला खेद करणे थांबवण्यास सांगितले. त्याची त्रैलोक्यात गाजलेली अलौकिक कीर्ती त्याला स्मरण करून दिली. त्याच्या पराक्रमाचे त्याला स्मरण करून दिले. साक्षात शंकरालाही पराभूत केल्याची, निवातकवचांचा मागमूस नाहीसा केल्याची आणि गंधर्वांवरही पराक्रम गाजवल्याची त्याला आठवण करून दिली. परंतु थेट रणांगणावर रिपु समक्ष असताना मात्र त्याची वीरता लोप पावली,

गलितगात्र अवस्था झाली. प्रभूंनी पुन्हा पुन्हा एकावर एक उदाहरणे देत अर्जुनाला खंबीर होण्याची सूचना केली. त्याला पुरता जागृत करून त्याचे गांडीव उचलून पुन्हा युद्धासाठी सज्ज करायचे पराकाष्टाने प्रयत्न केले. पार्थाला ओंजारत गोंजारत प्रभूंनी त्याला समजावून भागून युद्धासाठी तयार करण्याचा पहिला सोपा प्रयत्न करून पाहिला. माझ्या व्यक्त जीवनातली पहिली घडी स्वामींनी अलगद उघडली. प्रथमतः भगवंतांनी अर्जुनाला त्याच्या शौर्याचे स्मरण करवले, पुन्हा उभारी घ्यावी ह्यासाठी माझ्या करवी पहिले नरम शब्दास्त्र वापरून पाहिले. ह्या असाधारण महायुद्धाच्या सुरवातीलाच आपला त्रिलोकात कीर्ती संपादलेला सेनानायक असा माघार घेऊन उभा पाहून प्रभूंनी मनातल्या मनात जी योजना आखली, ती मला स्पष्ट जाणवत आहे. सुरवातीला त्यांनी त्याला सहज सुंदर शब्दांनी प्रेरित करण्याचा उपाय केला. पण अर्जुनाची मनस्थिती इतकी ढासळली होती की त्याला त्याला पूर्वपदावर आणायला श्रींनी साम वापरून झाल्यावर मग कठोर शब्दांनी मला पुढे प्रस्तुत केले.

क्लैब्यं मा स्म गमः पार्थ नैतत्त्वय्युपपद्यते ।

क्षुद्रं हृदयदौर्बल्यं त्यक्त्वोत्तिष्ठ परन्तप ॥ २- ३ ॥

प्रभूंनी ठामपणे अर्जुनाला षंढपणा न पत्करण्याची अशी ताकीद दिली. असल्या कठोर शब्दांनी एखादा दुसरा कोणी शिष्य अजून खचून गेला असता, पण प्रभूंनी तत्काळ अतिशय कणखर शब्दांनी मला त्याची कानउघडणी करण्यास रवाना केले. सद्गुरू शिष्यासी इतका एकरूप झालेला असतो की त्याला शिष्याच्या मनात कोणती चिंता घर करून आहे आणि शिष्याच्या कुवतीप्रमाणे कोणत्या मार्गाने ती चिंता दूर करता येईल, ते त्यास अचूक उमजते. अर्जुनाचा आजवरचा पराक्रम, त्याची

मुळातली अध्यात्मिक बैठक प्रभू ओळखून होते. ‘तुला हे नच शोभे’ असे सांगून त्याच्या ह्या निवृत्त भूमिकेला लाजिरवाणे होण्यास भाग पाडले आणि आता हा अंतःकरणाचा तुच्छ दुबळेपणा सोडून देऊन युद्धाला उभा राहा, असा जवळ जवळ त्याला आदेश दिला. मला जाणवतंय कि मला अतिशय मंजुळ आणि शांत प्रवाहात वाहायला सांगणाऱ्या स्वामींनी मला अचानक उसळी घेत खळखळाटात वाहण्याचा आदेश दिला. आणि मी थेट अर्जुनाच्या काळजावरच जाऊन धडकले.

तरीही ह्या चिथावणी नंतर सुद्धा अर्जुनाचे, द्रोण आणि भीष्मांना युद्धासाठी सन्मुख पाहून, हृदय काही तसूभरही परिवर्तित झाले नाही. त्यांचा युद्धात संहार करण्यापेक्षा त्याला भिक्षा मागून जगणे जास्त संयुक्तिक वाटू लागले. त्रिभुवनातील सर्वोत्तम योद्ध्याला इतके असुरक्षित, लाजिरवाणे, पापमय आणि पराधीन वाटू लागले. विश्वनायक भगवतांना नक्की ठाऊक होते मला पुढे कसा आणि कोणता आकार द्यायचा आहे, पण त्यांनी त्याक्षणी अर्जुनाला फक्त युद्धासाठी सज्ज आणि तात्काळ तत्पर करणे इतकेच सद्य उद्दिष्ट ठेवले होते. ह्या मनस्थितीत, आजपर्यंत इतका अन्याय आणि अपमान सहन केल्यामुळे अर्जुन ज्या कौरवांच्या जीवावर उठला होता, त्यांच्या बद्दलदेखील त्याच्या मनात करुणेचा पूर लोटून आला. आणि हे असे अतर्क्य विचार आलेले जाणवताच, ह्या दैन्य अवस्थेत तो हरींना शरण गेला आणि त्याला योग्य दिशा दाखवण्यासाठी विनवू लागला. प्रभूंच्या मनात ह्या अपेक्षित दृश्याने स्मित हसू फुटल्याचे मला स्पष्ट आठवत आहे.

भगवंतांनी एक दीर्घ श्वास घेतला, अर्जुनाच्या डोळ्यात पहिले. त्याच्या डोळ्यात पराकोटीची असहाय्यता आणि छप्पन सशांची व्याकुळता डोकावून होती. स्वामी मला पुढे व्यक्त करू लागले. आता माझी

जवाबदारी एक वैश्विक तत्त्वज्ञानाच्या वाहकाची झाली होती. महामोहरूपी काळसर्पाने ग्रासलेल्या, मनात वणवा पेटलेल्या अर्जुनाची अवस्था फार करुणामय झाली होती. परंतु आईच्या रागात देखील एक सुप्त माया दडून असते. तसे, प्रथम त्यांनी अर्जुनाला त्यांना हे शहाणपण शिकवण्याचा प्रयत्न केल्याबद्दल चांगलेच सुनावले. त्याचे शहाणपण म्हणजे एखाद्या जन्मांधाला वेड लागल्यावर तो जसा सैरावैरा कुठलाही विचार न करता धावू लागतो, तसे काहीसे झाले होते. प्रभूंनी जाणीवपूर्वक अर्जुनाच्या नेणतेपणाची खिल्ली उडवली, आणि एकामागे एक असे विचारप्रधान प्रश्न ते अर्जुनाला घालत सुटले.

त्रिभुवन विश्वरचनेत प्रभूंनी अर्जुनाला विश्वाची जाणीव करून दिली. जन्म-मृत्यू चा मुद्दा उत्पन्न करून त्याने आपल्याच मूढपणाचे प्रदर्शन केले असे प्रखर वार करून प्रभूंनी अर्जुनाला त्याचे अस्तित्व आणि पातळी दाखवून दिली. त्याने मारावे आणि त्यामुळेच कौरवांच्या कडून साऱ्यांनी मरावे असे काहीसे वाटले असून त्याचा हा भ्रमाचा भोपळा तत्वतः का होईना फोडून काढायला श्रीकृष्ण कधी सुरवात करतील ह्याची मी उत्सुकतेने वाट पाहत होते. माझ्या मनातले विचार स्वामींनी अचूक ओळखले, आणि त्यांनी ज्या कौतुकाच्या नजरेने माझ्या कडे बघितले, ते मी आजन्म विसरू शकणार नाही. प्रभू शांत स्वरात मला पुढे घडवू लागले.

प्रभू म्हणाले,

न त्वेवाहं जातु नासं न त्वं नेमे जनाधिपाः ।
न चैव न भविष्यामः सर्वे वयमतः परम् ॥ २-१२ ॥

"मी, तू, हे सारे राजे महाराजे या आधी कधी काळी नव्हते असे नाही आणि यापुढे आपण सर्वजण असणार नाही, असेही नाही"

अशा गूढ युक्तिवादाने स्वामींनी आपली योजना आखण्यास सुरवात केली.

"जन्म व मृत्यु हे आपल्याला केवळ भ्रमाने अनुभवास येतात. वस्तुतः आत्मा जो आहे तो अविनाशी आहे. शरीर एकच आहे, पण काळानुरूप त्याला अनेक दशा प्राप्त होतात. बालपणापासून मग तारुण्यात प्रवेश होताच बालपण नाहीसे होते, पुढे म्हातारपण. पण शरीराच्या एकेक अवस्थेबरोबर शरीराचा मात्र तात्काळ काही नाश होत नाही."

"त्याचप्रमाणे, चैतन्याच्या ठिकाणी निरनिराळी शरीरे येतात व जातात, जीवात्मा एक शरीर सोडतो आणि दुसऱ्या शरीरात प्रवेश करातो. हे जाणणे म्हणजेच ह्या भ्रांतीजन्य दुःखापासून दूर राहणे. ह्याचे अज्ञान हेच इंद्रियांच्या आधीन होण्याचे विशेष लक्षण आहे. अनेक अनेक विषयांचे सेवन करण्यासाठी तर इंद्रिय सुसज्ज असतात. परस्पर विरुद्ध भाव जसे की मृदू - कठीण, सुगंध - दुर्गंध, कडू - गोड, भेसूर - सुरेख, हे सारे इंद्रियांच्या संयोगाने सुख दुःख उत्पन्न करतात, आणि एकदा मनुष्य इंद्रियांच्या आधीन झाला की तो ह्या सुख दुःखाच्या तडाख्यात सापडणारच. या विषयांच्या तावडीतून जो निसटून येतो, त्याला सुख-दुःख ही दोन्ही नाहीत, तोच मोक्षप्राप्तीसाठी योग्य असा ब्रह्मरूप असतो."

ह्या कल्पक युक्तिवादाने मी भारावून गेले. पाण्याशी एकरूप झालेले दूध जसे राजहंस निवडून वेगळे करतो, त्याप्रमाणे ज्याचा निरास होतो, जे नश्वर किंवा मिथ्या आहे, ज्याचा चिरकाल टिकाव नाही, असे स्वरूप तत्वदर्शी

पुरुषांकडून सहजच टाकले जाते व अशा ज्ञानी पुरुषांना एक तेवढे तत्व (ब्रह्म) उरते.

सर्वज्ञ प्रभू म्हणाले,

अविनाशि तु तद्विद्धि येन सर्वमिदं ततम्।
विनाशमव्ययस्यास्य न कश्चित्कर्तुमर्हति ॥ २-१७ ॥

"संपूर्ण शरीर व्यापून टाकणारा जीवात्मा, तो अविनाशी आहे. त्याच्या अस्तित्वाचा चेतनारूपाने अनुभव येतो. तो शाश्वत आहे, सर्वव्यापी आहे, त्याचा नाश कसा होणार?"

मग माझ्या मनात विचार आला की शरीर तेवढे नाशवंत आहे, तर मग अर्जुनाने लढावे हे योग्य नाही का? तो मारणारा कोण आणि ते मरणारे तरी कोण? अर्जुन केवळ ह्या व्यर्थ भ्रमात सापडला होता. मनुष्याच्या सावलीला शस्त्राने मारल्यास त्याच्या अंगाला घाव लागत नाही, त्याप्रमाणे शरीराचा नाश झाला तरी प्राणाच्या मूळ स्वरूपाचा मुळीच नाश होत नाही. आपण जुने वस्त्र टाकावे व नवी वस्त्रे धारण करावे, त्याप्रमाणे हा आत्मा एक देह टाकून दुसरा स्वीकारतो. मला खात्री होती की अर्जुनाला याही पुढे यथार्थपणे समजावून सांगायला स्वामींच्या मनात पुढची योजना असणार. आणि प्रभूंच्या तोंडातून माझ्या अस्तित्वातील एक अजरामर कथन निर्माण झाले. त्यानंतर, हे कथन पिढ्यानपिढ्या समजून अवलोकण्याचा प्रयत्न करत आहेत. हा ऐकण्यास इतका कर्णमधुर पण कणखर शब्दसमुदाय माझ्या अख्या जीवनपटात अत्यंत लोकप्रिय आणि बहुश्रुत झाला.

प्रभू गरजले,

नैनं छिन्दन्ति शस्त्राणि नैनं दहति पावकः ।

न चैनं क्लेदयन्त्यापो न शोषयति मारुतः ॥ २- २३ ॥

"ह्या अविनाशी आत्म्याला शस्त्राद्वारे न कापून त्याचे तुकडे करता येतात, न अग्नीद्वारे त्याला जाळून टाकता येते, न पाण्याने त्याला भिजवता येते, न वाऱ्याने सुकवता येते. म्हणजे हा आत्मा अनादी, नित्यसिद्ध, उपाधिरहित व अत्यंत शुद्ध असा आहे, परंतु तरीही सर्वव्यापी आहे."

हे तत्वज्ञान मला समजले आणि मी मंत्रमुग्ध झाले. आणि म्हणूनच त्या नश्वर शरीराचा शोक करणे व्यर्थ आहे ह्या पथावर स्वामींनी अर्जुनाला अलगदपणे आणून ठेवले. माझ्या डोक्यात लख्ख प्रकाश पडला. ज्या योद्ध्याला समोरील आप्त-स्वकीयांचा वध करून त्यांचे शरीर संपवायला इतका क्लेश झाला होता, त्याला प्रभूंनी मूलतः शरीर हेच मिथ्य आहे असा सज्जड युक्तिवाद करून शाश्वत सत्याची जाणीव करून दिली होती. उत्पत्ती, स्थिती व लय ही तिन्ही संलग्न असतात तर मग ह्याची चिंता आणि शोक का बरे करावा? कोणता ही जीव जन्माआधी अव्यक्त आणि मृत्यू नंतरच्याही अव्यक्त स्थितीत असतो, तरी फक्त जिवंतपणे व्यक्त पणे जाणवतो. ह्या रहाटगाड्याचा अखंड क्रम सुरु असतो, आणि हेच शाश्वत आहे. "तर मग शोक कसला करतोस अर्जुना?" मी मनातल्या मनात अर्जुनाला प्रश्न केला. पण व्यामोहाने पछाडलेल्या अर्जुनाचे हृदय इतक्या सहजासहजी परिवर्तित होणार नाही ह्याची प्रभुंना खात्री होती. आणि हीच खात्री पुढे इतके विराट रूप घेऊन प्रचीतीस आली, की माझ्या साऱ्या जीवनाचा उद्धार झाला.

हे सारे प्रभूंनी अगदी बाळबोध शब्दात मांडले असले, तरी हे आत्म्याचे स्वरूप जाणण्यास काही सोपे नाही. अनेक महापुरुष त्याचे अवलोकन करण्याचा प्रयत्न करत असतात, तरी अनेक लोकं तर त्याला तसूभरही जाणू शकत नाहीत. तथापि, काही निवडक थोर योग्यांची बुद्धी त्या आत्मस्वरूपाचा साक्षात्कार होताच त्या स्वरूपाशी तद्रूप होते आणि पुन: देहतादात्म्यावर परतून येत नाही. पण अर्जुनाची मनाची स्थिती अंशतः देखील पूर्वपदावर आली नव्हती. ह्या साऱ्या तत्वज्ञानाचा त्यावर फारसा परिणाम झाल्याचे मलाही जाणवले नाही. म्हणून भगवंतांनी त्याला स्वधर्माचे देखील स्मरण करून दिले. भंगवंतांनी अर्जुनाला सांगितले,

स्वधर्ममपि चावेक्ष्य न विकम्पितुमर्हसि ।

धर्म्याद्धि युद्धाच्छ्रेयोऽन्यत्क्षत्रियस्य न विद्यते ॥ २- ३१ ॥

स्वतःचा क्षात्र धर्म लक्षात घेऊन निर्भय पणे युद्धास सामोरे जावे असे प्रभूंनी पार्थाला प्रतिपादन केले. खरंतर, असली अलौकिक क्षात्र संधी मिळण्याचे भाग्य कर्मगतीनेच त्याला प्राप्त झाले होते. एका अजय रणयोद्ध्याला याहून कल्याणकारी कर्तव्य कोणते मिळाले असते? म्हणजे जांभई देण्याकरता तोंड उघडावे व अकस्मात त्यात अचानक अमृत येऊन पडावे, अशी घटना अर्जुनाच्या बाबतीत घडत होती.

प्रभू अर्जुनास सांगू लागले, “पण अशी अमृत संधी जर चुकीच्या कल्पनांनी आणि भ्रमांनी तू दवडलीस तर मात्र त्याची तुझ्या पदरी पडलेली दुष्कीर्ती साऱ्या त्रिलोकात पसरून जाईल." ही गंभीर बाब समोर ठेवून प्रभूंनी अर्जुनाला सखोल विचार करण्यास भाग पाडले. भगवंतांनी त्याला पुढे समजावून सांगितले, "पार्था, ह्या समरात विजयश्री खेचून आणलास तर त्रिभुवनात तुझा जयजयकार होईल, आणि संयोगाने जर रणांगणावर

युद्धात वीरगतीला प्राप्त होऊन तुला हुतात्म्य मिळाले, तरीही वीरमरणाचे पुण्य संगठीत होईल. त्यामुळे युद्ध करणेच यथायोग्य नाही का?"

प्रभू काय सांगत आहे हे मला देखील समजत होते, पण त्या प्रसंगाचा घाव अर्जुनाच्या हृदयावर इतका खोलवर जाऊन तो इतका सैरभैर झाला होता की या साऱ्या सूचनांची तो जवळजवळ उपेक्षाच करत होता. जर अर्जुनाने युद्धातून माघार घेऊन शरणागती पत्करली असती, तर कौरवांनी त्याला जिवंत सोडला असता? कुठे तो त्वेषाने पेटलेला अर्जुन आणि कुठे हा असहाय्य, दुर्बल, गोंधळलेला अर्जुन!!

प्रभूंच्या ज्ञान भात्यातील अजून एक शब्दास्त्र काढून, त्यांनी अर्जुनाला निष्काम कर्माचा योग सिद्धांत सांगून समजावण्याच्या प्रयत्नाला प्रारंभ केला. आता मी कर्मयोगाचे ज्ञान सहक्षेपित करण्यास सज्ज झाले.

मला जाणवत होते की प्रभू अर्जुनाला या पुढे समजावून सांगतील की निष्काम कर्मयोगातील बुद्धी ज्याला साधली, त्याला चालत आलेले कर्म शुद्धपणाने चालू राहिलेले दिसून त्याच्या भोगांचा नाश होतो, आणि मोक्षासाठी तो साधक प्राप्त होतो. पण जो पर्यंत प्रभू त्यांच्या मितभाषी शैलीत काही सांगत नाहीत, तो पर्यंत त्याचा परिणाम थोडा देखील होत नाही. प्रभूंनी अगदी साधे सोपे जरी काही सांगितले, तरी त्यांच्या त्या विराट शैलीने ते साधे सोपे देखील अद्भुत, विशाल वाटू लागते. आणि इथे तर भगवंत साक्षात परमोच्च ज्ञानाचे तुषार आपल्या अमृत वाणीतून लीलया फवारीत होते. प्रभू सांगत होते,

नेहाभिक्रमनाशोऽस्ति प्रत्यवायो न विद्यते ।

स्वल्पमप्यस्य धर्मस्य त्रायते महतो भयात् ॥ २- ४० ॥

या कर्मयोगात बीजाचा नाश नाही, कोणतेही नुकसान किंवा ऱ्हास नाही, आणि उलट फळरूपी दोषही नाही. इतकेच नव्हे तर, या कर्मयोगरूप धर्माचे थोडेसेही साधन पाठीशी असल्यास जन्ममृत्युरूप मोठ्या भयापासून रक्षण करते. ज्या बुद्धीत पुण्य-पापादि कर्मफलांचा प्रवेश होत नाही, जी विवेकजन्य विचाराने सूक्ष्म व अति निश्चल झालेली असते व जिला राजतमादि गुणांचा तत्वतः परिणाम नसतो, अशी निश्चयात्मक बुद्धी एकच असते. परंतु अस्थिर विचार असणाऱ्या, अविचारी, कामनायुक्त मनुष्याची बुद्धी खात्रीने अनेक प्रकारे विकार पावते. मग तशा मनुष्याला आत्मसुखाचे दर्शन कोठून घडणार? ही मंडळी भोगसुखात रमलेली असतात, त्याचे गोडवे गातात, आणि ह्या साऱ्याचे फलित, म्हणून स्वर्गसुखाची आसक्ती ठेऊन असतात. वेदवचनांचे प्रमाण देऊन कर्मयोगाचे सिद्धांत प्रस्थापित करतात, पण त्याच्या फलेच्छेने. असले प्रकांड पंडित सगळी कर्मानुष्ठाने विधीयुक्त करतात, पण ह्या सगळ्या धांदलीत मात्र त्यांना मूळ स्थितीचे आणि स्वरूपाचे विस्मरण होते. मोठ्या भाग्याने चिंतामणी मिळावा आणि मागावे काय, तर काचेचे खडे. मग ते उदंड मिळतात. वास्तविक हे सारे वेद वचन त्रिगुणात्मक असतात, म्हणून त्यांच्या अतीत जाऊन आत्मपरायण होणे हेच सर्व हितकारक होय. काही काळाने, प्रभू अजून रंगात आल्यावर त्यांनी नंतर पुढे त्रिगुणात्मक परिणाम, गुणांचे कार्य अर्जुनाला विस्तारून सांगितले.

आता स्वामींनी मला कर्मयोगाच्या स्वरुपातून विस्तारून प्रकट केले. हे विवेचन सांगून झाल्यावर मी अर्जुनाची प्रतिक्रिया पाहण्यास त्याच्या कडे निरखून पाहू लागले. इतके समर्पक निरुपण सांगितल्यावर ह्याला तो अत्यवस्थ झालेला धनुर्धर कसा काय सामोरा जातो हे पाहणे माझ्या साठी मोठे कुतूहलाचे होते. पण प्रभूंच्या वाणीने याही पुढे मला मंजुळ प्रवाहात

वाहत ठेवले. आणि अर्जुनाच्या मनात अजून किंतु निर्माण होण्या आधीच कर्माचा एक वैश्विक, निरंतर, अजरामर सिद्धांत स्वामींनी पार्थापुढे उपस्थित केला.

कर्मण्येवाधिकारस्ते मा फलेषु कदाचन ।

मा कर्मफलहेतुर्भूर्मा ते सङ्गोऽस्त्वकर्मणि ॥ २- ४७ ॥

“कर्त्याला नियत कर्म करण्याचाच अधिकार आहे. त्यांच्या कर्मफलांवर मात्र अधिकार नाही. म्हणून कर्माच्या फळांचा अभिलाष टाकून अगदी मनापासून विहित कर्मे करावी. अशा परिस्थितीत काहीजण फळाची इच्छा नको म्हणून कर्मच न करण्याचाही आग्रह धरतात. असा आग्रह धरणे हे देखील मूढपणाचे लक्षण ठरते. हाती घेतलेले कर्म यथासांग पार पडले तरी त्यात विशेष काही संतोष मानावा हेही नको. किंवा काही कारणामुळे ते आरंभलेले कर्म जरी सिद्धीस न जाता तसेच अपूर्ण राहिले तरीही त्या संबंधीच्या असंतोषाने आपल्या चित्ताची स्थिती डळमळीत होईल हेही नको. जेवढे म्हणून हातून कर्म होईल तेवढे सगळे जर परमात्म्याला समर्पण केले तर ते सहजच पुरे झाले असेच समजावे. आणि अपूर्ण कर्माविषयी देखील हा जो मनाचा समतोलपणा उरेल, तीच खरी ‘योगस्थिती’. ह्या समत्वालाच योग म्हणले जाते. इथे मनाची धारणा व बुद्धीचा निश्चय यात विरोधच उरत नाही.”

हे प्रभूंनी अर्जुनाला उद्देशुन त्या प्रसंगाला अनुसरून कथन केले होते, पण समस्त मानवजातीला लागू पडणारे हे तत्वज्ञान मी साऱ्या विश्वातल्या मानवजातीला समर्पित करण्याचे धाडस करीत आहे. प्रभूंनी जरी हे त्या वेळी अर्जुनाला कथित केले असले तरी त्यांनी हे उद्गार त्या नंतर युगानुयुगे,

पिढ्यानपिढ्या मानव समाजाने आत्मसात करावे ह्या हेतूनेच केले असणार ह्यात तिळमात्र शंका नाही.

सूर्योदयाने सारेच रस्ते स्वच्छ दिसू लागतात, पण म्हणून काय सगळ्याच रस्त्यांचा अवलंब केला जातो का? जेथे जावयाचे तोच रास्ता निवडला जातो. ह्या भूतलावर मुबलक पाणी जरी असले तरी त्यातून आपण आपल्या गरजेपुरतेच घेतो. म्हणून ज्ञानी माणसाने विवेकाने वेदार्थाचा विचार करावा, मग त्यात शाश्वत व जे इष्ट त्याचेच ग्रहण करावे. समबुद्धीचा पुरुष, पुण्य व पाप या दोन्हीचा या जगात त्याग करतो. म्हणजे समत्वरूप योगाला चिकटून राहणेच इष्ट. अर्थात कर्मबंधनातून सुटण्याचा हा सरळ उपाय आहे. या दृष्टीने पाहिले तर स्वकर्मच करणे त्यावेळी अर्जुनास उचित होते आणि सर्व जीव प्राण्यांना हेच प्राप्त आहे. कर्मापासून उत्पन्न होणाऱ्या फळाचा त्याग करून जन्मरूप बंधनापासून मुक्त होता आले तरच निर्विकार परमपदाला प्राप्त होता येईल. हेच इतिकर्तव्य होय. ज्या क्षणी बुद्धी ह्या शुद्ध आत्मसुखाच्या जागी स्थिर होईल, त्यावेळेला संपूर्ण निष्काम कर्मयोग आपल्या हाती लागल्याची अनुभूती येईल.

हे अभूतपूर्व ज्ञान जेव्हा अर्जुनाला कथित झाले, तेव्हा त्याचे विचारयंत्र जोराने फिरू लागले. युद्धाचा शंखनाद झाल्यापासून पहिल्यांदाच अर्जुनाची मुद्रा मला तसूभर का होईना पण स्थिर आणि जिज्ञासू अशी जाणवली. त्याची अजून जाणून घ्यायची उत्कंठा वाढली होती.

आतापर्यंत मी अर्जुनाच्या दोलायमान स्थितीला पूर्वपदावर आणण्याचा भगवंतांचा प्रयत्न साक्षी रूपाने पाहत होते. अर्जुन ज्या परिस्थितीला सामोरा गेला होता ती काही सामान्य परिस्थिती नव्हती. जरी कौरवांचा संहार करून पांचाली आणि त्याच्या सह त्याच्या साऱ्या पांडव भावंडांच्या अपमानाचा, त्यांच्यावर झालेल्या जीवघेण्या हल्ल्याचा

भावनेच्या भरात प्रतिशोध घेण्याची मनीषा उत्पन्न होणे, त्यासाठी मनोमन प्रतिज्ञा घेणे हे स्वाभाविक होते, तरी ते मिळवण्यासाठी आपल्या पितृतुल्य भीष्माचार्यांना, गुरु द्रोणांना ठार करूनच तेथे पोचता येणार होते हे जेव्हा त्याच्या ध्यानी आले, तेव्हा मात्र त्याचे काळीज कंपित झाले.

आजच्या सर्वत्र पसरलेल्या बहुतांशी स्वार्थी, आत्मकेंद्रित समाज घटकांना सुद्धा जेव्हा अशा परिस्थितीचा सामना करावा लागेल, तेव्हा त्यांचीही निश्चित पणे भंबेरी उडेल, चित्त विदीर्ण होईल. अशा मनस्थितीत, तीव्र कर्मफळेच्छेने ते सुद्धा अशा सखोल आणि विपुल पीडित अवस्थेत तळमळत भोग भोगण्यासाठी उरतील. विचारांचे, समुपदेशनाचे अनेक मार्ग बंद झाल्यासारखे वाटतील, आणि तो मनुष्य त्याच्यावर ओढवलेल्या परिस्थितीचे स्वतःचा सावज स्वतःच होऊन जाईल. पण अर्जुनाचे कर्मभाग्य इतके थोर, की त्याला मार्गदर्शन, समुपदेशन मिळाले साक्षात भगवंतांचे.

प्रभुंनी माझी पुढची आवृत्ती आपल्या विलोभनीय वाणीतून पुढे प्रस्तुत केली. प्रभू अगदी विनम्र शब्दात पार्थाला सांगू लागले, "अर्जुना, जेव्हा तुझी बुद्धी मोहरूपी चिखलाला अथवा त्या घनदाट अरण्याला पूर्णपणे पार करून जाईल, तेव्हा सर्वा बद्दल तू उदासीन होशील, ऐकलेल्या व ऐकण्यासारख्या इह-पर लोकातील सर्व भोगांपासून तू विरक्त होशील, इंद्रियांच्या नादाने जी बुद्धी भ्रमित, चंचल झाली होती, ती पुन्हा आपल्या मूळ स्वरूपाच्या ठिकाणी स्थिर होईल."

पार्थच्या डोळयातून एक विलक्षण चमक गेल्याचे मला जाणवले. इतक्या आश्वासित वचनाने त्याची मनगटे अंमळ घट्ट झाली. त्याची जिज्ञासा बळावली. त्याने प्रभुंना पुढचे ज्ञान जाणून घेण्यास पृच्छा केली.

स्थितप्रज्ञस्य का भाषा समाधिस्थस्य केशव।

स्थितधी: किं प्रभाषेत किमासीत व्रजेत किम्॥ २-५४॥

अर्जुन आदराने विचारू लागला. "हे, नारायण, जो समाधिस्थितीचा निरंतर अनुभव घेतो, जो परमात्म्याला प्राप्त झालेला आहे, अशा स्थिरबुद्धी पुरुषाचे लक्षण काय? तो स्थिरबुद्धी पुरुष कसा बोलतो, कसा बसतो, आणि कसा चालतो? मला कृपा करून हे सांगावे."

तेव्हा त्या परब्रह्माच्या अवतारालाही स्फुरण चढले. मलाही उत्साहित वाटू लागले. ते त्या पृथा पुत्र अर्जुनाला म्हणाले, "ज्यावेळी हा पुरुष मनातील सर्व कामना पूर्णपणे टाकतो आणि आत्म्यानेच आत्म्याच्या ठिकाणी संतुष्ट राहातो, त्यावेळी त्याला स्थितप्रज्ञ म्हटले जाते. एका विशुद्ध दिव्यावस्थेत स्थित झालेला असतो. जो सदा तृप्त असतो, ज्याचे अंत:करण नेहेमी आनंदाने भरलेले असते, ज्याचे मन निरंतर आत्मसुखात निमग्न रहाते, तोच पुरुष स्थितप्रज्ञ म्हणला जातो. कितीही दु:खे प्राप्त झाली तरी ज्याचे चित्त खिन्न होत नाही, व प्राप्त गोष्टींची जो स्तुती किंवा निंदा करत नाही, जो सुखाच्या प्रबळ इच्छेने कधी अडकला जात नाही, जो सर्वत्र सारखा, समबुद्धीने वागतो, सुखेच्छांची ज्याला मुळीच इच्छा नाही, तसेच ज्याचे प्रीती, भय व क्रोध नाहीसे झाले आहेत, असा मुनी, स्थिरबुद्धीस्वार स्थितप्रज्ञ म्हणाला जातो."

ही सारी वाक्ये अर्जुनाच्याच काय, माझ्या ही काळजावर येऊन धडकत होती. ह्रदयाची स्पंदने वाढवीत होती. मला कमालीची प्रेरित करीत होती. आणि मी सवतःला स्थितप्रज्ञ आणि स्थिर अवस्थेत तोलू पाहत होते. जन्मानेच मी प्रभूंच्या अधीन. प्रभूंनी अयोज़लेल्या भूमिकेत निरंतर आत्मसुखात निमग्न, स्वभावत:च कामक्रोध नसलेली. जसा परिपूर्ण चंद्र

आपला प्रकाश देतांना हा उत्तम, हा अधम असा भेदभाव मानीत नाही, त्याप्रमाणे मी सर्वत्र सारखी समबुद्धीने वागणारी आणि वागवणारी. अशी कमालीची रंजक कल्पना मला चाटून गेली.

कासव जेव्हा प्रसन्न, भयरहित असते, तेव्हा ते आपले अवयव पसरते किंवा मनास वाटल्यास आपल्या आपण आवरून धरते. अर्थात कर्मेंद्रियांना ताब्यात ठेऊन असते. त्याप्रमाणे ज्याची इंद्रिये ताब्यात असतात व ती तो जे म्हणेल तेच करतात, त्याची बुद्धी स्थिर झाली आहे असे खुशाल समजावे. जो इंद्रियांना त्यांच्या विषयापासून विरक्त ठेऊन घेतो, तो स्थिर अवस्थेला पोचला हे समजावे. इंद्रियांनी विषयांचे सेवन करणाऱ्या पुरुषाला निव्वळ विषय चिकटून राहत नाहीत तर त्यांच्या विषयीची आवड, आसक्ती देखील वाढत राहते. परंतु या स्थितप्रज्ञ पुरुषाची तर आसक्तीही परमात्म्याच्या साक्षात्काराने नाहीशी होते.

एखाद्या झाडाच्या फांद्या छाटून टाकल्या पण मुळाला पाणी घातले तर तरी झाडाची वाढ काही थांबत नाही. ते झाड रसनेंद्रियांच्या द्वाराने विषयवासना मनात पोसत असतेच. आसक्ती मुळातच अस्तित्वात असल्याने ही क्षोभ उत्पन्न करणारी प्रबळ इंद्रिये अतिशय निक्षून समर्पित साधना करणाऱ्या साधकाच्या मनालाही जबरदस्तीने आपल्याकडे ओढून घेतात. मनाला मुठीत धरून असतात, जणू काय कुंपणच घालतात. जेव्हा साधक अपरोक्ष (प्रत्यक्ष) अनुभव घेऊन परब्रह्म स्वरूपाशी तादात्म्य साधतो, तेव्हा त्याला असल्या कुंपणाच्या सीमारेषा सहजरीत्या पार करून जाता येते. परंतु विषयाचे चिंतन करण्याऱ्याला विषयाचीच आसक्ती उत्पन्न होते. खरंतर, विषाचा एक थेंब जरी सेवन केला तरी त्याचा विनाशी परिणाम होतो आणि ज्ञानशक्तीचा ऱ्हास होतो. परंतु अंतःकरण ताब्यात ठेवलेला साधक आपल्या ताब्यात ठेवलेल्या राग-द्वेष रहित इंद्रियांनी

विषयांचा उपभोग घेत असूनही अंतःकरणाची प्रसन्नता टिकवून ठेऊ शकतो. एकदा का अंतःकरण प्रसन्न झाले की मग कशाचे आणि कसले दुःख उरणार? त्यावेळी परमात्मस्वरूपाचे ठिकाणी बुद्धी सहजच स्थिर होते.

अर्जुनाने मोठ्या कुतूहलाने स्वामींना स्थितप्रज्ञ व्यक्तीची लक्षणे विचारली आणि स्वामींनी त्याला एक अनेक मार्गाने यथायोग्य मांडणीतून निरोपिले. वास्तविक ज्याची बुद्धी स्थिर आहे, ज्याचे अंतःकरण चिरंतर सुखाने ओतप्रोत भरून ओसंडून वाहत आहे, अशी मूर्तिमंत विभूती अर्जुनाच्या समक्ष उभी होती, त्याच्याशी एका अगम्य वार्तालापात गुंतली होती. पण अर्जुन काही तिला ओळखू शकला नाही. मला ओरडून ओरडून सांगावेसे वाटले, *अर्जुना, स्थितप्रज्ञ हा असाच. युद्धाच्या ऐन तोंडावर तुझे ढळलेले मनोधैर्य पुनः प्रस्थापित करताना तसूभरही न डगमगलेला, हाच स्थितप्रज्ञ. तो निरखून पहा, तुला स्थितप्रज्ञ कोण हे नव्याने विचारण्याची गरज सुद्धा उरणार नाही.*

पण जर योगयुक्त होऊन राहण्याचा हा विचार ज्याच्या अंत:करणात उत्पन्नच होत नाही, त्याला ते शब्दादि परोपजीवी विषय कसे काय मोकळे सोडतील? आत्मप्राप्ती झालेल्या पुरुषाने जर इंद्रियांचे लाड केले तर तो देखिल पुनश्च संसार-दुखाने व्यापला जातो. परंतु अंतःकरण ताब्यात ठेवलेला साधक आपल्या ताब्यात ठेवलेल्या राग-द्वेष रहित इंद्रियांनी विषयांचा उपभोग घेत असूनही अंतःकरणाची प्रसन्नता प्राप्त करून घेतो.

या निशा सर्वभूतानां तस्यां जागर्ति संयमी ।
यस्यां जाग्रति भूतानि सा निशा पश्यतो मुनेः ॥ २- ६९ ॥

सर्व प्राणिमात्र ज्या आत्मस्वरूपाच्या ठिकाणी अज्ञानी असतात त्या ठिकाणी ज्याला उजाडलेले असते म्हणजे आत्मज्ञान झालेले असते आणि जीव ज्या प्रपंचाच्या ठिकाणी इंद्रियकर्मात रमलेले असतात, त्या ठिकाणी तो मनुष्य विषयांपासून पूर्ण निवृत्त झालेला असतो.

सर्व नद्यांचे प्रवाह दुथडी भरून सागराशी एकरूप होतात, तरी त्या सागराचे उर गर्वाने फुगत नाही अथवा तो त्याची मर्यादा थोडी सुद्धा सोडत नाही. अगर ग्रीष्माने सुकून गेलेल्या नद्यांनी तो मुळीच ओसरत नाही. तसेच स्थिरबुद्धी प्राप्त झालेल्या योग्याला, अधैर्याची आणि अस्थिरतेची बाधा होत नाही. ही स्थिती त्याची अंतकाळी सुद्धा पाठ सोडत नाही. पेटता दिवा जसा अडोश्याचा आधार घेऊन वाऱ्याने बाधत नाही, आणि तेवत राहतो, तसा दिव्य जीवनाचा मार्ग प्राप्त झालेला मनुष्य, पुन्हा मोहित होत नाही, आणि ह्या स्थितीत विराजमान असतो.

मंडळी! भगवंतांनी अर्जुनाला निष्काम कर्मयोगाचे सिद्धांत आणि स्थितप्रज्ञ मनुष्याची लक्षणे खोलवर जाऊन विवरली होती. ती मोठ्या धैर्याने मी जमेल तितक्या साध्या भाषेत तुमच्या समोर मांडण्याचा प्रयत्न केला आहे. अनेक विलासी बुद्धिमंतांकडे अध्यात्माच्या चर्मासनावर बसून ह्याचे ह्याहून शब्दालंकृत, गहन निरूपण करण्याची क्षमता असेल, पण स्थितप्रज्ञ स्थितीला पोचणे हेच मोठे कर्मकठीण आहे, म्हणूनच ह्यावर हे संभाषण दोन अतिमहान व्यक्तींमध्ये घडले होते. त्यासाठी बुद्धीचा निश्चयमात्मक संकल्प, मनोनिग्रह, अखंड साधना आणि भगवंतांचे अधिष्ठान हे हवेच. आणि हे सारे एकत्र आणि अविरत साधणे हे किती आव्हानात्मक असू शकते ह्याची कल्पना ज्याची त्याने करावी. पण एकदा का ह्या स्थितीस पोचले की मग तिची अनुभूती इतकी अद्वितीय असते, की तिचे वर्णन करण्याची गरजच उरत नाही.

ह्या पुढे प्रभूंनी कोणती आखणी केली होती आणि त्यांच्या मंजुळ वाणीतून मला पुढे कसे घडवणार आहेत ह्याची मला पुसटशी कल्पना होती पण प्रभूंच्या पुढच्या योजनेतून माझा नेमका कसा आकार घडतो ह्याबद्दल मी कुतूहलाने प्रतीक्षा करीत होते.

३

भगवंत मधुसूदनाने आपल्या अलौकिक क्षमतेच्या जोरावर अर्जुनाला भावनाभावित ब्राह्मस्थिती ची लक्षणे सांगून पहिली. मला प्रश्न पडला, युद्ध तोंडावर आले होते. दोन्ही कडून युद्धाच्या हालचाली सुरु झाल्या, पण अर्जुनाची काही युद्धाला सामोरे जाण्याची चिन्हेही दिसत नव्हती. आणि ह्या धुमश्चक्रीत स्वामींना हे तत्वज्ञान सहक्षेपित करावेसे तरी का वाटले असावे? मला नेहमी वाटते की हे सारे युद्धच प्रभूंच्या लीलेचा भाग होता. हस्तिनापूरच्या दरबारात त्या वेळीच त्यांनी दुर्योधनाचा शेवट केला असता, आणि सगळे आपसूक पूर्वपदावर आले असते. पण त्यांची योजना दूरगामी असावी. धर्माने अधर्माचा सर्वां समक्ष, उघडउघड नाश करावा हे त्यांना पुढच्या युगा युगांना दाखवून द्यायचे असणार. आणि अर्जुन सुद्धा मोहात फसावा आणि त्या निमित्ताने साऱ्या विश्वाला ते वैश्विक तत्वज्ञान मिळावे म्हणून हे प्रभूंनीच रचलेले कथानक होय. इतकेच काय, अर्जुनाच्या विजयरथावर साक्षात वीरबाहू हनुमान विराजमान झाले होते. हे सारे तत्वज्ञान त्यांच्या पूर्वावताराच्या लाडक्या शिष्याला देखील निरोपता यावे, ह्या साठी देखील ही योजना केली असावी अशी गमतीशीर कल्पना माझ्या डोक्यात शिरून घर करून गेली होती.

लहान मुलांना जसे संस्कार करू तसे ते घडवले जातात. त्यांच्या शैशवातून पौंगडावस्थेकडे झालेले बदल, नंतर कौमार्य आणि तारुण्याकड़े ज्या संस्कृतीने ते घडले जातात, त्यात त्यांच्या जन्मदात्यांचा आणि पूर्वकर्मांचा

मोठा वाटा असतो. ह्यातील बऱ्याच जणांना ह्याची जाणीव फार उशिराने होते. पण त्यानंतर मात्र ते कृतकृत्य होतात. माझ्यात मात्र माझ्या जीवन प्रवासाच्या सुरवातीलाच इतकी परिपक्वता रुजवली गेली की मला घडवताना प्रभू नेमके काय साधून आहेत ह्याची सुयोग्य कल्पना मला फार लवकर आली. माझ्या जीवनाचे ध्येय माझ्या कर्त्याने मला घडवतानाच माझ्यात आत्मसात केले. नुसते आत्मसातच नाही केले, त्याची मला सुरवातीपासून जाणीव करून दिली. आणि त्या ध्येयाला अनुसरून मी माझे निष्काम कर्म लीलया पूर्ण करण्याच्या मागे धडपडू लागले.

स्वामींनी आपले मधाळ निरूपण पुढे सुरु केले. तोच अर्जुनाच्या चेहऱ्यावर उत्पन्न झालेले भले मोठे प्रश्नचिन्ह माझ्या निदर्शनास आले. स्वामींनी तर ते टिपले होतेच. आपल्या खास मिश्किल चर्येने ते अर्जुनाच्या प्रतिक्रियेची वाट पाहत होते. आणि आम्ही दोघांनी तर्क केल्याप्रमाणे, अजूनही अस्वस्थ आणि सज्ज नसलेल्या, डोक्यात हजार शकांनी संपृक्त अर्जुनाने प्रभुंना मोठ्या धीराने पृच्छा केली. अर्जुन म्हणाला,

ज्यायसी चेत्कर्मणस्ते मता बुद्धिर्जनार्दन ।

तत्किं कर्मणि घोरे मां नियोजयसि केशव ॥ ३-१ ॥

“इतक्या वेळ केशवा जे काही तू मला सांगितलेस ते मी लक्षपूर्वक ऐकले. जर कर्माहून ज्ञान श्रेष्ठ आहे, तर मग मला हे भयंकर कर्म करण्यास का प्रवृत्त करीत आहेस? मागे निरोपल्याप्रमाणे विचार करून पाहिले असतां त्या ठिकाणी कर्म व त्याचा कर्ता हे उरतच नाहीत हेच जर निश्चित असेल तर, मला युद्धसाठी का गळ घालतो आहेस? एकीकडे तू कर्माचा निषेध करतोस आणि दुसरीकडे मला असले दुष्कर्म करण्यास भाग पाडत आहेस? ह्याचा मेळ कसा काय घालावा? तूच असा असंगत आणि

असंबद्ध बोलू लागलास तर ह्या दलदलीत साडपलेल्या माझ्या सारख्याने काय करावे? हे माझे हित आहे की ह्याने माझ्या मनातला घोळात वृद्धी झाली आहे ह्याचाच आता प्रश्न पडला आहे. औषध देणाराच विष देऊ लागला तर आमच्या सारख्यांनी कुठे जावे? मी ह्या घटकेला शरीराने, मनाने व जीवाने पूर्णतः तुझ्या शब्दावर अवलंबून आहे आणि तूच असे भलतेच करावेस तर मग माझे सर्व मार्ग संपल्यात जमा आहेत. त्यामुळे मला चांगले समजेल असे एक निश्चयात्मक सांग."

एवढे बोलून अर्जुन पुन्हा आशाळभूत नजरेने भगवंतांकडे याचना करू लागला. अर्जुनाची परिस्थिती अशी झाली होती की त्याला धड गिळताही येईना आणि धड थुंकूनही टाकता येईना. ह्यावर ते सर्वज्ञ परमेश्वर मला पुढे उत्पादित करू लागले.

लोकेऽस्मिन्द्विविधा निष्ठा पुरा प्रोक्ता मयानघ।
ज्ञानयोगेन साङ्ख्यानां कर्मयोगेन योगिनाम्॥ ३-३॥

भगवान श्रीकृष्ण म्हणाले, "हे निष्पापा, या जगात आत्मसाक्षात्कारासाठी प्रयत्न करणाऱ्यांमध्ये दोन प्रकारच्या निष्ठा किंवा मार्ग माझ्याकडून पूर्वी सांगितले गेले आहेत. त्यातील सांख्ययोग्यांची निष्ठा ज्ञानयोगाने आणि योग्यांची निष्ठा कर्मयोगाने होते. हे दोन्ही मार्ग मीच सांगितले आहेत आणि माझ्या पासूनच प्रकट झाले आहेत. त्यापैकी ज्याला ज्ञानयोग म्हणातात त्यात परमात्मरूपाशी तन्मयता साधण्यासाठी त्याचे आचरण ज्ञानी लोक करतात. दुसरा तो कर्ममार्ग समज, जेथे साधक कर्ममार्गाच्या आश्रयाने वेदात सांगितलेला आपला आचारच पाळून निष्णात होऊन परमगतीला पावतात. या दोन्ही योगांचे हे मार्ग जरी भिन्न असतील, तरी ते एकाच साध्याला लक्षित आहेत. परंतु त्यांचे आचरण कर्त्याच्या क्षमतेवर

अवलंबून असते. तसेच मनुष्य कर्मे केल्याशिवाय निष्कर्मतेला कसा प्राप्त करू शकेल आणि फक्त कर्मांचा त्याग केल्याने त्याला सिद्धी कशी प्राप्त होईल? भोजनाच्या तृप्तीची इच्छा असेल, भूक असेल, तर स्वयंपाक न करता भागेल काय? आणि सिद्ध झालेला स्वयंपाक सेवन न करता तरी ती क्षुधा तृप्त होईल काय? निःसंशयपणे कोणीही मनुष्य कोणत्याही वेळी क्षणभरसुद्धा कर्मांशिवाय जगू शकत नाही कारण सर्व मनुष्यसमुदाय प्राकृतिक गुणांवर पराधीन असल्यामुळे, ते त्यांना कर्म करायला भाग पाडतातच. मग आपल्या इच्छेप्रमाणे कर्माचा स्वीकार करणे आणि हट्टाने कर्माचा त्याग करणे, दोन्ही शक्य आहे का? ऐकणे, पाहणे, चालणे, बोलणे चालूच राहणार."

"ज्याला नैष्कर्म्य स्थितीची प्रबळ इच्छा आहे, ध्यास आहे , त्याने आपली विहित कर्मे टाकणे कसे काय प्राप्त असेल? कर्म करण्याचे टाकले म्हणजे कर्मत्याग होतो असे नाही. कर्म हे मुळातच पराधीन आहे, त्यामुळे मी कर्म करिन अथवा कर्माचा त्याग करेन हा अभिमान इथे स्थापित होणे तरी योग्य आहे का? जो मूढ मनुष्य आव आणून सर्व इंद्रिये आवरून मनाने त्या इंद्रियांच्याच विषयांचे चिंतन करीत असतो, त्याला मिथ्याचारी म्हणजे फसवा का म्हणू नये?"

वायूच्या सपाट्यात सापडून उंच उडालेले वाळलेले पान केवळ वायूच्या शक्तीमुळे आणि दिशेमुळे स्वतःची इच्छा, दिशा न ठरवता आकाशात इकडे तिकडे फिरत रहाते. तसेच कर्मातीत अवस्थेस प्राप्त झालेला पुरुषही शरीराच्या अश्रयाने नेहेमी कर्मे करीत असतो. जो पर्यंत शरीराशी जीवाचा संबंध आहे तोवर कर्मत्याग हा केवळ दुराग्रहाच नाही का? कारण तिथे कर्तव्य बुद्धी सामोरी येणारच. म्हणून विहित कर्तव्यकर्म करणेच प्राप्त.

कर्मच न करण्यापेक्षा कर्म करणे कधीही श्रेष्ठ आहे. कर्माशिवाय शरीराचा निर्वाह तरी कसा शक्य आहे?

अन्यथा, जे पुरुष योग्य कर्मत्याग करतात व त्या कर्मातीत अवस्थेला पोहोचू पहातात, ते फक्त कर्मेंद्रिय प्रवृत्तीचा विरोध करूनच. यज्ञानिमित्त केल्या जाणाऱ्या कर्मांशिवाय दुसऱ्या कर्मात गुंतलेला हा मनुष्यसमुदाय कर्मांनी बांधला जातो. म्हणून यज्ञासाठी उत्तम प्रकारे कर्तव्यकर्म करणे हेच परम उद्दिष्ट. प्रजापती ब्रह्मदेवाने सृष्टीच्या आरंभी यज्ञासह प्रजा उत्पन्न करून त्यांना समजावून सांगितले. "तुम्हाला वर्णानुसार हा आम्ही स्वधर्मच सांगितला आहे, त्याचे आचरण करा. म्हणजे तुमच्या मनातील इच्छा आपोआप पूर्ण होतील. हा यज्ञ तुमचे मोक्षप्राप्ती पर्यंतचे सारे इच्छित मनोरथ पूर्ण करेल. स्वधर्म म्हणजेच नित्य यज्ञ. यज्ञ विहित कर्मांमुळेच घडतो." अशा रीतीने हा एकनिष्ठतेचा एकच स्वधर्मरूपी यज्ञ आचरण करणे योग्य आहे, असे सत्यलोकाचा अधिपती ब्रह्मदेव सांगून गेला. याखेरीज तुम्हाला आणखी व्रते व नियम करण्याची वेगळी गरज नाही, शरीराला पीडित करण्याची गरज सुद्धा नाही. तीर्थाटने, यात्रा करण्याची गरज नाही, हा त्यातून मला मिळालेला बोध होय.

स्वधर्म साधणे म्हणजेच आपल्या इष्ट देवतेला भजणे हेही होय. तोच सर्वश्रेष्ठ क्रतू. एकनिष्ठपणे स्वधर्माचे आचरण केल्याने सर्व भोगांनी संपन्न होऊनही निरिच्छता उत्पन्न होते. उलटपक्षी, हि संपदा प्राप्त झाल्यावरही मनुष्य विषयांच्या नादाने बेधुंद झालेला इंद्रियांच्या आहारी जाण्याचा धोका असतो. तर मग अशा तऱ्हेने, जो आपले आचरण स्वधर्माला अनुसरून करणार नाही, तो ह्या भोग संपदेने भोगातच गढून जाईल. शिवाय, रूपक अंगाने पाहिले तर जो स्वधर्माचा त्याग करेल त्याला शासन असे की चोर समजून त्याची सारी संपदा हिरावून घेतली जाईल.

साठवलेली ती संपदा नाहीशी होईल आणि मग मिळवलेले भोग सुद्धा त्याला भोगावयास मिळणार नाहीत. म्हणून प्रजापती ब्रह्मदेवांनी दिलेला कानमंत्र निक्षून आचारावा.

यज्ञशिष्टाशिनः सन्तो मुच्यन्ते सर्वकिल्बिषैः ।

भुञ्जते ते त्वघं पापा ये पचन्त्यात्मकारणात् ॥ ३-१३ ॥

स्वधर्माचरणाने जे मिळेल ते स्वधर्म करण्यातच खर्च करावे व मग जे शिल्लक राहील त्याचा संतोषाने उपभोग घ्यावा. आपण देहच आहोत, असे मानून लोक विषयात फसतात, आणि त्या पलीकडे काहीच पाहू शकत नाहीत. हे भ्रमिष्ट लोक आपल्या जवळ असलेल्या संपदेने आपणच अहंकाराने भोग घेण्याकडे प्रवृत्त होतात. वास्तविक पाहता जेवढी आपली संपत्ति आहे, ती सर्व यज्ञकर्मात उपयोगी पडणारी आहे असे समजून मग ती स्वधर्मरूप यज्ञाने परमेश्वराला अर्पण करावी, परंतु मूर्ख लोक आपल्या स्वत:करता नाना प्रकारचे विषय जोपासतात, जशी काय अन्नरूपी पक्वान्नेच इच्छितात आणि उपभोगतात. वास्तविक, ज्या पर्जन्याने अन्नाची निर्मिती, वृद्धी होते, त्या अन्नानेच सर्व प्राणिमात्र वाढतात, आणि मुळात तो पाऊस यज्ञातूनच उत्पन्न होतो. आणि हा हे यज्ञ मूलतः विश्वाच्या विहित कर्मांने उत्पन्न होतो. आणि वेद म्हणजे काय, तर कर्मविधींची संहिता. जर कर्मसमुदाय वेदांपासून व वेद अविनाशी परमात्म्यापासून उत्पन्न झालेले आहेत, तर मग हे सर्वव्यापी ब्रह्मतत्त्वच शाश्वतरित्या यज्ञातच प्रतिष्ठित नाही का?

स्वामींनी मुळ कार्यकारणाची मालिकाच संक्षिप्त पणे का होईना पार्थाला यज्ञकर्म साधता यावे म्हणून सांगितली. जो मनुष्य या जगात अशा प्रकारे परंपरेने चालू असलेल्या सृष्टिचक्राला अनुसरून आपल्या स्वधर्मरूप

क्रतुचे यथायोग्य पालन करीत नाही, तो इंद्रियांच्या द्वारे भोगांत रमणारा मनुष्य व्यर्थ जीवन जगतो. भगवंतांनी ह्या पुढे अर्जुनाचे ह्या जन्माच्या नरदेहाच्या ठळक मुद्द्यांकडे लक्ष केंद्रित केले. हे जे मानव शरीर प्राप्त झाले आहे, ते अनेक जन्मांच्या पूर्वकर्मानुसार मिळालेले आहे आणि असे आहे तर मग आपल्यास विहित असलेले कर्म आपण का टाकावे? असे मनुष्यशरीर मिळाले असता जे कर्मांचा कंटाळा करतात ते अडाणी, मूढ, करंटे आणि स्वघातकी का समजू नये?

हे असता, जो मनुष्य आत्म्यामध्येच रमणारा म्हणजे निरंतर आपल्या स्वरूपात गढलेला आसतो तोच या जगात देहधर्माने युक्त असूनही कर्माने 'समाविष्ट' होत नाही कारण त्याला कोणतेही कर्तव्य उरत नाही. क्षुधेची तृप्ती झाल्यावर जसे नव्याने स्वयंपाक करण्याची गरजच संपते, त्याप्रमाणे ह्या आत्मसंतुष्ट, विदेही अवस्थेत कर्म करण्याचा अथवा टाकण्याचा, जाणीवपूर्वक खटाटोप साहजिकच लयाला जातो.

तस्मादसक्तः सततं कार्यं कर्म समाचर ।

असक्तो ह्याचरन्कर्म परमाप्नोति पूरुषः ॥ ३-१९ ॥

स्वामी म्हणाले, "म्हणून कर्मफलांवर आसक्त न होता विहित कर्तव्यकर्म यथायोग्य पणे करणे हेच लागू होय."

आसक्ती ठेवून काय साध्य होते ह्याचे भगवंतांनी विस्तारून सांगून झाले होते. आणि आसक्ती टाकून कर्म करणारा मनुष्य परमात्म्याला तदाकार होऊन जातो. इतकेच नव्हे, जे निष्काम बुद्धीने स्वधर्माचे आचरण करतात ते तत्वत: श्रेष्ठ अशा मोक्ष स्थितीला पात्र होतात. जनकासारख्या राजर्षींनी कर्ममात्राचा त्याग न करता मोक्ष सुख मिळवले. यास्तव कर्माचे ठिकाणी

निष्ठा गरजेची आहे. ही आस्था आणखीही एका प्रकारे कामी येते. श्रेष्ठ मनुष्य जे जे आचरण करतो, त्या प्रमाणेच इतर समाज त्याचे अनुकरण करतो, आचरण करतो, त्याचा कित्ता घडवतो. आंधळ्याला जसा डोळस माणूस रस्त्याने योग्य दिशेला घेऊन जातो, त्याप्रमाणे अज्ञानी पुरुषाला हा कर्माभिमुख ज्ञानाने आचरण करायला लावून धर्म संस्थापना करतो.

इतरांचे कशाला सांगत बसलीय, स्वतः प्रभूंना या तिन्ही लोकांत कोणतेही नियत कर्म कर्तव्य नाही आणि मिळविण्याजोगी कोणतीही वस्तू मिळाली नाही असे नाही. तरीही ते अविरत पणे कर्तव्यकर्म करीतच आहेत. त्यांना खरंतर काय अशक्य आहे? पूर्णतेच्या दृष्टीने पाहिले तर प्रभूंच्या तोडीचा ह्या भूतलावर कोण आहे? असले सामर्थ्य कोणाचे आहे? त्यांनी गोकुळावरचे संकट लीलया दूर केले, त्यांच्या गुरुचा मृत पुत्र पुन्हा आणून दिला, स्वतःच्या मामाचा, आते भावाचा वध करून अधर्माचा समूळ नाश केला, गोकुळातील गोपिकांशी लीला रास केली, नरकासुराचा वध करून हजारो अनाथ स्त्रियांचे पतित्व स्वीकारले, गुरु बंधू सुदाम्याचे पाय सुद्धा धुतले, आणि आता हे विश्व युद्ध अव्याहत घडवत आहेत. ही सारी स्वभावतः निष्काम कर्मे ते अगदी सहजपणे करत आले आहेत. मला कधी कशी प्रश्न पडतो, की स्वामींनी मला घडवलेच कशाला? त्यांचे चरित्र जरी नुसते अभ्यासले तरी त्यांनी कथिलेले अनेक पैलू अस्खलितपणे उजागर होतील. परंतु, कर्मगतीचा आणि आत्मज्ञानाचा इतका एकसंघ अविष्कार नुसता पार्थालाच नव्हे तर अख्या विश्वाला उत्पन्न व्हावा ह्या महायोजने कारणास्तव त्यांनी मला घडवले असावे. त्यासाठी मी त्यांची आजन्म ऋणी राहीन. वेद-उपनिषधांची सूत्रे, त्यांचा गाभा आणि प्रभूंच्या मुखातून उत्पन्न होणारे ब्रह्मज्ञान ह्याची सरमिसळ म्हणजे माझे अंतरंग. आणि प्रभूंनी अर्जुनाला निरोपिलेले हे अचाट तत्वज्ञान, महर्षी व्यासांनी अनुष्टुप छंदात,

काही जागी त्रिष्टुप छंदात अगदी मधाळ आणि गेय रूपात माझी सुबक अशी आखणी करून आपल्यासमोर प्रस्तुत केले आहे. माझ्या एक एक श्लोकांना त्यांच्या लयी प्रमाणे नुसते श्रवण जरी केले तरी त्यातील प्रेरीत सारांश श्रोत्यांपर्यंत नकळत पोचला जाईल आणि त्यांस फार समाधान लाभेल ह्यात शंका नाही. माझ्या ह्या अंतरंगाची वैदिक, सात्विक आणि ज्ञानमय सजावट करून माझे बहिरंग सुद्धा तेवढेच शुद्ध, पवित्र आणि व्यापक होऊन गेले.

तरी प्रभूंच्या कर्माला सकामतेचा सूक्ष्म स्पर्श आहे. आणि हा स्पर्श फक्त सर्व प्राणिमात्रांसह हे जे विश्व स्थापन झाले आहे त्याचे पालन पोषण व्हावे ह्याच इच्छेने. ह्या संदर्भात प्रभू जर निरीच्छ होऊन आपल्या स्वरूपस्थितीतच राहिले असते तर ह्या साऱ्या विश्वातल्या प्राणिमात्रांनी हा भवसागर तरून जाण्यासाठी कोणाकडे धाव घेतली असती? सगळीकडे अराजक माजल्यासारखे झाले असते. त्यामुळे भगवंतांनी हा देह धारण केला आणि त्या उपरांत कर्म कधीच सोडले नाही. मग हा सगळा सारासार विवेकजन्य विचार केला तर विशेष करून सर्व लोकात जो समर्थ असेल आणि सर्वज्ञतेने युक्त असेल, त्याने तर विशेष करून कर्माचा त्याग करू नये, हे योग्यच नाही का? मग अनासक्त होऊन विद्वान पुरुषाने लोकसंग्रहासाठी कर्म करावी हेही उचित नाही का?

इथे अशा योग्य पुरुषाची मोठी जवाबदारी होऊन बसते. त्याने कर्माची आसक्ती असणाऱ्या लोकांमध्ये कुठल्याही प्रकारचा भ्रम अथवा कर्माविषयी द्वेष किंवा तिटकारा होऊ देऊ नये. उलट आपल्या वागण्याने एक प्रतीकात्मक आदर्शच प्रस्थापित करावा. तान्ह्या बाळाला आईच्या दुग्धाशिवाय अन्य काही खाद्य देणे जसे योग्य नाही, तसेच ज्यांना कर्मे चांगल्या तऱ्हेने करण्याचीही पूर्ण योग्यता आली नाही, त्यांना नैष्कर्म्यतेचा

उपदेश देखील करू नये. आणि अशा पुरुषांनी लोकांच्या कल्याणासाठी, विश्वकल्याणासाठी निव्वळ हेतुपरस्पर जरी कर्माचे आचरण केले तरी कर्माचे बंधन त्यांना प्राप्त होणार नाही. बहुरूपी जेव्हा एखादे सोंग घेतो, तेव्हा ते सोंग फक्त सोंगासाठी तो यथास्थितपणे मिरवतो. सोंग उतरल्यावर आपल्या मूळ अवतारात आपोआप स्थित होतो. जणू काही घडलेच नाही. मग त्याला त्या सोंगाचे बंधन मुळीच प्राप्त होत नाही. तसे निष्काम पुरुष जरी कर्म करीत असतील तरी त्यांना त्या कर्माचे बंधन प्राप्त होणार नाही.

ह्यावरून कर्माबद्दलच्या शंका, मनातील गोंधळ, निरीच्छेने केलेले निष्काम कर्म, आणि लोककल्याणासाठी केलेले सकाम कर्म ह्या सर्वांचा प्रभूंनी विस्तारून खुलासा केला. माझ्या वैयक्तिक जीवनप्रवासात सुद्धा पुढे पिढ्यानपिढ्या ह्या जगण्याच्या अचाट तत्वज्ञानाचा लोककल्याणासाठी, विश्वकल्याणासाठी दूरदूरपर्यंत विस्तार होवो ह्या कर्माच्या फलेच्छेने जर मी अथक कर्म करत राहिले, तर त्या कर्माचे बंधन मला नक्कीच प्राप्त होणार नाही, ह्या विचाराने मी अंमळ सुखावले.

प्रकृतेः क्रियमाणानि गुणैः कर्माणि सर्वशः ।

अहङ्कारविमूढात्मा कर्ताहमिति मन्यते ॥ ३-२७ ॥

प्रभू सांगू लागले, "वास्तविक सर्व कर्मे प्रकृतीच्या गुणांमार्फत केली जातात."

तरीही ज्याचे अंतःकरण अहंकारामुळे मोहित झाले आहे, असा अज्ञानी मनुष्य मी कर्ता आहे, असे मानतच जगत असतो. जर दुसऱ्याचे ओझे आपल्या डोक्यावर घेतले तर त्याच्या भाराने दबून नाही का जाणार? मग

प्रकृतीच्या गुणांचीच सारी कर्मे होत असताना ती मी करतो अशा घट्ट देहंकाराने पूर्णतः समाविष्ट माणूस हे सारे मीच करतो ह्या मिथ्यात रमलेला असतो. त्या गाढवापुढे गीता, शब्दशः सुद्धा, वाचून काय साध्य होणार? ज्या प्रकृतीच्या गुणांपासून ही सर्व कर्मे उत्पन्न होतात, तिच्याशी ब्रह्मनिष्ठ लोक अलिप्त असतात. देहाहंकार टाकून, गुण आणि गुणांपासून उत्पन्न होणाऱ्या कर्मांचे उल्लंघन करून ते उदासीन राहतात. जसे सूर्याच्या प्रकाशात सर्व प्राण्यांची कर्मे चालतात, तरी सूर्य त्या प्राण्यांच्या कर्मांने अलिप्तच राहतो, तसे अशी लोकं कर्मबंधाच्या ताब्यात जात नाहीत.

प्रभूंची दृष्टी आणि त्यांचे विचार इतके व्यापक होते की आधीच युद्धासाठी परावृत्त झालेला सर्वोत्तम धनुर्धर एकावर एक प्रश्न घालून त्यांच्या तावडीतून सुटण्याचा प्रयत्न करेल ही त्यांना खात्री होती. म्हणून त्यांनी कर्मयोग इतक्या विस्तारून सांगितला की जवळ जवळ सगळ्याच प्रश्नांना शह दिला. मनामध्ये कुठलाच किंतु राहू नये ह्या साठी प्रभूंनी पराकाष्ठा केली. आणि त्यांच्या मधुर वाणीतून एक एक शब्द येऊन प्रकट होत, हे सारे किती सुंदर, विलोभनीय आहे हे खात्रीने मलाच काय, पण अर्जुनाला सुद्धा वाटून गेले असणार. ह्यावर ते सर्वज्ञ योगेश्वर म्हणाले,

मयि सर्वाणि कर्माणि संन्यस्याध्यात्मचेतसा ।

निराशीर्निर्ममो भूत्वा युध्यस्व विगतज्वरः ॥ ३-३० ॥

"सर्व विहित कर्मे करून, ती तू मला अर्पण कर. परंतु चित्त मात्र आत्मस्वरूपी राहू दे. ही विहित कर्मे, मी त्याचा कर्ता, हा कर्तभाव अथवा विशेष एक कारणासाठी - स्पष्टतः माझ्या समोर हे जे माझे आप्त स्वकीय, गुरु स्थानी महावीर आहेत, त्यांचा वध करणे - ह्या कर्माचे आचरण करीन असा अभिमान तुझ्या चित्तात येईल तर तो येऊ देऊ नकोस. ह्या नश्वर

देहाची आसक्ती ठेऊ नकोस. आता हे गांडीव उचलून, सावध हो, सज्ज हो आणि आनंदाने वीरवृत्तीचा पुनः स्वीकार कर. स्वतःची आणि कुरु वंशाची कीर्ती, लौकिक वाढव व आपल्या धर्माचा मान वाढव. मेदिनीला या अधर्मीयांपासून सोडव. आता अर्जुना, सर्व शंका टाकून या युद्धाकडे लक्ष दे. या प्रसंगी युद्धाशिवाय दुसरे काही बोलू नकोस, दुसरा कसलाच विचार करू नकोस."

क्षणभर निरव शांतता पसरली. सगळे स्तब्ध झाले. वाऱ्याचा तेवढा मंद वाहण्याचा आवाज स्पष्ट ऐकू येऊ लागला. ह्या कृष्णवाणिने, खरंतर अर्जुनाला पुढे काहीच सांगायची गरज नव्हती, पण मी अजून खूप खूप घडायची बाकी होते, म्हणून हे अपूर्व, अकल्पित, अपरिहार्य संभाषण अजून पुढे चालू राहिले.......

एका अल्पशा विसाव्यात स्वामींनी अर्जुनाच्या नजरेचा वेध घेतला. त्यांना त्याच्या नजरेत तरीही पूर्ण समाधान दिसले नसावे. स्वामींनी आपले रोचक कथन पुनः सुरु केले.

"हा माझा यथार्थ उपदेश जे जे मोठ्या पूज्यबुद्धीने आणि भक्तिभावाने ग्रहण करतात आणि विश्वासपूर्वक त्याप्रमाणे वागतात, ते सर्व कर्म करीत असले तरी ते कर्मरहित राहतात. दुसऱ्या प्रकारचे लोक असे आहेत की प्रकृतीच्या स्वाधीन होऊन व इंद्रियांचे लाड करून ह्या माझ्या मताचा तिरस्कार करून, ते टाकून देतात. ते विषयरूपी विषाने व्यस्त असतात आणि अविवेकात मदमस्त असतात. त्यांच्या माथी हे सगळे कसे उतरवायचे? प्रेताच्या हातात रत्ने ठेऊन काय उपयोग? अथवा चंद्र उदयाचा वायसास काय उपयोग? जसे ते एकमेकांस व्यर्थ, तसेच हा विचार मूर्खांना रुचणार नाही. ते जाणूनबुजून किंवा अजाणतेपणे परमार्थाला विन्मुख असतात. हा उपदेश तर मानत नाहीतच पण प्रसंगी

उलट त्याची निंदा देखील करतात. मग ह्याच विषयाचरणात त्यांचा अचूक आत्मनाश होणे अटळ आहे."

सदृशं चेष्टते स्वस्याः प्रकृतेर्ज्ञानवानपि ।
प्रकृतिं यान्ति भूतानि निग्रहः किं करिष्यति ।। ३-३३ ।।

"ज्ञानी मनुष्यच काय, सर्व प्राणी त्रिगुणांनी प्राप्त झालेल्या स्वतःच्या प्रकृतीनुसार कर्म करण्यात धन्यता मिळवतात. मग उगाच वेगळा निग्रह किंवा हट्टीपणा करून काय साध्य होईल? इंद्रियांचे लाड करत सुटले, की मनाला संतोष वाटतो खरा. पण हा संतोष फसवा असतो. जसा की वेड पांघरून पेडगावला जाणारा चोर - लबाड. सभ्यपणाचा फक्त वरवर आव आणणारा. गोड गोड बोलत मोहात पाडून कधी घात करेल हे सांगता येणार नाही. आमिष दाखवून मासा गळाला अडकवणे असलाच प्रकार झाला. म्हंणून इंद्रियांच्या आधीन जाऊन विषयांचे चोचले पुरवत बसले, तर न भरून निघणारे नुकसान निश्चित होणार हे विवेकाने समजून घेतले पाहिजे. आणि प्रत्येक इंद्रियाचे इंद्रियाच्या विषयात राग व द्वेष लपलेले असतात. ते प्रगतिमार्गात निःसंशय विघ्न घालू शकतात. म्हणून स्वधर्माच्या जिव्हाळयात आणि आकर्षणात कधीही भेसळ अथवा अशुद्धता येऊ न देणे हेच शाश्वत हिताचे लक्षण आहे."

आपला स्वत:चा धर्म आचरण्यास कठिण असला तरी त्याचेच आचरण केलेले कधीही उत्तम. इतरांस जे विहित, पण आपणास जे निषिद्ध ठरतील ते आत्मविवेकाने योग्य विचार करून पाहिले, त्याचे आपल्या पुरते का होईना विश्लेषण केले, तर असे भिन्न आचरण करू नये हेच औरस समजावे.

अशा रीतीने नुसते थोरा-मोठ्यांचे अंध अनुकरण न करता, विवेकजन्य विचाराने त्यात आपले विहित कर्म कोणते ह्याचे मूल्यमापन करून कर्मगतीस प्राप्त होणे हाच सारांश. ते साक्षात शारंगपाणी अर्जुनास सांगून गेले. ह्या सविस्तर वर्णनाने, अर्जुन विचारात पडला आणि त्याने प्रभुंना पुढचा प्रश्न केला. अर्जुनाचा प्रश्न मोठा विचार प्रधान होता. हळू हळू अर्जुन त्याच्या मुळात स्वभावतः जिज्ञासू पदाला पोचत होता. अर्जुनाला प्रश्न पडला आणि त्याने पृच्छा केली. "ज्यांना स्वधर्माची अर्थपूर्णता ज्ञात आहे, अशांची अधोगती होऊन त्यांची स्थिती बिघडून तेही अंतरीमता भरकटताना दिसतात. ज्यांनी इंद्रियांचा त्याग केला आहे, किंवा त्याग करू इच्छितात, तेही अनाहूत आणि कधी कधी तर बळजबरीने देखील स्वधर्मापासून भ्रष्ट होतात. ह्याचे काय कारण असावे?"

ह्या प्रश्नाने मीही विचारात पडले. पण प्रभुंना नेमके काय निरोपणे होते, हे पूर्णतः ज्ञात होते. अतिशय शांत स्वरात स्वामींनी पुढे बोलायला सुरवात केली.

"ते बळजबरीने दिशाभूल करणारे इतर कोणी नसून रजोगुणापासून उत्पन्न झालेले काम व क्रोध आहेत."

मला प्रभूंनी अनेक ठिकाणी मागे निरोपिलेले त्रिगुणांचे महत्व आणि त्यांच्या कार्याचे चटकन स्मरण झाले. रज, सत्व आणि तम हे तीन गुण प्रकृतीत अखंड कार्यान्वित असतात. प्रकृतीतली सारी कर्मे गुणांपासून उत्पन्न होतात. रजोगुणाचा जोर वाढला की दुसरे दोन्ही गुण क्षीण होतात. मुळात रजोगुण हा पुनरावृत्तीस कारणीभूत आहे. त्याचा मूलतः विलासी स्वभाव असतो त्यामुळे तो जीवाला भोगण्याकडे हाकतो. शिवाय, शबल किंवा अशुद्ध रजोगुणातून वाढलेल्या कामक्रोधांची भूक अत्यंत खादाड असते. ते मुळापासूनच आसुरी संपत्तीने नटलेले असतात आणि अविचार

आणि अविवेक त्यांचे नित्य भरण पोषण करत असतात. ते जरी रजातून उत्पन्न झाले असले तरी हळूहळू तमोगुणाला प्रिय होऊन बसतात. तिथे त्यांची उत्कटता आणखी वृद्धीस पावते. ते जिवीताचेच कधी वैरी होऊन बसतात हे कळत देखील नाही. ह्या कामक्रोधांना मोहाच्या राजविलासी राजगृहात मोठा मान आहे. हे भल्या भल्या ज्ञानी, सिद्ध पुरुषांना देखील भ्रष्ट करून टाकतात. हे सद्विचाराच्या आड येतात, वैराग्यशी वैर घेतात आणि मनोनिग्रहाला नामोहरम करून सोडतात. जळवासारखे हे शरीराला चिकटून बसतात. ज्ञान स्वभावत: निर्लेप असते परंतु ते या कामक्रोधांकडून पूर्ण आच्छादिले जाते. हे कायम असंतुष्ट असतात. त्यांच्यावर विजय मिळवून ती ज्ञानस्थिती राखणे हेच स्वहिताचे होय. परंतु त्यांना सहजासहजी जिंकता येणे इतके सोपे तर नाहीच, उलट जेवढे प्रयत्न करू तेवढे आगीत तेल ओतल्या प्रमाणे ते अजून फोफावताना दिसतात.

हा काम, या मन, बुद्धी व इंद्रियांच्या द्वारा ज्ञानाला आच्छादित करून जीवात्म्याला मोहित करतो.

ह्या कामक्रोधांचे पहिले आश्रयस्थान इंद्रिये आहेत आणि तेथूनच कर्माची प्रवृत्ती होते. इंद्रिये, मन आणि बुद्धी ही या कामाची निवासस्थाने. इंद्रिये शरीराहून पर म्हणजे श्रेष्ठ, बलवान आणि सूक्ष्म असतात. या इंद्रियांपेक्षा मन पर आहे आणि मनाहून बुद्धी पर आहे. आणि जो बुद्धीपेक्षाही अत्यंत पर आहे, तो अविनाशी आत्मा होय. तेव्हा अगोदर त्या इंद्रियांचेच पूर्णपणे नियमन करावे लागते. मग मनाचे धावणे थांबते, आणि बुद्धी स्वाधीन होते. एवढे झाले म्हणजे या असुरांचा आश्रयच नाहीसा होतो. मन, बुद्धी आणि इंद्रियांहून श्रेष्ठ, प्रबळ, शरीराला व्यापणारा आत्मा आहे हेच जाणून ह्या अध्यात्मिक बुद्धीने मनाला स्थिर करून ह्या कामरूपी अजिंक्य शत्रू वर

निश्चित विजय मिळवता येईल. एकदा मन पूर्णपणे शांत आणि प्रक्षुब्ध असले की पुन्हा पतन होण्याची संभावना टळते.

प्रभूंनी कर्मयोगाची लक्षणे सांगता सांगता, अर्जुनाला चांगेलच बोलते केले आणि शेवटी स्वधर्माला समर्पित होण्यासाठी आत्म्यालाच समर्पित होण्याचा दृष्टांत दिला. स्थितप्रज्ञ पुरुषाची लक्षणे सांगत सांगत प्रभूंनी अध्यात्मिक तत्वाचे अत्यंत महत्वाचे अंग अगदी सोप्या आणि सहजरित्या अर्जुनाला आणि मला प्रक्षेपित केले. तेव्हाची मी आणि आताची मी, ह्यात कमालीचा फरक दिसू लागला. प्रभू यापुढे काय निरोपणार असतील ह्याची अर्जुनालाच नाही तर मला ही तेवढीच उत्सुकता वाटू लागली.

४

क्षणभर विचार केला आणि जाणवले की भगवंत आणि अर्जुनामधील तात्विक चर्चा मोठ्या गहन तसेच मनोरंजक पातळीवर येऊन ठेपली होती. आता अर्जुनाची अजून ऐकण्याची, जाणून घेण्याची तृष्णा घडीघडीने वाढत होती. गायक जसा रागदारी सादर करताना तो राग आळवत जातो, आणि रागाचे धागे दोरे व्यवस्थित एकवटले कीमग ती बांधलेली चीज उलगडू लागतो, तसे भगवंत या सुरवातीच्या ज्ञान प्रवासानंतर मला कसा आकार देणार आहेत ह्या कडे मी डोळे लावून बसले होते. माझी सारी इंद्रिये कानी एकवटली होती. प्रभूंच्या त्या मधुर वाणीतून मला पुढची दिशा कशी आणि केव्हा मिळते ते ऐकण्यास मी आतुर झाले होते. ह्या घटकेला संजय सुद्धा सम्राट धृतराष्ट्रांना कृष्णार्जुन संवादाचे गोडवे ऐकवीत होता आणि पुढच्या निरूपणास आतुरतेने वाट पहात होता. अर्जुनाचे भाग्य कीजे रहस्य ज्ञान, गुह्य ज्ञान भगवंतांनी कधी आपल्या जन्मदात्याला, मातेला, प्रिय बंधू बळिभद्राला, किंवा लाडक्या पत्नीस निरोपिले नाही, ते माझ्या मार्फत फक्त अर्जुनाला लीलया सांगितले जात होते. पार्थचे गत जन्मीचे पुण्यकर्मच की इतक्या निस्सीम प्रेमाने भगवंत त्याला समक्ष येऊन हे ज्ञानार्जन करीत होते. आणि माझे किती जन्मांचे भाग्य की ह्या निमित्ताने माझा अविष्कार झाला. वास्तविक भगवंत ह्या आधी अर्जुनाला इतर पांडवांसहच काय, एकांतातही असंख्य वेळा भेटले असतील. पण हा

प्रसंग त्यांनी आजच्या साठी राखून ठेवला होता. प्रभू त्यांच्या धीर गंभीर स्वरात वर्तवू लागले.

इमं विवस्वते योगं प्रोक्तवानहमव्ययम् ।

विवस्वन्मनवे प्राह मनुरिक्ष्वाकवेऽब्रवीत् ॥ ४-१ ॥

प्रभूंनी मोठा गौप्यस्फोट केला. त्यांनी हा सारा मूलमंत्र सर्वप्रथम सर्व ग्रहांचा राजा सूर्याला - विवस्वानाला सांगितला होता. तो भगवंतांचा पहिला शिष्य. त्रेतायुगाच्या प्रारंभी हे विज्ञान सूर्याने मानवजातीचा जनक असलेल्या मनूला निरोपिले. पुढे मनूने प्रभू रामचंद्र अवतीर्ण झालेल्या रघुवंशाचे पूर्वज आणि पृथ्वीचे अधिपती इश्वाकू ह्यांना सहक्षेपित केले. म्हणजे माझा जन्म काही आजचा नव्हता!. हे रहस्य जाणून मी कावरीबावरी झाले. मी काही परिस्थितीजन्य किंवा एक काल्पनिक प्रबंध नसून, युगा युगांपासून जे ह्या अद्वैत ज्ञानाचे संक्रमण झाले आहे, तोच माझा खरा जीवन प्रवास होय. आज भगवंतानी एका परिस्थितीजन्य प्रसंगाला अनुसरून मला पुनः प्रक्षेपित केले होते. ह्या आत्मसाक्षात्कारामुळे माझी छाती गर्वाने फुलून गेली. मला अचानक अजून परिपक्व, अनुभवी आणि वडील झाल्यासारखं वाटून गेलं. माझ्या स्मरण पटलावरची जळमटे क्षणात नाहीशी झाली. गुरुशिष्य परंपरेने प्राप्त करत आलेले हे परमश्रेष्ठ विज्ञान राजर्षींनी हजारो वर्षांपूर्वी त्याच पद्धतीने जाणून घेतले होते. परंतु त्यानंतर पुष्कळ काळापासून हा निष्काम कर्मयोग या पृथ्वीवर लुप्तप्राय झाला. म्हणूच अहल्येत आणि माझ्यात मला इतके साम्य वाटले. ह्या लुप्तप्राय अवस्थेला प्रभूंनी पुन्हा एकदा उजागर केले. ह्या मधल्या काळात प्राणिमात्रांचा सारा भर विषयवासनेवर जडला. ते सारे विषयांच्या आधीन झाले म्हणून त्यांना आत्मबोधाचा विसर पडला. आत्मबोधाची आस्था

बाळगणारी बुद्धी इंद्रियांचे लाड पुरवण्यात गुंतली आणि लोकांना विषयसुख आत्यंतिक सुखमय वाटू लागले. देह हाच प्रिय वाटू लागला. इतकी घसरण झाली. त्यामुळे मधला बहुतेक सर्व काळ व्यर्थ गेला. आणि म्हणून या लोकांमधला हा निष्काम कर्मयोग बुडाला. तो कर्मयोग स्वामींनी अर्जुनाला पुन्हा उलगडून समजावून सांगितला. अर्जुनाचे स्वामींशी इतके सख्य निर्माण झाले होते की, जे निजगुज ज्ञान त्यांनी त्यांच्या ह्या अवतारात कोणासही बहाल केले नाही, ते त्यांच्या प्रिय सख्याला दान केले. जरी दोघे युद्धाच्या उंबरठ्यावर उभे होते तरी ह्या सख्यभावाच्या प्रवाहात प्रभू हे ज्ञान अर्जुनापासून लपवून ठेऊ शकले नाहीत. ह्याचे प्रमुख कारण प्रभूंचे आपल्या प्रिय भक्त सख्याचे अज्ञान दूर करणे हेच होते.

मी प्रभूंचे मागील सारे निरूपण आठवून बघितले. त्यांच्या शाश्वत, निरंतर स्वरूपाचे मला स्मरण झाले. अनादि काळापासून त्यांचे अस्तित्व मला संवेदीत करून गेले. अर्जुन मात्र ह्या साऱ्याने पूर्णतः अचंबित झाला. प्रभूंच्या वक्तव्यावर त्याला कमालीचा अविश्वास वाटला आणि त्याच्या मनात शंका उत्पन्न झाली.

अपरं भवतो जन्म परं जन्म विवस्वतः ।

कथमेतद्विजानीयां त्वमादौ प्रोक्तवानिति ।। ४-४ ।।

अर्जुनाला प्रभूंचे बोलणे असूत्रबद्ध वाटले. त्याला त्यांना एकदम 'खोटे' म्हणवेना आणि विचारल्याशिवाय चैन पडेना. संकोचाने का होईना अर्जुनाने मोठ्या धीराने प्रभुंना प्रश्न केला. अर्जुन धाडसाने म्हणाला, "तुझा जन्म तर अलीकडचा, साधारणतः माझ्या बरोबरचा आणि सूर्य तर अनादि काळापासून आहे, कल्पारंभापासून आहे, मग तू हे सारे ज्ञान सूर्याला या

आधीच दिले होतेस आणि मग हीज्ञानाची परंपरा चालू राहिली हे कसे काय समजायचे?"

ह्यावर भगवान श्रीकृष्ण स्तिमित झाले, आणि म्हणाले, "जेव्हा तो विवस्वान होता तेव्हा मी नव्हतो अशी जर तुला भ्रांती झाली आहे, तर हे परंतपा, शत्रुतापना, अर्जुना, माझे आणि तुझे या आधी पुष्कळ जन्म झालेले तुला ज्ञातही नाहीत परंतु ज्या ज्या वेळी जी जी रूपे घेऊन मी अवतरलो, ते ते सगळे जन्म माझ्या स्मरणात आहेत. मी अजन्मा आहे, पण मायेच्या योगाने जन्मासी येतो. माझे अविनाशपण कधीच नाशले जाणार नाही पण पुन्हा पुन्हा जन्माला येणे व जाणे हीजी माझ्या संबंधाने क्रिया दिसते, ती माझ्या ठिकाणी मायेच्या योगाने फक्त भासमय आहे असे समज. मी अनंत काळासाठी शाश्वत आहे. मी कर्माच्या आधीन आहे असे जर भासत असेल तर ते केवळ भ्रांत बुद्धी मुळेच. मी निराकार, अनादि, अनंत, त्रैलोक्याचा आधीश आहे, पण विशेष कार्यासाठी मायेचा आधार घेऊन सगुणरूपात प्रकट होतो."

हे सारे ऐकताच अर्जुनाच्या घशाला कोरड पडली. त्याच्या भाळी घर्मबिंदु साठून आले. आपण बालपणापासून ज्या सवंगड्याबरोबर थट्टा मस्करी केली, प्रसंगी त्याची खिल्ली उडवली, त्याला कधी काही बोल सुद्धा सुनावले, तो सखा कृष्ण, एक अतिविशाल, प्रचंड तेजोमय, ईश्वरी शक्तीचा प्रणेताच होता. त्याला स्वामींच्या विस्ताराची थोडी का होईना कल्पना आली आणि तो प्रभूंपुढे संपूर्ण नतमस्तक झाला. समस्त आसमंतात एकच प्रकाश पसरला, स्तब्धता पसरली आणि प्रभूंच्या मुखातून माझ्या जीविताची जणू ओळखच सांगणारे परम चिरंतन आश्वासन देणारे, प्रभूंच्या अस्तित्वाची खात्री देणारे, मूलतः अधर्म नष्ट करण्यास आणि धर्मसंस्थापना करण्यास प्रभूंच्या अनेक कालखंडांमधील विविध

भूमिकांचे वर्णन करणारे काही दैवी शब्द बाहेर पडले. ह्या शब्दांनी मला माझी युगायुगांची ओळख बहाल केली. प्रभू अतिशय ठामपणे म्हणाले,

यदा यदा हि धर्मस्य ग्लानिर्भवति भारत।
अभ्युत्थानमधर्मस्य तदात्मानं सृजाम्यहम् ॥ ४-७ ॥

परित्राणाय साधूनां विनाशाय च दुष्कृताम्।
धर्मसंस्थापनार्थाय सम्भवामि युगे युगे ॥ ४-८ ॥

जन्म कर्म च मे दिव्यमेवं यो वेत्ति तत्त्वतः ।
त्यक्त्वा देहं पुनर्जन्म नैति मामेति सोऽर्जुन ॥ ४-९ ॥

"जेवढी म्हणून धर्माची अधिष्ठाने आहेत, त्यांचे प्रत्येक युगात मी रक्षण करावे असा नियम स्वभावतःच ह्या विश्वाच्या इच्छेनेच चालत आलेला आहे. त्यावेळी भक्तांच्या कैवारासाठी, संरक्षणासाठी मी सदेह साकार होऊन अवतारात येतो. अज्ञानरूपी वातावरण समूळ नाहीसे करतो. अधर्माच्या सर्व सीमा मिटवून टाकतो. दोषांच्या सनदा फाडून टाकतो आणि सज्जनांच्या हातून सुखाची गुढी उभारवितो. दैत्यांच्या कुळाचे पूर्णतः पतन करतो, साधू सज्जनांचा पुनः उद्धार करतो आणि धर्म व नीती यांचे अनुसंधान टिकवून ठेवतो. ह्याने सर्व जग आत्मसुखाने भरून जाते आणि परिणामी विश्वात फक्त धर्मच नांदू लागतो. भक्तांची उरे सात्विकतेने भरून जातात. ह्या साठी मी युगायुगात अवतार घेतो. हे तत्व जो ओळखतो, तो या जगात खरा ज्ञानी होय. अर्जुना, मी अज आहे. मी कर्मापासून अलिप्त राहून सर्व कर्मे करतो. जो हे जाणतो तो श्रेष्ठपदाला पोचला आहे असे खुशाल समज. जो मनुष्य आसक्तीने, अहंतेने वागत

नाही, विदेहीपणे देहाचे कार्य करीत असतो, तो मरणोत्तर देखील माझ्याच रूपात मला येऊन मिळतो."

"आजच्याही पूर्वी ज्यांच्या कामना नाहीशा झाल्या होत्या, विषयांची आसक्ती पूर्ण लयाला गेली होती, भय आणि क्रोध पूर्णपणे नाहीसे झाले होते, जे माझ्यात अनन्य भावाने स्थित रहात होते, असे माझा आश्रय घेतलेले पुष्कळसे भक्त ज्ञानरूपी तपाने पवित्र होऊन माझ्या स्वरूपाला प्राप्त झालेले आहेत. त्यांच्या आणि माझ्या मध्ये अडथळा किंवा पडदाच उरत नाही. म्हणजेच तपश्चर्येने, स्थिरतेने, तपाने व ज्ञानाने जे शुद्ध झाले, ते मद्रूप झाले हे सहज समजावे. जे भक्त मला जसे भजतात, मी त्यांना त्याच्या अनुरूप फळे प्रदान करतो. जेवढे म्हणून मनुष्यप्राणी आहेत तेवढ्या सर्वांच्या मनाचा स्वाभाविक कल माझी भक्ती करण्याकडे असतो. पण अज्ञानी असल्यामुळे त्यांच्या ठिकाणी भेदबुद्धी उत्पन्न होते. त्यामुळे ते मी जो एक परमस्वरूप आहे, त्या माझ्या ठिकाणी अनेकत्वाची कल्पना करतात. म्हणून जेथे वास्तविक भेदच नाही त्या माझ्या - अभेद्य परमात्म्याच्या ठिकाणी ते भेद पहातात, आणि त्याला अनेक देव देवतांच्या नावांनी संबोधतात. मग नाना प्रकारचे हेतु मनात धरून आपण मानलेल्या निरनिराळ्या देवतांची विधीपूर्वक उपासना करतात आणि कर्मांची इच्छित फळे प्राप्त करतात. खरंतर फळे देणारा तरी कोण आणि घेणारा तरी कोण? मी तर केवळ साक्षी आहे. ज्याच्या त्याच्या भावनेला अनुसरून फलाची प्राप्ती होते. परंतु ती प्राप्ती मात्र कायमस्वरूपी नसते."

आता अर्जुनाला त्या भगवंतांच्या अचाट, विराट, तेजस्वी, सर्वव्यापक आवृत्तीची अजून ठळक कल्पना आली. ह्या देहातल्या वासुदेव कृष्णापेक्षा तो बोलता धनी कितीतरी श्रेष्ठ, संपन्न आणि विशाल आहे ते त्याला जाणून आले. त्याला आता प्रभू अजूनच वंदनीय, पूजनीय वाटू

लागले. परंतु नेमके काय हे अजून देखील अर्जुनाला नीटसे ज्ञात झाले नव्हते. तरीही प्रभूंच्या वक्तृत्वाने तो भारावून गेला होता.

तत्वतः श्रुष्टीतील प्रत्येक गोष्ट भगवंतांमुळे उत्पन्न झाली आहे. सर्व गोष्टींचे तेच पालनकर्ते आहेत आणि सर्व गोष्टी त्यांच्यातच लयाला जातात. जशी गुणांची उत्पत्ती प्रभूंपासून झाली आहे, तशीच सामाजिक वर्ण व्यवस्था देखील प्रभूंनीच निर्माण केली आहे. ही वर्ण व्यवस्था गुण व कर्म यांच्या वर्गीकृत अनुरोधाने उत्पन्न झाली. ह्या व्यवस्थचे करते भगवंत असले तरीही ते ह्या कर्मबंधापासून अलिप्तच राहिले आहेत, अकर्तेच आहेत कारण ते ह्या चार वर्णांच्या पलीकडे आहेत. सारे मनुष्य वस्तुतः एकच, परंतु चार वर्णात त्यांची कर्मगुणांप्रमाणे विभागणी झाली. परंतु प्रभुंना कोणत्याही कर्मांच्या फळांची आसक्ती नाही, त्यामुळे ते कर्माने बद्ध नाहीत, लिप्त होत नाहीत. हे प्रभूंचे स्वरूप जो जाणून आहे, ह्या स्वरूपाशी एकनिष्ठ झाला आहे, त्यालाही कर्मांचे बंधन नाही.

पूर्वीच्या मुमुक्षूंनीसुद्धा - ज्यांना ह्या स्वरूपप्राप्तीची आस होती, जे मोक्षार्थी होते - त्यांनीही हे तत्व जाणूनच कर्मे केली आहेत. म्हणून प्रभूंनी सुद्धा अर्जुनास तशाच प्रकारची कर्मे करायचे निक्षून सुचवले. जसे शिजवलेले तांदुळाचे शीत सिद्ध झाल्यामुळे पुन्हा पेरले तर उगवणार नाही, त्या प्रमाणे सिद्ध झालेल्यांना त्यांना कर्मबंधनातून सोडवायलाही त्यांची कर्मेच कारणभूत ठरली. एवढे समजून देखील, नेमके कर्म कोणते आणि अकर्म कोणते ह्याचा अनेक जणांप्रमाणे माझ्या सह अर्जुनाला देखील प्रश्न पडला. म्हणून प्रभूंनी त्यांच्या ह्या निर्मितीला आणि त्यांच्या प्रिय सख्याला कर्म-कर्मविवेक सांगण्यास सुरवात केली. मूलतः कर्म, विकर्म आणि अकर्म हे काय आहेत हे साधकाने जाणून घेणे आवश्यक आहे. हे जाणल्यानेच कर्माची गुंतागुंत सुटण्यास सहाय्य होते. ज्याच्या योगाने स्वभावतः हे विश्व

आकाराला येते, तेच कर्म होय. या ठिकाणी ह्या कर्माचे यथार्थ ज्ञान प्रथम करून घ्यावे लागते. मग वर्ण व आश्रम यांना जे कर्म विशेष योग म्हणून वेदात सांगितले आहे त्याची दखल घेऊन, त्याच्या उपयुक्ततेसह चांगली ओळख करून घ्यावी लागते. त्यानंतर ज्याला निषिद्ध कर्म म्हणतात त्याचेही स्वरूप ओळखणे गरजेचे आहे.

तसं पाहिलं तर हे सर्व जग कर्माच्या आधीनच आहे. जो माणूस कर्मामध्ये अकर्म पाहील आणि अकर्मामध्ये कर्म पाहील, तो मनुष्यांमध्ये बुद्धिमान होय. तोच कर्मामध्ये स्थित आहे. विकर्म म्हणजे जे कर्म संपूर्ण समर्पणाने केल्याने घडते ते विकर्म. विकर्म जेव्हा कर्माशी एकरूप होते तेव्हा अकर्म घडते. अकर्म म्हणजेच निष्कामतेने केलेले कर्म. मातेला जेव्हा आपल्या तान्ह्या बाळाच्या वात्सल्याचे भरते येते, तेव्हा ती अगदी तद्रूप होऊन आपल्या पोटच्या गोळ्याला माया लावते. आपल्या बाळाला सहृदय सात्विक, शुद्ध निसर्गदत्त माया करणे हेच विकर्म आणि त्यातून काहीच फलेच्छा नसणे, पूर्णतः निरपेक्षेने ममता करणे, केवळ मातृत्वाचे भरते तृप्त करणे, हेच अकर्म होय. सर्व कर्मांचे आचरण करीत असताही आपण खरोखर कर्म करीत नाही हे जो जाणतो व कर्मांबरोबर त्यांच्या फलाची आशा धरत नाही, नैष्कर्म्यतेचा चांगला बोध ज्याला झालेला असतो, तो भगवंतांच्या स्वरूपाशी तादात्म्य साधून असतो.

जो मनुष्य कर्माचा कधीही कंटाळा करत नसतो पण ते करीत असता त्याला फलाची इच्छा चुकूनही शिवत नाही, अमुक एक कर्म मी करीन, किंवा चालू कर्म पूर्ण करिन ह्या अहंभावाने त्याचे मन विटाळत नाही, जणू 'ज्ञानरूपी अग्नीद्वारे' ज्याने सर्व कर्मे जाळून टाकली आहेत, तो जणू ब्रह्मरूपच असतो.

निराशीर्यतचित्तात्मा त्यक्तसर्वपरिग्रहः ।
शारीरं केवलं कर्म कुर्वन्नाप्नोति किल्बिषम् ॥ ४-२१ ॥

यदृच्छालाभसन्तुष्टो द्वन्द्वातीतो विमत्सरः ।
समः सिद्धावसिद्धौ च कृत्वापि न निबध्यते ॥ ४-२२ ॥

भगवंत म्हणाले, "तो शरीरधर्मासाठी आणि जगायला आवश्यक कारणांसाठीच कर्म करतो, जे जे मिळेल, त्यातच तो संतुष्ट असतो. म्हणून त्याला आपले व परके असे उरतच नाहीत. तो दृष्टीने जे पहातो, जे ऐकतो ते तो स्वतःच होऊन जातो, पूर्णतः तद्रूप होऊन जातो. साऱ्या विश्वासही एकरूप होऊन जातो."

त्याच्या ठिकाणी द्वैत मुळी शिल्लकच राहत नाही. मग त्याला कर्माचे बंधन कसे होईल? असा मनुष्य कर्माने कर्मरहित आणि गुणाने युक्त असून देखील गुणरहित राहतो, संपूर्ण शुद्ध असतो. त्याने यज्ञादिक कर्मे केली तरी ती सर्व त्याच्याच ठिकाणी लयाला जातात. आकाशात जसे काही ढग येतात आणि आपल्या जागी विरून जातात. तसे अशा मनुष्याने कर्तव्य कर्म जरी केले तरी ते नैष्कर्म्यच होय. ह्या तद्रूप स्थितीत, हवी अर्पण करणारा, ह्या यज्ञाचा अधिष्ठा, जे काही कर्म करतो, तेच यज्ञ. कोणी आपल्या सर्व दोषांचे पूर्णपणे यज्ञात प्रक्षालन करतात. काही लोक भौतिक प्राप्तीसाठी यज्ञ करतात तर काही परमज्ञान प्राप्तीसाठी. योगरूपी अग्नीचे ग्रहण केलेले अग्निहोत्री, जो आत्मसुखासाठी यज्ञ करतात त्यास दैवयज्ञ म्हणतात.

अन्य काही योगीजन समाधी स्थिती प्राप्त करण्यासाठी प्राणायाम पद्धतीचा वापर करताना आढळून येतात, ज्यात अपानवायू मध्ये प्राणवायूचे हवन

करतात. तसेच दुसरे योगी प्राणवायूमध्ये अपानवायूचे हवन करतात,आणि शेवटी आपला श्वासोच्छ्वास थांबवून समाधी अवस्थेस पोचतात. त्याचप्रमाणे इतर कितीतरी नियमित आहार घेणारे प्राणायामाविषयी तत्पर मनुष्य प्राण व अपान यांची गती थांबवून, प्राणांचे प्राणांतच हवन करीत असतात. हे सर्व साधक यज्ञांच्या द्वारे पापांचा नाश करणारे व यज्ञ जाणणारे आहेत. म्हणून त्यांना सनातन ब्राह्मरुपाची प्राप्ती होते.

प्रभूंनी जे जे काही विचार करावे ते यज्ञांचे प्रकार आणि योग्यांचे प्रकार अर्जुनाला सांगून पहिले. तात्पर्य असे की त्यांचे यथायोग्य अनुष्ठान केल्याने कर्मबंधनातून मुक्ती प्राप्त होते. प्रभू पुढे सांगू लागले,

तद्विद्धि प्रणिपातेन परिप्रश्नेन सेवया ।

उपदेक्ष्यन्ति ते ज्ञानं ज्ञानिनस्तत्त्वदर्शिनः ॥ ४-३४ ॥

प्रभुंनी ते ज्ञान तत्त्वसाक्षात्कारी ज्ञानी गुरुकडे जाऊन समजून घेण्यास अर्जुनाला सूचना केली. प्रभू म्हणाले, “असे समज की ते ज्ञानाचा निवास असतात, त्यांची सेवा हा त्या घराचा उंबरठा, आणि सेवा करून, तो उंबरठा ओलांडून, त्यांच्या ज्ञाननिवासात प्रवेश करणे होय. मग जिज्ञासू सरळ मनाने त्यांना प्रश्न विचारल्याने हे परमात्मतत्त्व उत्तम रीतीने जाणणारे ते ज्ञानी महात्मे तुला तत्त्वज्ञानाचा उपदेश निश्चितपणे देतील. एकदा का हे तत्व जाणलेस की तुझी सारी दृष्टी त्या ज्ञानाद्वारे पाहू लागेल आणि आपल्यासहित सर्वभूते माझ्याच स्वरूपात निरंतर पाहशील. सर्व प्राणिमात्र माझेच अंश आहेत ह्याची तुला अनुभूती येईल. ज्यावेळी श्रीगुरूची कृपा होईल, त्यावेळी असा ज्ञानप्रकाशाचा उदय होईल आणि मग त्यावेळी सर्व मोहरूपी अंधार नाहीसा होईल. तू पापांचा मळा जरी असलास किंवा भ्रांतीचा रत्नाकर किंवा व्यामोहाच्या शिखरावर जरी

असलास, तरी ज्ञान प्रकाशाने तुझ्या अंगी निर्दोष सामर्थ्य येईल. तुझी सारी प्राकृत कर्मबंधने मुक्त होतील.''

प्रभूंची ही वाणी ऐकत राहावीशी वाटत होती. इतके समर्पक आणि योजनाबद्ध विश्लेषण ऐकून जीवनाचे सार्थक झाल्याची अनुभूती झाली. अर्जुनाच्या मनात काय चालू असेल ह्याचा मी अंदाज घेत होते. काही काळापूर्वी युद्धातून माघार घेणारा, प्रभुंनाच असंबद्ध बोलत आहेत असे आरोप करणारा, आता प्रभूंच्या स्पष्ट युक्तिवादाने नक्कीच मोहित झाला होता. त्याचा प्राणप्रिय सखा हा कोणी साधा रणनीतीकार नसून, साक्षात परब्रह्म होता. आणि त्या परब्रह्माकडून हे ज्ञान मिळण्याचे अहोभाग्य अर्जुनाला कुरुक्षेत्राच्या रणभूमीवर एका विशेष घटनांती प्राप्त होत होते.

माझ्या मनात काही विचार वाहते झाले, की मग अविवेकी आणि श्रद्धा नसलेला संशयी मनुष्य परमार्थापासून खात्रीने भ्रष्ट होतो. संशयी माणसाला न हा लोक, न परलोक आणि न सुख प्राप्त होते. उलटपक्षी, ज्याने कर्मयोगाच्या विधीने सर्व कर्मे परमात्म्याला अर्पण केली आहेत आणि ज्याने विवेकाने सर्व संशयांचा नाश केला आहे, अशा अंतःकरण स्वाधीन असलेल्या मनुष्याला कर्मे बंधनकारक होत नाहीत. म्हणून अर्जुनाने हृदयात असलेल्या या अज्ञानाने उत्पन्न झालेल्या आपल्या संशयाचा 'विवेकज्ञानरूपी तलवारीने' नाश करून या निष्काम कर्मयोगात स्थिर होऊन, युद्धाला सामोरे जाणे प्राप्त होते.

पण ज्या प्राण्याच्या ठिकाणी या ज्ञानाची आवड नाही, त्याच्या बद्दल काय सांगावे? एखाद्याला खरोखर ज्ञानाची प्राप्ती झालेली नसली, पण त्याची नुसती मनात थोडीफार इच्छा जरी मनुष्याने निरंतर बाळगली तरी त्याला ज्ञानप्राप्तीची काही तरी आशा आहे. पण ज्याच्या मनात साधी आस्थाही नाही, तो निश्चितपणे संशयरूप अग्नीत पडला असे झाले. ज्याला अमृताचे

वावडे आहे, त्यावर मरण ओढवणारच. या कारणास्तव, अंत:करणात असलेल्या सर्व संशयांचा नाश करून प्रभूंनी अर्जुनास ज्ञान प्राप्त करून घेण्यास पुन्हा प्रवृत्त केले.

जो गोडघाशी असतो, त्याला साखर औषध म्हणून मिळाली तर मग आनंदाने तिचे वारंवार सेवन करणे ही त्याच्यासाठी एक भाग्यवान अनुभूती असेल. तसेच प्रभूंच्या हव्याहव्याशा बोलण्याने मुख्यतः कानांचे पारणे फिटत होते, आणि त्यासोबत त्याच्या श्रवणाने अज्ञानाचे समूळ उच्चाटन होत होते. ह्या रोमहर्षक संवादाचे पुढचे पर्व कसे काय असावे ह्याची मला उत्कंठा होती. प्रभूंकडे पाहून त्यांना अजून खूप काही निरोपायचे होते हे माझ्या ध्यानात आले. अजून जाणून घ्यायची अभिलाषा बाळगून असलेला अर्जुन प्रभूंचे पुढचे ज्ञानकण वेचायला तयार होता.

५

प्रारंभी भगवंतांनी अर्जुनाला ज्ञानयुक्त होऊन युद्धास सज्ज होण्याची सूचना केली होती. अर्जुनाचा भक्तियुक्त कर्म आणि ज्ञानयुक्त अकर्मात चांगलाच गोंधळ झाला. त्याला वाटले की ज्ञानयुक्त संन्यास म्हणजेच सर्व कर्मांची समाप्ती आणि त्यातून निवृत्ती. कर्म आणि संन्यास ह्यात त्याचा पुरता गोंधळ झाला होता. वास्तविक, ज्ञानयुक्त कर्म हे म्हणजेच अकर्म जे बंधन कारक नसते. पण कर्म संन्यास नि कर्मयोग ह्यामध्ये तो पूर्णपणे गोंधळून गेला होता. त्याने पुन्हा एकदा प्रभूंनी असंबद्ध आणि संदिग्ध भाषेत विवरण केले आहे असे समजून, त्यांना हटकले खरे, परंतु असहाय्यपणे त्याची अजून परीक्षा न पाहता, प्रत्यक्षात त्यासाठी कोणते हितकारी आणि कल्याणकारी आहे हे विशद करण्यास त्याने प्रभुंना विनवले. ह्यावर प्रभू काय सांगतील हे माझ्या साठीही रंजक असणार होते.

प्रभू गालातल्या गालात हसले. शांत धीर गंभीर स्वरात प्रभू म्हणाले, "कर्माचा त्याग आणि कर्माचे अनुष्ठान ही दोन्ही मोक्षदायी आहेत. या दोहोंपैकी कर्मत्यागापेक्षा कर्मयोगच श्रेयस्कर आहे कारण तो अनेकांना सुगम आणि सुलभ आहे. ह्याने वस्तुतः कर्म संन्यासाची फलप्राप्ती सहजतेने प्राप्त होते. मी तुला कर्मसंन्यासाची लक्षणे सांगेन, मग हे दोन्ही मार्ग सहजच येऊन मिळतात असे तू खात्रीने जाणशील."

ज्ञेयः स नित्यसंन्यासी यो न द्वेष्टि न काङ्क्षति ।
निर्द्वन्द्वो हि महाबाहो सुखं बन्धात्प्रमुच्यते ॥ ५-३ ॥

"हे महाबाहो, जो मनुष्य कोणाचा द्वेष करीत नाही आणि निरपेक्ष असतो, तो कर्मयोगी, संन्यासी नाही का समजावा? कारण राग-द्वेष इत्यादी द्वंद्वांनी रहित असलेला मनुष्य अनाहूतपणे कर्म बंधनातून मुक्त होतो. तो गत विषयामध्ये फसत नाही. ज्याचे अंतःकरण मेरू पर्वताप्रमाणे अचल असते, तो निःसंग होऊन त्याला शाश्वत सुखाची प्राप्ती झालेली असते. प्रपंचात राहूनदेखील त्याचे आसक्ती घेणारे मन मुळातच संग सोडून असते. अग्नीने कापसाचा दाह होतो, पण अग्नीचा संग सोडून गेल्यावर त्या राखुंडीस सुद्धा कापसात गुंडाळून ठेवता येते. कल्पना सुटणे, संग सुटणे म्हणजे विषयातून संन्यास. म्हणून कर्मसंन्यास व कर्मयोग दोन्ही शेवटी एकसंगच आहेत."

प्रभू पुढे म्हणाले, "ज्ञानी आहेत ते सांख्ययोग व कर्मयोग यातील भेद कसा करतील? फरक हाच की एकयोगाने त्या परमज्ञान वृक्षाला शोधले जाते, समजले जाते आणि दुसऱ्या योगाने तो वृक्ष वाढीस जाऊन त्याची शोभा अनुभवण्यास, त्या वृक्षाला पाणी दिले जाते, अर्थात उपासना केली जाते. पण अज्ञानी ह्या दोन मार्गांना भिन्न समजतात. ह्या दोहींमधील एकाचे जरी चांगले आचरण करून ज्यांनी संपूर्ण तत्व समजावून घेतले, तर दोन्ही एकच रूपाने समजले जाते. कारण दोहोंपैकी एका ठिकाणीसुद्धा उत्तम प्रकारे स्थित झालेला मनुष्य दोहोंचे फलस्वरूप असलेल्या परमात्म्याला प्राप्त होतो."

मला ध्यानात आले की कर्मयोगाशिवाय मन, इंद्रिये व शरीर यांच्याकडून होणाऱ्या सर्व कर्मांच्या कर्तेपणाचा त्याग होणार नाही. तसेच निरपेक्ष कर्मयोगात स्थित असलेल्या योग्याला परब्रह्म परमात्मा फार लवकर प्राप्त

होतो. परंतु जो हट्टाने अनावश्यक रस्त्याने व्यर्थ संन्यासाच्या फंदात पडतो, त्याच्या हातून न धड कर्मयोगाचे अनुष्ठान होते न धड संन्यासाची प्राप्ती होते. जो शुद्धचित्त आहे, जो इंद्रियनिग्रही आणि शुद्ध अंतःकरणाचा आहे, ज्याचा आत्मा सर्व सजीवांच्या आत्मरूप झाला आहे, तो कर्म करून सुद्धा कर्मांनी बद्ध होत नाही. निष्काम कर्मयोगाच्या ठायी तो स्थित असतो.

एक चिमूट भर मीठ जो पर्यंत समुद्रात नसते तो पर्यंत ते मर्यादित आणि विभक्त पणे अस्तित्वात असते. पण जसे ते समुद्रात मिसळते, ते समुद्रच होऊन जाते. त्याला समुद्रातून वेगळे करता येत नाही. मीठ आणि सागर, आणि त्यांचे लवण गुणधर्म आता एकच होतात. अशा मनुष्याला कर्ता-कर्म-कार्य हा त्रिपुटीचा व्यवहार स्वभावत:च बंद पडतो. ह्या स्थितीत जरी त्याने कर्मे केली तरी तो अकर्ताच असतो. मला सुद्धा भगवंतांशिवाय वेगळे अस्तित्व नाही. मी त्यांचेच रूप आहे. मला त्यांच्याहुन निराळे करता येणार नाही. जरी हे ब्रह्मपरम तत्व माझ्या रूपातून प्रकट होत असले तरी ती मी, विराट ज्ञानी प्रभुंचेच स्वरूप आहे.

कर्मयोगाच्या ठिकाणी रत असलेला मनुष्य पाहत असता, ऐकत असता, स्पर्श करीत असता, वास घेत असता, भोजन करीत असता, चालत असता, निद्रेत असता, श्वासोच्छवास करीत असता, बोलत असता, तसेच डोळयांनी उघडझाप करीत असतानाही सर्व इंद्रिये आपापल्या विषयांत वावरत असताना देखील, “मी काही करीत नाही” असे समजून आत्म्याच्या खऱ्या स्वरूपात लुप्त असतो. त्याला देहाची वेगळ्याने जाणीवच नसते. मग कसला कर्तेपणा? भ्रांतिरूप अंथरुणावर निजलेला मनुष्य स्वप्नसुखाने बद्ध होतो खरा, पण ज्ञानाचा उदय होताच तो स्वतःला कर्ता समजत नाही. जो पुरुष फळाची आसक्ती टाकून कर्मे करतो, सर्व

कर्मफल ब्रह्मार्पण करतो, तो पुरुष पाण्यातील कमल पत्रे जशी पाण्यात राहून देखिल पाण्यापासून अलिप्त असतात, तसे कर्म करून देखील त्यात लिप्त होत नाही. तान्ह्या बाळाची हालचाल जशी कायिक असते, त्याप्रमाणे योगी केवळ शरीरानेच कर्म करतात. ह्यात कर्तेपणाचा अहंकार गैरहजर असतो. ही मर्माची गोष्ट प्राप्तपुरुष समजून असतात.

कर्मयोगी कर्मांच्या फळांचा त्याग करून ब्रह्मस्वरूप शांतीला आणि मोक्षाला प्राप्त होतो. त्याला ज्ञानयोग संपन्न झालेला असतो आणि कर्मफळाचा जणू काय आकस निर्माण झालेला असतो. ह्याहून विलोम असा मनुष्य, प्रपंच कर्मांची कास घट्ट पकडून कर्मबंधनांत पुरता अडकून पडतो, आणि भोगांच्या खुंटिलाच अडकून असतो.

प्रभूंनी ही सारी तत्व आणि त्याचा विस्तार पुन्हा पुन्हा निरनिराळ्या प्रकारे सांगून पाहिला. ह्यावरून तो किती नेमका आहे आणि प्राप्त करण्यास किती अनुकूल आहे हे माझ्या ध्यानात आले. तेच तत्व थोडे का होईना वेगळे करून ते अर्जुनाच्या डोक्यावर बिंबवत होते. त्यांचा त्यावेळी एक सकाम उद्देश होताच - अर्जुनाला युद्धाला सज्ज करून दुष्टांचा संहार करणे. अधर्माची पाळेमुळे नष्ट करून पुन्हा धर्मसंस्थापना करणे हेच भगवंतांच्या वेळोवेळी होणाऱ्या अवतारकार्याचे महाकारण आहे. ह्या युगात मात्र त्यांनी स्वतः शस्त्र न हाताळता, ते धर्माच्या बाजूला स्थित होऊ पाहणाऱ्या पांडवांकडून करून घेण्याचे योजिले होते. म्हणून अर्जुन, जो त्या युद्धातील प्रमुख योद्धा होता, त्याला त्या महायुद्धाला नुसता सामोरा जाऊन भागणार नव्हते. त्याचे चित्त पूर्णतः शुद्ध होऊन त्याने अधर्माचा यथायोग्य संहार करणेच उचित होते. सन्मुख उभे असलेले आप्तेष्ठ पाहून त्याची जी युद्ध साधना ढळून गेली होती, ती पूर्ववत करण्यास भगवंतांनी अर्जुनाला पूर्ण ज्ञानाचे अमृतकण कानात ओतून ऐकता केला.

याही पुढे प्रभूंनी ह्याचा विस्तार करून माझे पुढचे अंग असे घडवले.

सर्वकर्माणि मनसा संन्यस्यास्ते सुखं वशी ।
नवद्वारे पुरे देही नैव कुर्वन्न कारयन् ॥ ५-१३ ॥

"अंतःकरण ज्याच्या ताब्यात आहे असा पुरुष फलेच्छा असलेल्या पुरुषाप्रमाणे सर्व कर्म करितो, पण ही आपल्या हातून घडलीच नाहीत अशा प्रकारे अकर्ता राहतो. मग एकदा अशी स्थिती प्राप्त झाली की सगळीकडे सुखमय सृष्टीच त्याच्या नजरेस पडते. देहाला नऊ छिद्रे असतात - दोन डोळे, दोन कान, दोन नासिका छिद्र, एक तोंड, एक मूत्रेंद्रिय आणि एक गुदा. ह्या छिद्रातून त्याचे विषयांचे सारे संक्रमण नियमित सुरु असते. तरीही ज्याचे देहाशी तादात्म्य नसते, असा मनुष्य कर्मे करीत असताही परिणामी काहीच करत नाही. हे केवळ साधेनेने आणि निजध्यासाने साध्य होऊ शकते."

एखादा फळांचा भोक्ता आपली दिवसाची मुखमार्जनादी नियतकर्मे जितक्या विदेहीपणे आणि अनासक्तिने करत असेल, तितक्याच अलिप्तपणे अंतःकरण ताब्यात असलेला आपली प्रकृती संयमित करतो आणि सारी कर्मे कर्मफलांच्या अनासक्तिने करतो. अशा मनुष्याला कर्मफलांची आसक्तीच नाही, तर त्या फळांचे भोग कुठून अनुभवास येणार? असा मनुष्य मोक्ष प्राप्तीस मोठा पात्र असतो.

प्रभू मनुष्यांच्या कर्माची निर्मिती करीत नाहीत, त्यांना कर्मे करण्यास प्रवृत्त करत नाहीत, न ते त्यांची फलनिर्मिती करतात. तर प्रकृतीचे गुण, मूळ स्वभावच, हे सगळे घडवतात. गंमत अशी आहे की ते विश्वरचेते भगवंत मात्र कार्यशून्य असतात. आणि त्यांस कर्ता म्हणावे, तर ते कोणत्याही

कर्मात लिप्त होत नाहीत. ते जगातील सर्वव्यापी आहेत परंतु कसलीच आसक्ती धरून नाहीत. हे विश्व उत्पन्न झाले काय आणि नाहीसे झाले काय, त्यांची निश्चल स्थिती काही ढळत नाही.

म्हणजे मीही स्वभावतः प्रकृतीच्या गुणांच्या खेळामुळेच अस्तित्वात आहे? इतकेच की आज अशा प्रसंगाने अर्जुनाच्या समक्ष उभ्या योगेश्वराने मला फक्त वाणीने व्यक्त करून प्रकट केले आहे.

हे सर्वव्यापी प्रभू कोणाचेही पापकर्म किंवा पुण्यकर्म स्वतःकडे घेत नाहीत. परंतु अज्ञानाने ज्ञान आच्छादलेले असल्याने अज्ञान प्राणिमात्र ह्यात मोहित होतात. प्राणिमात्रांकडून होणारी संपूर्ण पापपुण्ये ही त्यांच्या अगदी समीप असतात, कारण ते सर्वव्यापी आहेत, तरी ते त्या सर्वांपासून अलिप्त असतात. मग ते उत्पन्न करतात, पालन करतात, असे त्यांच्या कर्तृत्वाविषयी सर्व लोकात वर्णन होते, ही केवळ भ्रांती किंवा गोंधळात टाकणारे नाही का समजावे.?

ज्याचे अज्ञान संपूर्ण नाहीसे होते, त्यावेळी ही भ्रांतिरूप काजळी नाहीशी होते आणि मग हे अकर्तृत्व त्या मनुष्याच्या प्रचीतीस येते. त्याचे ज्ञान सूर्यप्रकाशाप्रमाणे स्वच्छ प्रकाशित होते. प्रभू एक अकर्ता आहेत, असे जेव्हा त्याच्या चित्तास पूर्णतः पटते, तेव्हा मूलतः ब्रह्मस्वरूप प्रभू आणि तो एकच आहे हे ज्ञान त्यापाशी जागृत होते. मग जर प्रभू अकर्ता आहेत तर मीही उघड अकर्ताच आहे ह्याचा त्याच्या चित्तात उदय होतो. बुद्धीच्या निश्चयाने आत्मज्ञान झाले, म्हणजे साधक स्वतःत ब्रह्मरूप पाहतो, स्वतःलाच ब्रह्मरूप मानू लागतो, आणि आपली वृत्ति पूर्ण ब्रह्माकार ठेऊन तो रात्रंदिवस त्याच अनुसंधानात असतो. तोच खरा समदर्शी समजावा. असा विद्या व विनय यांनी युक्त असलेला ज्ञानी; गाय, हत्ती, कुत्रा, आणि चांडाळ या सर्वांना समदृष्टीनेच पाहतो. त्याला आपला आणि परका हा

भेदच मुळी शिल्लक राहत नाही. अशा मनुष्याला पुनरपि संसार आणि कर्मफलांचे भोग प्राप्त होत नाहीत कारण ज्ञानाच्या योगाने त्याचे दोष नाहीसे होतात.

इहैव तैर्जितः सर्गो येषां साम्ये स्थितं मनः ।

निर्दोषं हि समं ब्रह्म तस्माद् ब्रह्मणि ते स्थिताः ॥ ५- १९ ॥

अशा समदृष्टीने ज्यांचे मन स्थिर झाले आहे, त्यांनी या लोकीच संसाराला जिंकले आहे. कारण सर्व भुतांना व्यापून असणारे ब्रह्म सम आहे व दोषरहित आहे असे ज्ञानी पुरुष ह्या ब्रह्माचे ठिकाणी निश्चल झालेले असतात, म्हणून ते देखील सर्वत्र साम्याला आलेले असतात.

माझ्या मनात आले की अशा ब्रह्मस्थितीला पोचलेल्या ज्ञानी पुरुषांची लक्षणे कोणती असतील? माझ्या मनातले प्रभूंनी अचूक हेरले आणि त्याचे पुढचे निरूपण सुरु केले. प्रभू सांगू लागले, “जो पुरुष प्रिय वस्तु मिळाली असता अत्यानंदाने हर्षित होत नाही आणि अप्रिय वस्तु प्राप्त झाली असता उद्विग्न होत नाही अथवा ज्याच्या मध्ये कोणतेही विकार उत्पन्न होत नाहीत, तो स्थिर बुद्धी प्राप्त झालेला, निशंक ब्रह्मवेत्ता पुरुष ब्रह्मात ऐक्यभावाने नित्य स्थित असतो. तोच तत्वतः समदृष्टीचा पुरुष होय. असा मनुष्य बाह्य विषयांनी आसक्त होत नाही, तो स्वतःतच अक्षय्य सुखाचा अनुभव घेतो आणि सदैव समाधीस्थ राहतो.”

ह्या आतमस्वरूपात स्थित असलेल्या मनुष्याला मग कितीही आमिषे दाखवली तरी तो त्या विषयभरित इंद्रिय रुपी गावी पुन्हा फिरकत देखील नाही. कमळदलावर शुद्ध चंद्रकिरणांचे भोजन आस्वादणारा चकोर पक्षी वाळवंटी जाऊन दगड चाटत बसेल का?

भगवंत म्हणाले, "जे हे इंद्रिय आणि विषय यांच्या संयोगाने उत्पन्न होणारे सर्व भोग आहेत, ते जरी विषयी पुरुषांना सुखरूप वाटत असले तरी तेही दुःखालाच कारण होणारे आणि अनित्य आहेत. म्हणून हे कुंतीपुत्र अर्जुना, बुद्धिमान विवेकी पुरुष त्यात रमत नाहीत. विषय व इंद्रिये यांच्या संयोगाने उत्पन्न होणारे भोगच दुःखाला कारणीभूत असतात. त्यांना आदि आहे व अंत आहे, ते शाश्वत नाहीत. विषयांच्या उपभोगामधे जे सुख असते ते प्रारंभापासून शेवटपर्यंत दुःखच आहे हे समज. म्हणून असे विवेकी पुरुष त्यांचे ठिकाणी रममाण होत नाहीत. ईहलोकी मरणाच्या अगोदर जो मनुष्य काम व क्रोध यांचा वेग सहन करू शकतो, तोच योगी व तोच अक्षय्य सुखी होय."

ह्याचा अर्थ जो पुरुष आत्मस्वरूपच झालेला असतो, तो अंतरी सुखी असतो, आत्म्यातच रमतो आणि आत्म्यातच ज्ञान मिळालेला असतो. त्याला आत्मप्रकाश मिळालेला असतो. असा ब्रह्मरूप होऊन गेलेला योगी त्या अनंत सुखाच्या डोहात डुंबलेला असतो. त्याला इहलोकीच मुक्ती प्राप्त होते. यथाकाळी, अमर्याद सुखाच्या डोहात अगदी तळाशी जाऊन पोहोचतो आणि मग त्याच ठिकाणी स्थिर होऊन तद्रूपतेला प्राप्त होतो.

मी प्रभूंनी सांगून झालेल्या ब्रह्मस्थितीला पोहोचलेल्या पुरुषाबद्दल अजून विचार करून बघितला. ज्यांचे पापादि दोष नष्ट झाले आहेत, ज्यांच्या संशयाचा संपूर्ण विच्छेद झाला आहे, ज्यांचे मन पूर्ण नियंत्रणात आहे आणि प्राणिमात्रांच्या कल्याणार्थ जे रत आहेत, ते मुक्तीस प्राप्त आहेत. जो शुद्ध आत्मज्ञानाने आपण तेच आहोत असे जाणतो, त्याचा देहामधेच परब्रह्म आहे असा धृढ निश्चय होतो, मग त्याचा काम-क्रोध मावळलेला असेल तर त्यात काय विशेष?

परंतु मला प्रश्न पडला की हे सारे योगी त्या ब्रह्मत्वास प्राप्त झाले, ते कशामुळे? कोणती योगसाधना करून त्यांना हे सारे साध्य झाले? प्रभू इतके अंतर्यामी आहेत की माझ्या मनात अशी शंका येते न येते, तोच ती चोख ओळखून त्यांनी पुढे सांगण्यास सुरवात केली. प्रभू प्राणसूत्राचे काही ठळक मुद्दे अगदी ओझरते का होईना सांगू लागले,

स्पर्शान्कृत्वा बहिर्बाह्यांश्चक्षुश्चैवान्तरे भ्रुवोः ।
प्राणापानौ समौ कृत्वा नासाभ्यन्तरचारिणौ ॥ ५-२७ ॥
यतेन्द्रियमनोबुद्धिर्मुनिर्मोक्षपरायणः ।
विगतेच्छाभयक्रोधो यः सदा मुक्त एव सः ॥ ५-२८ ॥

"सर्व बाह्य इंद्रियविषयांचे चिंतन न करता दृष्टी भुवयांच्या मध्यभागी स्थिर करून तसेच नाकातून वाहणारे प्राण व अपान वायू सम करून, ज्याने इंद्रिये, मन व बुद्धी जिंकली आहेत, असा मोक्षतत्पर योगी इच्छा, भय आणि क्रोध यांनी मुक्त झाला आहे असे समजावे. तो तत्वतः मुक्तच असतो." इडा, पिंगला आणि शुषुम्ना ह्या आपल्या शरीरात तीन प्रकारच्या ऊर्जा वाहिन्या असतात. आपल्या मणक्याच्या पायथ्यापासून, डोक्यापर्यंत चालतात. मध्यभागी सुषुम्ना असून डावीकडे इडा आणि उजवीकडे पिंगला असते. प्राण जेव्हा शरीरात श्वासाद्वारे प्रवेश करतो, तेव्हा तो ह्या नाड्यातून शरीराच्या लहान मोठ्या सर्व भागांपर्यंत जीवन-ऊर्जा पोचवतो. हे योगी इडा, पिंगला व सुषुम्ना या तिघींच्या संधीत जेथे भुवयांच्या टोकांचा मिलाफ होतो, तेथे दृष्टि स्थिर करतात. त्या वेळी प्राण (हृदयस्थ वायु) व अपान (गुदस्थ वायु) यांची समगति म्हणजे ऐक्य करून त्यासह चित्तास ते व्योमगामी स्थित करतात. ज्यावेळी प्राण आणि अपान ह्यांच्या निरोधाने समस्थिती प्राप्त होऊन मनाचा लय केला जातो, त्यावेळी

नाना प्रकारच्या वासनांची धडपड सहजच विराम पावते. हेच त्या ब्रह्मस्थितीला पोचण्यासाठीचे योगकर्म होय. ह्या स्थितीला पोहोचले की मग मागे फिरून बघणे नाही."

भगवंतानी अशा प्रकारे ही योगसाधना अगदी थोडक्यात सांगून एका विचार चक्राला गती दिली. मन, बुद्धी, चित्तासह शरिर सुद्धा नियमित करून हे योगी साम्यस्थितीला पोहोचतात. जे देहधारी असतानाच ब्राह्मस्थितीला पोचले आहेत, त्यांनी अशा मार्गांचा अवलंब केला आहे. हे ऐकून मी आणि अर्जुन दोघेही विस्मित झालो होतो. असा योगाचा प्रकार आम्ही या पूर्वी कधीच ऐकला नव्हता. हे ऐकल्यावर अर्जुन प्रभुंना अजून विस्तारून सांगण्याची विनंती करू लागला. तेव्हा ते परमश्रेष्ठ योगेश्वर या पुढचे निरूपण करायला सज्ज झाले.

६

मला प्रश्न पडला. संख्यायोग - ज्ञानाचा मार्ग, साक्षात्काराचा मार्ग, मूळ स्वरूप समजून घेण्याचा मार्ग सांगून प्रभूंनी त्या उपरांत कर्मयोगाचे संपूर्ण विश्व उभे केले. त्यानंतर कर्मसंन्यासचे महत्व समजावून सांगितले आणि मग शेवटी योगसूत्राची काही गूढ आणि कठीण साधने का बरे सांगितली असतील?

योग हा मार्ग किंवा शिस्त आकारतो. आणि सर्व योग्यांचा योगी, तो साक्षात परब्रह्माचा सदेह अवतार कुठल्या योग साधनेला परका असेल?

प्रभूंनी सांगितलेली योग साधना सहजासहजी जमणारी नक्कीच नव्हती, तरी सुद्धा त्यांनी त्याबद्दल एक दृष्टांत देऊन सर्व ज्ञानार्थी साधकांना एक दिशा दिली. काही एक संभावना नसताना संजयमार्फत हे सारे ज्ञान सम्राट धृतराष्ट्राला देखील उत्पन्न झाले. इतक्या पुत्र मोहाने संक्रमित झालेल्या, अधर्माची बाजू उचलून धरणाऱ्या राजाला सुद्धा हे ज्ञान प्राप्त व्हावे? त्याची थोरवी मोठी की जणू काय पाणी पिण्यास मागावे आणि ते तर अमृतच असावे?, असे काही से त्याच्या बाबतीत झाले. ह्या पुढे जे प्रभूंच्या वाणीने प्रस्तुत झाले ते माझ्या जीवितेचे सारच होय, योग ऐश्वर्याचे कोठारच, ते ही त्या कुचकामी राजाला प्राप्त होणार. मी अशा विचारांच्या गुंत्यात होते तेवढयात, प्रभूंनी पुन्हा एकदा सारांश सांगितला.

अनाश्रितः कर्मफलं कार्यं कर्म करोति यः ।

स संन्यासी च योगी च निरग्निर्न चाक्रियः ॥ ६-१ ॥

जो पुरुष कर्मफळाचा आश्रय न घेता कर्तव्य कर्म करतो, तो संन्यासी व योगी होय. जसा केवळ क्रियारहित राहणारा संन्यासी न समजावा; तसेच केवळ क्रियांचा त्याग करणारा सुद्धा योगी नव्हे. निष्काम कर्मयोग आणि ज्ञानयोग हे दोन्ही स्वभावतः एकच. वेगवेगळ्या घागरीतून पाणी भरले तर ते फक्त वेगळे भासते, पण ते एकच असते. जो कर्माचे आचरण निव्वळ फलेच्छेने करत नाही, तोच ह्या जगामधे सर्वांना मान्य असलेला योगी होय आणि बुद्धीनेही फलापर्यंत जात नाही असा जो असेल तोच संन्यासी होय. ज्याला संन्यास म्हणतात तो योग आहे. ज्याचा कर्मफलाविषयीचा संकल्प पूर्ण सुटला आहे, त्यागला गेला आहे, असा मनुष्यच योगी असतो.

प्रभूंनी ह्या पुढे अष्टांगयोगाचे काही गुह्य ज्ञान पैलू सांगण्यास सुरवात केली. शरीराला कर्मयोगास सिद्ध करण्यास त्यांनी या पूर्वी योगसूत्राचे काही सिध्दान्त समोर मांडले होते. त्याच्या विस्तार कार्याचा प्रभूंचा मनसुबा दिसू लागला.

भगवंतांनी पुढे सांगितले की योग प्राप्त व्हावा अशी इच्छा करणाऱ्या साधकाला कर्म हे साधन आहे आणि योग प्राप्ती झाल्यानंतर त्यालाच सर्व भौतिक क्रियांचे शमन हे साधन आहे. जो कर्ममार्गाने जाणारा विषयात आणि इंद्रियात आसक्त होत नाही, फलेच्छांचा त्याग करून असतो, तो योगारूढ असतो. मग त्याच्या पुढील प्रवृत्ति बंद पडून मागील कशाचेही स्मरण होत नाही. हीच समाधिस्थिती होय. असा मनुष्य देहधारी असून देखील सर्व व्यवहार करीत असूनही झोपलेल्या प्रमाणे क्रियाशून्य असतो, तो कुशल योगारूढ असतो.

हे सारे ऐकून माझी जिज्ञासा उफाळून आली. ही योग स्थिती अशा योगारूढ व्यक्तीला कशी बहाल होते हे माझ्या साठी औत्सुक्याचा विषय होऊन बसला. मनातील अचूक ओळखणाऱ्या परम अंतर्ज्ञानी भगवंतांनी मला जास्त वेळ तिष्ठत ठेवले नाही. प्रभू पुढे सांगू लागले,

उद्धरेदात्मनात्मानं नात्मानमवसादयेत् ।
आत्मैव ह्यात्मनो बन्धुरात्मैव रिपुरात्मनः ॥ ६-५ ॥

"आपला आपण उद्धार करतो म्हणजे आत्मप्रचिती प्राप्त झाली की आपण स्वत:च स्वत:चे मित्र असतो आणि मिथ्या देहाभिमान ठेवला की स्वत:च स्वत:चे शत्रू बनून जातो, आत्मघात करून बसतो."

पोपटाला फासण्यासाठी बांधलेल्या नळीवर पोपट बसल्यामुळे जेव्हा पोपटाच्या वजनाने ती नळी उलट दिशेला कलायला लागते तेव्हा वास्तविक पोपटाने उडून जावे. पण नळी घट्ट पकडून बसणाऱ्या पोपटाला उडण्याचे स्मरणच होत नाही. उलट तो ती नळी अजून घट्ट पकडून बंधात अडकल्याची मनाची खात्री करून घेतो. त्या पोपटाला वस्तुतः कोणीच बंधात अडकवलेले नसते. तोच त्याचा शत्रू बनून जातो आणि उडून जायचे विसरून अखेरीस फसतो, पाशात अडकतो. तसेच आपण आपले शत्रू बनून जातो.

उलट, ज्याने स्वत:चे मन जिंकले आहे व जो अत्यंत शांत आहे, ज्याचे ठिकाणी आत्मा उत्तम प्रकारे अधिष्ठित असतो, तो अनुभवाने परमात्मरूप बनतो. शीत अथवा उष्ण, सुख अथवा दु:ख, मान अथवा अपमान, ह्या परस्पर विरुद्ध अवस्थेत देखील त्याची वृत्ती पूर्णपणे शांत असते, ब्रह्मस्थित असते. तद्रुपतेने ज्याचे चित्ती ज्ञान-विज्ञानाने तृप्ती पावली आहे, ज्याची स्थिती निश्चल आहे, ज्याने इंद्रियांवर विजय मिळवला आहे, त्या योग्याला

द्वैत शिल्लकच राहत नाही. मग व्यापक काय, मर्यादित काय, असला उहापोह पूर्ण विराम पावतो. दगड काय, मातीचे ढेकूळ काय किंवा सोन्याचा मेरुपर्वत काय, या सर्व गोष्टींकडे तो समदृष्टीने पाहतो.

माझ्या ध्यानात आले मी विश्वच आहे असा बुद्धीचा संकल्प झाल्यावर मग त्याला सगे सोयरे कोण आणि वैरी कोण? सगळयांपाशीच त्याचा समान भाव राहतो. मग त्याच्या बोलण्याने धर्म जागृत होतो. तो स्वान्तसुखात निमग्न असून देखील अवतीभवती अगदी सहजतेने स्वर्गसुख उत्पन्न करतो. आणि असा योगी कोण? तर तो साक्षात योगेश्वर कुरुक्षेत्रात उभा ठाकून हे अमोल ज्ञान अगदी सहज निरोपित होता. माझ्या कर्त्या बद्दल माझ्या मनात पुन्हा विलक्षण पूजनीय भाव उफाळून आले. अशा दृष्टीने ते विचारयुक्त भगवंत आहेत, ते तिन्ही लोकात त्याच स्वरूपात आहेत. सहजच निःसंग आणि परिग्रहशून्य आहेत. असे असून भगवंतांनी ये हृदयाचे अर्जुनाच्या हृदयी घातले. आणि कोठे? तर रणांगणावर. आत्मबोधाचे हे परम ज्ञान शिष्याला देण्याचे खरंतर युद्धभूमी हे स्थानच नव्हे. परंतु संपूर्ण निःसंग असून देखील प्रभूंनी आपल्या लाडक्या सख्यासाठी ही जागा व्यापून घ्यायला मुद्दाम मोकळी ठेवली होती.

प्रभूंचे अर्जुनाबद्दल चे प्रेम आणि सख्य बघून मी भारावून गेले. अर्जुनाची कृष्णकृपेची पात्रता काही निराळ्याच स्तराची होती. जर प्रभूंनी मला घडवले नसते, मी त्यांच्या अंतरंगाचा भागच नसते, तर प्रामाणिकपणे मान्य करते की मी अर्जुनाचा हेवाच केला असता. देवकी मातेने जन्म दिला, यशोदेने पालन केले, पण शेवटी अर्जुनाच्या कामी धावून आला. इतका की अर्जुनाच्या प्रश्नापुर्वीच भगवंतांचे उत्तर तयार असे. माझी हीच विचारांची पळापळ चालू असताना, प्रभू अचानक गंभीर स्वरात काही

अर्थपूर्ण ज्ञानबिंदू आणि ज्ञानमार्ग विवरु लागले. ह्याच मार्गाने, महर्षी साधकाचे सिद्ध झाले व याच मार्गाने आत्मज्ञानी पुरुषांना अनन्यसाधारण महत्व प्राप्त झाले आहे. मनाला स्थिर करणे हेच ह्या मार्गाचे प्रमुख लक्षण आहे. योगयोगेश्वर भगवान श्रीकृष्ण ह्या मार्गाची कार्यपद्धती पुढे सांगू लागले,

शुचौ देशे प्रतिष्ठाप्य स्थिरमासनमात्मनः ।
नात्युच्छ्रितं नातिनीचं चैलाजिनकुशोत्तरम् ॥ ६-११ ॥
तत्रैकाग्रं मनः कृत्वा यतचित्तेन्द्रियक्रियः ।
उपविश्यासने युञ्ज्याद्योगमात्मविशुद्धये ॥ ६-१२ ॥

ज्या ठिकाणी सहज बसले असता असे सहज समाधान प्राप्त होते आणि तेथून उठावे असे वाटणार नाही, तेथे मनाला निश्चितच धैर्याचा उल्हास येतो. तेथे एकांत लाभावा आणि लोकांचा राबता नसावा, जी जागा शांत आणि मंद हळुवार वाऱ्याने खेळती आहे अशी सोयीची जागा निवडावी. ती अति उंच नसावी नाहीतर शरीराचा तोल जाऊ शकतो, आणि अति सखोल असेल तर जमिनीचा दोष - गारवा, ओल, किडे-कीटक ह्याची बाधा होईल. त्यामुळे ती जमिनीला समांतर असावी. अशा शुद्ध बैठकीवर तळास दर्भ घालून, त्यावर शुद्ध मृगाजिन घालून, त्यावर धुतलेल्या वस्त्राची घडी घालून आपले आसन स्थापावे. ह्या विचाराने स्थापिलेल्या आसनावर दृढ मनाने बसून चित्त व इंद्रिय यांच्या क्रिया ताब्यात ठेवून मन एकाग्र करून अंतःकरणाच्या शुद्धीसाठी योगाभ्यास करावा, मनात सद्गुरूचे स्मरण करावे, असे प्रभूंनी प्रतिपादन केले.... मग हळू हळू तो साधक सात्विक भावाने आतबाहेर व्यापून जातो. ही स्थिती विषयाचा विसर पाडायला सुरु करते, इंद्रियांची कसमस मोडून काढायला लागते.

हे वर्णन ऐकून अर्जुनाच्या डोळ्यातून एक विलक्षण चमक निघून गेली. त्याला त्या सिद्धवस्त भूमिकेबद्दल मोठे कुतूहल वाटून गेले. काहीच क्षणासाठी त्याला वाटले की आत्मबोधासाठी मनापासून प्रयत्न करण्यास ह्या आसनस्थ क्रियेलाच मी ह्या विनाशकारी युद्धापेक्षा प्राधान्य दिले पाहिजे. या अनायासे चालून आलेल्या पळवाटीचा त्याला मोठा आधार वाटला. तो प्रभुंना ते सांगण्यासाठी शब्दांची जमवा जमाव करू लागला. तेवढयात प्रभू पुढे सांगू लागले. या पुढील प्रभूंचे चित्तथरारक वर्णन ऐकून अर्जुनाच्या वाचेला तूर्त विराम मिळाला. प्रभू वर्णन करू लागले,

"साधकाने शरीर, डोके आणि मान सरळ रेषेत अचल ठेवून स्थिर करावे. आपल्या नाकाच्या शेंड्यावर दृष्टी ठेवून अन्य दिशांकडे न पाहता, अत्यंत शांत अंतःकरण असणाऱ्या सावध योग्याने मन आवरून चित्त एकाग्र करावे. मग हळू हळू अंग शरीराला सावरून घेते. आसन बैठकीचे हे वास्तविक मूळबंधाचे लक्षण आहे. शरीर स्तब्ध होत होत त्यावर एक एक करत बंध पडत जातात. मनाच्या धावण्याचा जोर हळू हळू कमी होत जातो. यथाकाळी, कल्पना नाहीशी होते, मनाची बाह्य विषयांकडे धाव थांबते आणि मन शांत होते. तहान भूक देखील ह्या अवस्थेमध्ये हरपली जाते. एक मूर्तिमंत शांती अनुभवायला येते. शरीर उर्जित होते. पुन्हा जन्म उत्पन्न झाल्याची संवेदना उत्पन्न होते. ब्रह्मस्थितीचे द्वार हळू हळू उघडू लागते. साधकाची अशी स्थिती होते की मनाचा निग्रह करणे किंवा ध्यान करावेसे वाटणे हे प्रकार देखील तेथे रहात नाहीत. समुद्राला नद्या मिळाव्या तसे मन त्या स्वरूपात एकवटते. अशी जी काही स्थिती आहे, जी केवळ स्वानुभवाने साध्य होते. त्या साधनेने आणि दृढविश्वासाने ज्याने आपले शरीर युक्त केले, तो खात्रीने ब्रह्मत्वास प्राप्त होतो."

हे सारे ऐकून अर्जुन स्तब्ध झाला. त्याने मोठ्या धीराने स्वामींना प्रतिसाद दिला. तो म्हणाला, "प्राणसख्या! तू जे हे योगरूपी साधन सांगितलेस, त्याचे नुसते वर्णन ऐकून सुद्धा चित्त शांत झाले, तर मग अनुभव आल्यास मन पूर्ण तल्लीन होणार नाही का?"

अर्जुनाच्या मनातील हे विचार चालू असता माझ्याही मनात विचार घोळ करू लागले. ही साधना काही योग्यतेशिवाय करता येणे सहज सोपी नाही. हे काही साधारण कार्य नाही, शिवाय योग्यता काही मोल देऊन विकत घेता येत नाही. असे योगी पुरुष विरळेच. मग अशा योगार्थ्यांची लक्षणे तरी कोणती? फक्त विरक्त भावाने साधे देहधर्म नियमित करणारे ह्या साधनेला कोण पात्र असतील? माझी अडचण प्रभूंनीच दूर केली. ते पुढे सांगू लागले, "अनियमित वागणाऱ्याला ह्याची मुळीच योग्यता नाही. अति खाणारा, अथवा अगदीच न खाणारा किंवा अति झोप घेणारा अथवा अगदीच झोप न घेणारा असा मनुष्य ह्या साधनेला पात्र असेल असे म्हणता येणार नाही. जो विषयांचे अति सेवन करतो, तो ह्या योगाचा अधिकारी आहे असे म्हणता येत नाही. ज्याचे शरीरच स्वतःच्या ताब्यात नाही तो हे कसे साध्य करणार? उलटपक्षी.........."

युक्ताहारविहारस्य युक्तचेष्टस्य कर्मसु ।

युक्तस्वप्नावबोधस्य योगो भवति दुःखहा ॥ ६-१७ ॥

"ज्याचे खाणे-पिणे, हिंडणे नियमित आहे, जो सर्व कार्यांमध्ये परिमित काम करतो, ज्याची निद्रा व जागर देखील परिमित आहे, त्याला हा योग साध्य होण्यास सुकर आहे. ज्याने बाह्येंद्रियांना नियमितपणाची सवय लावली आहे, त्याचे अंतःकरण देखील शांत असते आणि अशा स्थितीत योगाभ्यासाचे कष्ट न पडता त्याची साधना सहजच घडून जाते."

जेव्हा नियमन केलेले, स्थिरावलेले चित्त आत्म्याचे ठिकाणी लय पावते आणि जेव्हा सर्व प्रकारच्या भोगांची इच्छा नाहीशी होते, तसा पुरुष योगयुक्त समजला जातो. हा नियमितपणा ज्याला प्राप्त होतो, तो पुरुष मोक्षाच्या वाटेने मार्गस्थ होतो. जसा वारा नसलेल्या ठिकाणी, दिव्याची ज्योत स्थिर राहावी तशी ही योग्याची अचल स्थिती होते. इंद्रियांचे लाड न पुरवता, आसनाच्या बळकटपणापासून आरंभ केलेली ही कठीण साधना इंद्रियांना ताब्यात ठेऊन आत्मस्वरूपी सुख साधण्यास परिणामी होते. ते तत्व मीच आहे ही ओळख पटायला लागते. जे केवळ बुद्धीने आणि अनुभवांती प्राप्त होते, जे इंद्रियांना गोचर आहे, ते चैतन्यमय सुख भोगत असता योग्याची ही स्थिती मग सहजासहजी ढळत नाही.

मी मनातल्या मनात बोलू लागले. असे सच्चितानंद सुख प्राप्त झाले की ह्याच्या पेक्षा कुठले ते सुख अधिक मोलाचे असावे? आणि आता ह्या उपरांत दुःखाचा डोंगर जरी अंगावर कोसळला तरी चित्त ढळायचे नाही. देहाचा देखील विसर पडावा. हे प्राप्त करणे फक्त एक कठोर साधने अंती, परिश्रमाने होय. परंतु एकदा का ह्या स्थितीला पोचले की परमानंदाचा डोह ओथंबून वाहू लागेल.

अहा!! काय तो अनुभव, काय ती प्रचिती. परम भाग्याचा क्षण.

मला परत जाणीव झाली. हे अद्भुत संभाषण सुरु झाले ते भगवंतांनी व्याकुळ, संमोहित, युद्धापासून विन्मुख झालेल्या अर्जुनाला कर्माचे सुयोग्य सिद्धांत आणि मार्ग दाखवून संग्रामास सज्ज करणेपासून, ह्या अद्वितीय योग स्थितीच्या वर्णनापर्यंत आणि त्याच्या महती पर्यंत पोचले होते. अर्जुनाच्या प्रितीने प्रभुंना पुरते बोलते केले, आणि मी माझ्या ही नकळत आता एक वैश्विक ज्ञानाचे अनंत भांडार बनून गेले. विवस्वानाला जे ज्ञान प्रभूंनी वितरित केले असेल त्यापेक्षा प्रेमभावाने का होईना

अर्जुनाला अधिक सखोल आणि सविस्तरपणे प्रक्षेपित केले होते, असे मला वाटले. इथे मी साक्षी भावाने हजर होते म्हणून माझा विचार कदाचित पक्षपातीही असेल. वास्तविक, हे ज्ञान अर्जुनापर्यंत सीमित न राहता, ह्या नंतर अनेक युगे समस्त मानवजातीच्या उद्धारासाठी प्रभूंनी वितरले असणार. महर्षी व्यासांनी हे सर्व ज्ञान एका सूत्र बद्ध रचनेत बांधून मला वेगळी, पण चिरकाल टिकणारी ओळख दिली. ह्या नंतर येणाऱ्या हजारो सहस्त्रकात मनुष्याला जीवनाच्या कोणत्याही टप्प्यावर व्यामोह सतावू लागेल, मन विचलित होईल, प्रश्न उत्पन्न होतील, अस्तित्वाचा गोंधळ उडून जाईल, त्यांच्या साठी प्रभूंनी ही माझी रचना करून ठेवली आहे. आणि त्यांना मार्ग दाखवायला मी, एकदा नाही, प्रत्येक वेळी आनंदाने प्रकट होईन.

पण पुढे प्रश्न असा की ह्यातून परीक्षा निर्माण होते. मन चंचल असते आणि स्थिरतेशी सदैव द्वंद्वाच्या तयारीत असते.

शनैः शनैरुपरमेद्‌बुद्‌ध्या धृतिगृहीतया ।

आत्मसंस्थं मनःकृत्वा न किञ्चिदपि चिन्तयेत् ।। ६-२५ ।।

क्रमाक्रमाने अभ्यास करीत हळू हळू बाह्य प्रपंचापासून मनाला आवार घालावा; बुद्धीने मनाला परमात्म्यात स्थिर करून दुसऱ्या कशाचेही चिंतन करू नये. ह्या सततच्या धैर्याने मन अनुभवाच्या वाटेने आत्मस्वरूपात कायमचे स्थिर झाले पाहिजे. बुद्धीचा निश्चय हाच मनाला नियमित करण्याचा नियम. परंतु मुळातच ज्याची वृत्ती चंचल आहे असे मन आत्मस्थितीतून बाहेर पडण्याची धडपड करीत असते, त्याला वेळोवेळी आवार घालून पुन्हा ताब्यात आणावे हेच श्रेष्ठ.

एकदा का मन आत्मस्थितीत रत झाले, की त्या मनाला उत्तम शांती प्राप्त होते, फळेच्छेचा मालक; तो रजोगुण लय पावतो, आणि सर्व बंधने सुटून ब्रह्माशी ऐक्यात नांदणाऱ्या योग्याला चैतन्यमय परम आनंद प्राप्त होतो. आता असा योगी सर्व प्राणिमात्रांना समदृष्टीने पाहू लागतो. तो स्वतःला इतर प्राणिमात्रांच्या ठिकाणी आणि आपल्या ठिकाणी सारे प्राणिमात्र आहेत, असे पाहू लागतो. त्याला सर्वत्र, सगळ्यांमध्ये एकच ब्रह्म दिसतो, तर मग त्यानंतर तो परब्रह्मापासून वेगळा कसा काय होणार? आणि तो पंचमहाभूतात्मक शरीरात जरी असला तरी देहात कसा अडकून राहील? मग त्याला व्यापक म्हणा अथवा म्हणू नका, तो आपोआप सर्वव्यापक स्थितीतच असतो. सुखदुःखादी वर्मे अथवा पाप पुण्याची कर्मे अशी ही द्वंद्वे त्याच्या मनाला शिवतच नाहीत.

प्रभूंनी मनाची निसर्गदत्त चंचलता नाहीशी करून स्थिरतेला पोचलेल्या योग्याची ही सारी लक्षणे आणि त्याचे इप्सित परिणाम अर्जुनाला कथन केले. पण आतापर्यंत ज्ञानगंगेत इतक्या वेळा डुबक्या मारून अर्जुन काहीसा विचारवंत आणि विवेकी झाला होता. त्याने माझ्या मनात देखील आलेला प्रश्न प्रभुंना मोठ्या ठामपणे केला. अर्जुन म्हणाला, “तू जो मोठ्या तन्मयतेने हा समदर्शनाचा योग सांगितलास, त्यामुळे योग्याची स्थिती नित्यपणे स्थिर राहील असे मला मुळीच वाटत नाही कारण हे चंचल मन ताब्यात ठेवणे इतके सोपे आहे काय?”

“ह्या मनाच्या अत्यंत चंचल, क्षोभक, दुराग्रही, हट्टी स्वभावावर मात करून त्याला परास्त करणे हे म्हणजे वायू निराग्रहापेक्षाही कठीण होय. ते संकल्पिलेल्या बुद्धीस देखील संभ्रमात पाडते. ते मन, इतक्या सहजासहजी आपला स्वभाव टाकेल?”

अर्जुनाच्या चातुर्याने प्रभू प्रभावित झाले. त्याच्या कडे मोठ्या कौतुकाने पाहू लागले. अर्जुनाची जिज्ञासा, चौकस वृत्ती आणि गुह्यातील गुह्य ज्ञान जाणून घ्यायची प्रवृत्ती प्रभुंना मोहित करून गेली. एका अर्थी प्रभुंना हे अपेक्षितच होते. त्यावर ते योगारूढ परमेश्वर पुढे बोलते झाले. प्रभूंनी प्रथमतः अर्जुनाच्या शंकेला दुजोरा दिला. तत् उपरांत ते सांगू लागले,

"मन साधनेने आणि वैराग्याने ताब्यात ठेवणे हेच योगार्थ्याचे प्रमुख ध्येय होय. आणि महत्वाचे म्हणजे मनाची एक गोष्ट चांगली आहे, ती अशी की, त्याने अनुभवलेल्या जागेची एकदा का त्याला गोडी लागली, की त्या गोडीच्या जागी ते टिकते. म्हणून त्याला मोठ्या धीराने पुन्हा पुन्हा आत्मसुखाचा अनुभव दिला तर ते त्या ठिकाणी स्थिरावण्यास मोठा प्रतिकार करणार नाही. मन अतिशय दुराग्रही असले तरी, त्याला नेऊ तिथे मन जलद गतीने जाते. आणि तिथे पोचल्यावर त्याला त्याची गोडी लागली की पुन्हा पुन्हा तिथे जायला त्याची हरकत कमी होते. मुळात, मनाची एवढी धास्ती घेऊन साधनेला काहीच किंमत द्यायची नाही का?"

एका दोन वाक्यात स्वामींनी साधनेचे महत्व समजावून सांगितले. अर्जुनाला ते पटले देखील असावे. त्यावर तो सर्वश्रेष्ठ धनुर्धर मनातला अजून एका प्रश्न प्रभुंसामोर मांडू लागला. अर्जुन विचारू लागला,

"आजपर्यंत अज्ञानी असलेल्या मला तुझ्या मुळे हा योगपरिचय झाला. परंतु मला प्रश्न आहे की ज्या मनुष्याने ह्या आत्मसाक्षात्कारी मार्गाचा अवलंब केला, ज्याने साधनेने ही अढळ स्थिती प्राप्त केली, पण कालांतराने त्याचे मन योगापासून विचलित झाल्याने, त्याची साधना सुटली व त्यामुळे त्याची योगसिद्धी ढळून गेली, आणि अशा योगभ्रष्ट स्थितीत त्याच्या शरीराचा अंत झाला, तर असा मनुष्य कोणत्या गतीला जातो? त्याचा भ्रष्ट झाल्यामुळे नाश होतो का?"

शिष्याने प्रश्न विचारले की गुरूला सुद्धा स्फुरण चढते. अर्जुनाच्या ह्या विचारप्रधान प्रश्नाने प्रभुंना अजून सविस्तर सांगण्यास प्रेरणा मिळाली. प्रभू आपल्या तेजस्वी वाणीने माझा पुढचा प्रवाह योजू लागले.

ते म्हणाले, "अशा पुरुषाचा इहलोकातच नाही तर परलोकातही नाश होणार नाही. अरे, आत्मोद्धारासाठी साधना आणि कर्म करणारा कोणताही पुरुष अधोगतीला कसा काय जाईल? मोक्षार्थ्याला मोक्षाशिवाय दुसरी गती ती काय? एवढेच होते की त्याला मध्ये एका सक्तीचा विसावा घ्यावा लागतो. अविरत साधना चालू ठेवली असती, तर त्याला शरीराच्या अंतापूर्वीच ब्रह्मस्थिती प्राप्त झाली असती. पण ह्या साधनेच्या विश्रांती मुळे त्याला विसावा घेणे प्राप्तच होते. परंतु मोक्ष त्यासाठी तिष्ठत असतो. असा योगनिष्ठ योगी, स्वर्गादी उत्तम पुण्यकर्मीयांच्या लोकाला जाऊन तेथे काही काळ वास केल्यावर नितीमार्गाने चालणाऱ्या, शास्त्रविहित आचरण करणाऱ्या, सत्याने पवित्र झालेल्या, धनवान अशा कुळामधे एक दुर्लभ जन्म पावतो. तेथे त्याच्या पूर्वदेहाच्या संस्काराचे योग पुन्हा सक्रिय होतात."

तत्र तं बुद्धिसंयोगं लभते पौर्वदेहिकम् ।

यतते च ततो भूयः संसिद्धौ कुरुनन्दन ।। ६-४३ ।।

"तेथे त्याच्या पूर्वदेहात संग्रह केलेल्याची पुनः जागृती होते. पोषक असे योग संस्काराला अनुरूप आणि अनुकूल कुळाच्या प्रभावाने तो ती ह्या आधी राहून गेलेल्या परमसिद्धस्थितीच्या प्राप्तीसाठी पूर्वीपेक्षाही अधिक प्रयत्न करतो. योगमार्गाचा अवलंब करण्यास जरी तो सुरवातीला असमर्थ असला, तरी तो पूर्वजन्माचा योगाभ्यास त्याला आपल्याकडे आकृष्ट करतो. तो सकाम कर्मफलांच्या अतीत जातो. हे सारे सहजच घडून येते.

साधना आपोआप त्याच्यामागे त्याचा ठावठिकाणा शोधत येते. नंतर तो आयताच आत्मस्थित होण्यास विराजमान होतो.”

तत् पश्चात, प्रामाणिकपणे साधना करणारा योगी मागील अनेक जन्मांच्या संचित संस्कारांच्या जोरावर त्याच जन्मात पूर्ण सिद्धी मिळवून सर्व पापांपासून मुक्त होऊन तत्काळ परमलक्ष्याला प्राप्त होतो.

इतके सखोल, सविस्तर, आणि मनाला प्रसन्न, आश्वासित करणारे ज्ञान प्रभूंनी अर्जुनाच्या निमित्ताने सर्व विश्वातल्या मानवजातीला बहाल केले. प्रभू या उपरांत अर्जुनाला म्हणाले, “तू मनाने योगी हो, असे मी तुला निष्ठेने सांगतो. तपस्वी लोकांपेक्षा योगी श्रेष्ठ आहे. शास्त्र ज्ञानी पुरुषांपेक्षा सुद्धा योगी श्रेष्ठ मानला गेला आहे. आणि सकाम कर्मे करणाऱ्या माणसांपेक्षा सुद्धा योगी श्रेष्ठ आहे.”

आणि साऱ्या योग्यांमध्ये जो धृढ श्रद्धेने भगवंतांमध्येच वास करतो, ज्याच्या अंतःकरणात सतत प्रभुंचेच चिंतन असते, जो प्रभूंशी संपूर्ण योगयुक्त झाला आहे, तो सर्वश्रेष्ठ योगी असतो.

भगवंतांच्या ह्या उपदेशाने त्यांचे बोलणे अजून ऐकत राहावे अशी जी अर्जुनाला तीव्र इच्छा झाली होती, तिच्यात कितीतरी पटीने वाढ झाली. हे भगवंतांना कळून आले. प्रभू माझ्या स्वरूपाला इतक्या लवकर विराम देणार नाहीत हे त्यांच्या चर्येकडे बघून स्पष्ट दिसत होते. पुढे काय विवरतील, ह्याचे आम्हा दोघांनाही तेवढेच औत्सुख्य होते.

७

प्रभू स्वतःच संपूर्ण विभूती, शक्ती, ऐश्वर्यादी गुणांनी युक्त, सर्वांचा आत्मा आहेत. त्यांच्याशी तदाकार होणे म्हणजेच ब्रह्मस्थितीला प्राप्त होणे होय. कारण हा सदेह कथन करणारा योगेश्वर, हा त्या निश्चल परमात्म्याचाच प्रकट अंश आहे. ज्ञानाने युक्त झालेल्या अर्जुनाला त्यांना पूर्णत्वाने जाणून घेण्यासाठी प्रभू या पुढे अर्जुनाला विज्ञान स्वरूपज्ञान समजावून सांगू लागले. हे एकदा जाणून घेतले की मग दुजे काही या पुढे अजून काही सांगायचे किंवा ऐकणाऱ्याला ऐकण्याचे काही शिल्लकच राहत नाही. लक्षावधी लोकांमधून एक एक प्रवीण निवडून सैन्य तयार होते. सैन्यातील वीर सैनिक अंगावर घाव सहन करून त्यातील विजयश्री खेचून आणणारा एखादाच त्या विजयरथावर आरूढ होतो. तसेच हे गूढ ज्ञान जाणून घेण्यास सहस्त्रावधी लोकांमधून काहीच लोक प्रयत्न करतात आणि त्यामधील देखील अगदी मोजका एखादाच प्रभूंचे ते स्वरूप तत्वतः जाणून घेतो. हे ज्ञानाचे कथन काही सामान्य नाही आणि हे ऐकणे म्हणजे अर्जुनासाठी पर्वणीच होती.

प्रभू सांगून गेले,

> भूमिरापोऽनलो वायुः खं मनो बुद्धिरेव च।
> अहंकार इतीयं मे भिन्ना प्रकृतिरष्टधा ।। ७-४ ।।

अपरेयमितस्त्वन्यां प्रकृतिं विद्धि मे पराम्।
जीवभूतां महाबाहो ययेदं धार्यते जगत्॥ ७-५॥

"पृथ्वी, पाणी, तेज, वायु, आकाश, मन, बुद्धी व अहंकार अशा आठ प्रकारांनी विभागलेली माझी माया आहे. ज्याप्रमाणे आपल्या अंगाची प्रतिबिंबित छाया पडते, त्याप्रमाणे ती माझी छाया आहे. तिला प्रकृती देखील म्हणले जाते. ही आठ प्रकारांनी भिन्न स्वरूपाची आहे त्यामुळे तिला अष्टदा प्रकृती म्हणतात असे समज. ह्या प्रकृतीमुळे खरंतर हे त्रैलोक्य उत्पन्न होते. ही माझी अपरा माया होय. हिच्या व्यतिरिक्त, जी जगद्धारीणी आहे, ती श्रेष्ठ परा प्रकृती आहे असे समज आणि सर्व जीवांचा हिच्यात समावेश होतो. हीच्या मुळे बुद्धीत जाणण्याची शक्ती उत्पन्न होते व तिने कौशल्याने हे सारे जगत धारण केले आहे."

"सर्व प्राणिमात्रांचा उगम या माझ्या दोन प्रकृतींपासून होतो. अर्थात विश्वाचे मूळ कारणच मी आहे हे तू जाण. ह्या दोन प्रकृती जेव्हा एकसंघ होतात, तेव्हा जणू भूतश्रृष्टीजन्य नाणी पाडण्याची टांकसाळच निर्माण होते. चार प्रकारचे जीव (अंडज, स्वेदज, जरायुज, उद्भिज) त्या टांकसाळीतून आपोआप व्यक्त होतात. त्या वेगवेगळया आकाराचे, प्रकारचे जीव, एकाच निष्ठेने केले असल्याने किमतीने समानच असतात. त्या टांकसाळीच्या भांडारात अगणित जीव योनीचे आकार, प्रकार तयार होतात. चौऱ्यांशी लक्ष!!! त्या सर्व प्राणिमात्ररूप नाण्यांनीच माझ्या मायेचा गाभारा भरून जातो. याप्रमाणे माझ्या प्रकृतीच्या इचछेने पंचमहाभूतांनी युक्त अशी अनेक नाणी तयार होतात. त्यांची याथरूप योजना होऊन तिचा प्रसार होतो आणि ते खर्ची पडतात. म्हणजे सर्व प्राणिमात्रांकडून ती एकसंघ प्रकृती कर्माकर्मांचे व्यवहार करून दाखवते.

आणि अगोदर सांगितल्या प्रमाणे, ही प्रकृती माझ्या ठिकाणी असते, भासते, इतरत्र नाही, म्हणून ह्या विश्वाचा आदि, मध्य व शेवट मीच आहे असे समज. उत्पत्ती आणि प्रलय माझ्यापासूनच उत्पन्न होते असे समज."

प्रभूंपेक्षा वेगळे असे अन्य काही नाही. मण्याला दोरा जसा धारण करतो, त्याप्रमाणे प्रभूंनी सर्व जगाला धारण केले आहे. हे संपूर्ण जग दोऱ्यात मणी ओवावे, तसे आत बाहेर प्रभूंमध्ये संपूर्ण गुंफलेले आहे. जगाची उत्पत्ति, स्थिति व लय हे सर्व प्रभूंमध्येच आहे.

प्रभू ह्या पुढे निरोपु लागले, "पाण्यातील ओल मी आहे, चंद्र-सूर्यांमधील तेज मीच आहे, सर्व वेदांमधील ॐकार देखील मी आहे. आकाशातील शब्द व मनुष्याच्या अहंपणाचे जे सारभूत सामर्थ्य आहे ते मी आहे, पृथ्वीवरील शुद्ध गंध आणि अग्नीमधील तेज मी आहे. सर्व प्राणिमात्रांची जीवन शक्ती आणि तपस्व्यांचे तप सुद्धा मी आहे".

"प्रकृतीतून नानाप्रकारच्या योनीत प्राणी उत्पन्न झाले की शरीरधर्मासाठी आपआपला आहार सेवन करतात. कोणी वाऱ्यावर जगतात, कोणी पानांवर, काहींना अन्न सेवावे लागते आणि कित्येक पाण्याने जगतात. या सर्व निरनिराळ्या आहारांच्या ठिकाणी मीच एक आहे. मीच सर्व अस्तित्वाचे सनातन कारण आहे. बुद्धिमानांची बुद्धि मी आहे व तेजस्व्यांचे तेज मी आहे. विश्वाचे अनादि बीज मीच आहे. मीच मूळ आहे."

ह्या क्षणी प्रभूंनी एक अल्पशी विश्रांती घेतली. अर्जुनाच्या चर्येकडे पहिले. अर्जुन कमालीचा विस्मित झाला होता. सर्व सृष्टीचा करता - धरता त्याच्या समक्ष येऊन त्याला हे अद्भुत स्वरूपज्ञान प्रदान करीत होता. मलाही

प्रभूंच्या स्वरूपाची उजळणी होऊन ह्या अनादि स्वरूपातून उत्पन्न झाल्याचे पुन्हा धान्य वाटून गेले.

प्रभू पुढे बोलू लागले, "हे महाबाहो, बलवान लोकांमधे जे अढळ बल आहे, ती माझीच विभूति आहे व बुद्धिवानांच्या ठिकाणी जी बुद्धी म्हणून आहे ती माझीच विभूती आहे. आणि सर्व सजीवांतील धर्माला अनुकूल असा काम, प्राणिमात्राची उत्पत्ती करणारा आणि त्यांस संसार भोग भोगविणारा, ज्याने शेवटी धर्माची पूर्णता होते असा प्राणिमात्रांच्या ठिकाणी वसणारा काम, जो अप्राप्त वस्तूंचा अभिलाष असतो, तोही मी आहे."

"शिवाय हे सत्त्वगुणापासून, रजोगुणापासून आणि तमोगुणापासून उत्पन्न होणारे भाव व पदार्थ आहेत, ते सर्व माझ्यापासूनच उत्पन्न होणारे आहेत, असे तू समज. हे माझ्या ठिकाणी उत्पन्न झाले, तरी या पदार्थात मी वेगळेपणाने नाही. बीजाला अंकुर फुटून वृक्ष उत्पन्न होते. परंतु, त्या वृक्षात ते बीजपण वेगळेपणाने असते का? अग्नीपासून धूर उत्पन्न होतो त्या धुरात अग्नी कुठे असतो? त्याप्रमाणे, जरी पदार्थ माझ्यापासून झाले तरी मी पदार्थ नाही. तसा मी प्रकृती गुणांच्या आधीन नाही."

मी स्वतःशीच मनातल्या मनात बोलू लागले. 'उलट या त्रिगुणात्मक मायेने संमोहित झालेले हे सर्व जगत या गुणांच्या पलीकडे, गुणातीत व विकाररहित अशा प्रभूंच्या स्वरूपाला जाणत नाही.' स्वप्न मिथ्य असते खरे पण निद्रावस्थेत असता, जेव्हा ते आपल्या अनुभवाला येते तेव्हा ते आपली आपल्याला आठवण होऊ देते का? प्रभूंची ही त्रिगुणात्मक माया त्यांचीच छाया बनून त्यांना झाकून आहे. त्यामुळे त्यांनीच उत्पन्न केलेले प्राणी त्यांना जाणत नाहीत. ते प्राणी म्हणजे प्रभूच असून प्रभू मात्र ते

नाहीत. त्यांचेच असून त्यांना ओळखत नाहीत. कारण अहंममतेने आणि गुणांच्या भ्रांतीने ते विषयांध झालेले असतात.

स्वामी सांगत होते,

"कारण ही अलौकिक अर्थात माझी अतिअद्भुत त्रिगुणात्मक माया पार होण्यास दुस्तर आहे. हे माशाने गळ गिळून स्वतःची सुटका करण्यासारखे आहे. परंतु जे केवळ मलाच निरंतर भजतात, ते या मायेला ओलांडून जातात, म्हणजे संसारातून तरून जातात."

"तथापि, अत्यंत दुष्कर्मी, मूर्ख व अधम असे मनुष्य, मायेने ज्ञान नष्ट झाल्यामुळे आसुरी मार्गाचा अवलंब करतात आणि मला शरण येत नाहीत. अहंममतेच्या अति लोभाने, नानाप्रकारच्या विकारांचे समुदाय ते गोळा करत जातात. त्यांना मायेने संपूर्ण ग्रासलेले असते. दुःखाचे, शोकाचे धक्के देखील त्यांना भानावर आणू शकत नाही."

स्वामींना शरण जाणाऱ्यांमध्ये गुणधर्म तरी काय असतील? त्यांनी त्यांचे आत्महित कसे साध्य केले? त्यांची वैशिष्ट्ये काय? हे प्रश्न मला पडू लागले. आणि पुन्हा एकदा भक्ताच्या मनातले अचूकपणे ताडणारे भगवंत अधिक स्पष्ट करू लागले. भक्तवत्सल पुरषोत्तम नारायण, विवरण करू लागले,,

चतुर्विधा भजन्ते मां जनाः सुकृतिनोऽर्जुन।
आर्तो जिज्ञासुरर्थार्थी ज्ञानी च भरतर्षभ ।। ७-१६ ।।

"दुःखाने ग्रासलेला, ज्ञानाची इच्छा करणारा, अर्थाची इच्छा करणारा आणि ब्रह्मज्ञान प्राप्त झालेला ज्ञानी, असे चार प्रकारचे लोक माझी भक्ती करतात. त्यातील जो आर्त आहे तो पीडेने ग्रासल्यामुळे माझी भक्ती करतो,

व जो जिज्ञासु आहे तो जाणण्याकरताच, ज्ञान मिळवण्याकरताच माझी भक्ति करतो. त्यातील तिसरा जो आहे तो अर्थार्थी असतो. आणि शेवटचा चौथा, त्याच्या ठिकाणी काहीच कर्तव्य नसते. तो ज्ञानी असतो आणि सदैव मद्रूप असतो. त्याची माझ्याशी अनन्य भक्ती असते."

"त्यांपैकी नेहमी माझ्या ठिकाणी ऐक्य भावाने स्थित असलेला अनन्य प्रेम-भक्ती असलेला ज्ञानी भक्त अति उत्तम होय. कारण मला पूर्णतः जाणणाऱ्या ज्ञानी माणसाला मी अत्यंत प्रिय आहे आणि तो ज्ञानी मला अत्यंत प्रिय आहे. ज्ञानाचा उदय झाल्यामुळे तो मला आपला आत्माच समजतो. म्हणून मीही आनंदयुक्त होऊन हा माझा आत्मा आहे असेच समजतो. हा जेव्हा शारीरिक क्रिया करतो त्यावेळी तो विभक्त आहे असा वाटतो, पण आतील अनुभावाच्या अंगाने तो मद्रूपच झालेला असतो."

हे सर्व चारही भक्त उदार आहेत. परंतु ज्ञानी तर साक्षात भगवंतांचेच स्वरूप असतो. 'मीच ब्रह्म आहे' असा बुद्धीने स्थिर झालेला तो ज्ञानी, अत्यंत श्रेष्ठ, सर्वोच्च, आणि सर्वोत्तम लक्ष्याची, म्हणजे प्रभूंची प्राप्ती करतो. इतर सारे भक्त आपापल्या हितासाठी प्रभुंना भजतात, परंतु प्रभुंसाठी जो देहांद्रियादि विसरून गेला, अशा ज्ञानी भक्तावर साहजिकच प्रभूंचे मन जडते.

बहूनां जन्मनामन्ते ज्ञानवान्मां प्रपद्यते ।
वासुदेवः सर्वमिति स महात्मा सुदुर्लभः ।। ७-१९ ।।

प्रभू उद्गारले, "अनेक जन्मांचा सत्यसंस्कार झाल्यानंतर सर्व विश्व हे वासुदेवच होय असे ज्ञान प्राप्त होऊन, ह्या ब्रह्मैक्याच्या ऐश्वर्यात लिन झालेला ज्ञानी मला अनन्य होऊन जातो. असा महात्मा अत्यंत दुर्लभ

आहे. ज्याप्रमाणे डोहात घडा बुडाला असता त्याच्या आत-बाहेर जसे पाणीच असते, तसे त्याला सगळीकडे माझ्या वाचून दुसरे काही एक नाही."

खरंतर, विषयांच्या अभिलाषेने दूषित आणि अविवेकयुक्त मनुष्य अज्ञानाच्या अंधारात सापडले गेले. त्यांच्या अगदी निकट असणाऱ्या राजाधिराज योगीराज प्रभूंचे त्यांना विस्मरण झाले. त्या त्या भोगांच्या इच्छेने त्यांचे ज्ञान हिरावून गेले. मग आपापल्या स्वभावाने संक्रमित होऊन, ती ती आराधना पाळून, त्या त्या इतर निरनिराळ्या इष्टदेवतांची मोठ्या भक्तिभावाने ते पूजा करतात. परंतु त्यांस काय ठाऊक की ज्या विविध देवतांची ते आराधना करतात, त्यांस मोठ्या श्रध्येने पूजतात, ती भजण्याचे इच्छा करावणारे दुसरे इतर कोणी नाही, साक्षात माझे स्वामीच होय आणि ती इच्छा पुरवणारे देखील तेच होय. कारण त्या सर्व देवतांमध्ये प्रभूच स्थित आहेत.

तो भक्त आपापल्या इष्टदेवतांची इच्छापूर्ती होईपर्यंत आणि इप्सित फलप्राप्ती होईपर्यंत आराधना करतो, पण ही देखील प्रभुंचीच निर्मिती होय. ह्या साऱ्यांनी जर प्रभुंना यथायोग्यपणे जाणले, त्यांच्याशी एकरूप झाले, तर त्यांना नाशवंत, स्वप्नवत इच्छित फळांच्या परा प्रभूंचे ज्ञानस्वरूप प्राप्त होऊ शकते. पण अभागी भक्त, आपापल्या देवतांमध्ये रमतात. अमृताच्या सागरात सूर मारून शिरतात खरे परंतु तोंड मिटून ठेवल्याने अमृत शरीरात जाऊन अमर होण्या ऐवजी बुडून मरून जातात. परंतु त्याच वेळी, प्रभूंचे अनन्य भक्त मात्र त्यांच्याशी पूर्णपणे तद्रूप होतात.

ह्यातली गोम अशी आहे की असे अज्ञानी, मूढ भक्त प्रभूंच्या इंद्रियांच्याही पलीकडे असणाऱ्या परम स्वरूपाला न जाणता प्रभू हे व्यक्त सदेह पावलेलेच समजतात. त्यांच्या अव्यक्त स्वरूपाला मापात तोलण्याचा

प्रयन्त करतात, त्यांच्या निराकार स्वरूपालाच साकार समजतात आणि हा भेद निर्माण करतात. सर्वांना प्रभुंचे ज्ञान होत नाही, कारण गुणयुक्त मायेने हे सर्व जग अच्छादले गेले आहे. ह्याच कारणास्तव, हे अज्ञानी जग अजन्मा आणि अच्युत अशा माझ्या स्वामींना जाणत नाही. वारा सर्वांगांना शिवून असतो, आकाश सर्वत्र व्यापून असते तसेच ते अधोक्षज जगदीश्वर सर्व विश्वास व्यापून आहेत.

माझ्या मूक वाणीतून ही जणू ब्रह्मवाक्येच निघून गेली आणि माझा माझ्यावरच विश्वास बसला नाही. अशी चुणूक दाखवता आल्याने मी कमालीची हर्षित झाले. मग माझ्या ध्यानात आले की जर अज्ञानी, अल्पमतिच्या भक्तांची इच्छित फलप्राप्ती सुद्धा प्रभुंचीच निर्मिती असेल, तर माझ्या मनात आलेले हे प्रगल्भ विचार सुद्धा प्रभुंचीच निर्मिती असणार. मी स्वस्तुतीतून थेट भानावर आले.

प्रभूंनी माझ्याकडे मोठ्या कोत्तुकाने पहिले आणि प्रसन्न झाले. त्यांचे ते मिश्किल हास्य मला अगणित वेळा संमोहित करून गेले आहे. काय अर्थ लावायचा त्याचा? त्या हास्यात सारे काही समजते आणि काहीच समजत नाही अशी गय होते. तोच प्रभू आपल्या मधुर वाणीने अर्जुनाला पुढे संबोधू लागले.

वेदाहं समतीतानि वर्तमानानि चार्जुन ।

भविष्याणि च भूतानि मां तु वेद न कश्चन ।। ७-२६ ।।

"हे परांतपा, या पूर्वी जन्मून गेलेल्या, वर्तमान काळातील आणि भविष्यात येणाऱ्या सर्व जीवांना मी जाणतो. कारण ते सर्व मीच आहे. परंतु श्रद्धा, भक्ती नसलेला कोणीही मला मात्र जाणत नाही."

सृष्टीत इच्छा व द्वेष यांमुळे उत्पन्न झालेल्या सुखदुःखरूप द्वंद्वाच्या मोहाने सर्व जीव अज्ञानी होतात आणि त्या मोहामध्ये जन्म घेतात.

एक गमतीशीर गोष्ट सांगते.

एकदा अहंकार आणि देह यांचे एकमेकांवर प्रेम जुळले. त्यातून त्यांना इच्छा नावाचे कन्यारत्न प्राप्त झाले. इच्छा दिसामासांनी वाढू लागली आणि कामरूपी तारुण्यात शिरली. यथाकाली तिचा द्वेषाशी विवाह झाला. त्यांच्या समागमाने अहंकाराचा नातू, द्वंद्वमोह, जन्माला आला. हा द्वंद्वमोह मूलतः विलासी होता आणि अभिलाषेने आणि लालसेने चांगलाच दोंदिल (ढेरपूट्या) झाला. अशा स्वभाव वैशिष्ठाने त्याने असंतोषरूप मद्याने धुंद अवस्थेत विकारी स्त्रीपाशी निवास केला. ह्या विलासी अवस्थेत त्याने अंत:करणशुद्धीच्या राजमार्गावर काटेच काटे पसरवले. त्यावरून प्रवास करणे शक्य होईना म्हणून मग त्याने पुढे मार्गक्रमणाला निषिद्ध कर्माचे आडमार्ग खुले केले.

खरंतर, राजमार्गावरून प्रवास हाच योग्य होय. पण त्या मार्गावर स्वतःच काटे पसरवून भांबावलेले प्राणी ह्या आडमार्गात संसाररूपी अरण्यात अडकतात व मोठमोठ्या दु:खाच्या सोट्याने बडवले जातात. त्या राजमार्गावरच्या काट्यांची इतकी धास्ती घेतात की ह्या आडमार्गातून माघार काही घेत नाहीत. ह्याच द्वंद्वमोहात जन्मोजन्मी फसून राहतात. तथापि, काही पुण्यकर्मी लोकांच्या पापाचा नाश झालेला असतो. ते द्वंद्वमोहात सापडत नाहीत आणि सर्व प्रकारे भगवंतांच्या भक्ती मध्ये अनुरुक्त होतात. ते मोठ्या निष्ठेने त्या आडमार्गाचा अवलंब टाकून त्या राजमार्गावरच्या विकल्परूपी काट्यांची टोके चेंगरून मार्गस्थ होतात. जरा, मरण यापासून मुक्त होण्याकरता भगवंतांच्या आश्रयात राहून

त्यांच्याशी तादात्म्य साधण्याचा जे यत्न करतात, त्यांना ब्रह्मस्थिती प्राप्त होते.

अशा दिव्य सहवासाने, अशा मनुष्याची भगवंतांच्या ठायी धृढ निष्ठा निर्माण होते, जी अंतकाळी देखील त्यांची पाठ सोडत नाही. या टप्प्यावर प्रभूंनी अर्जुनाला एक दृष्टांत दिला की जे पुरुष अधिभूत, अधिदैव व अधियज्ञ यांसह त्यांना अंतकाळी देखील जाणतात, ते पूर्णपणे त्यांच्याशी एकरूप झालेले असतात. साहजिकच, ह्यामुळे अर्जुनाच्या मनात नवीन प्रश्न निर्माण झाले. ह्या प्रश्नांचे निरसन करण्यास प्रभू सिद्ध आणि तत्पर होतेच.

८

आतापर्यंत स्वामींनी त्यांच्या स्वरूपाचे पूर्ण ज्ञान अर्जुनाला प्रदान केले. हे सांगत असताना त्यांनी अज्ञानाचे धोके देखील अर्जुनाला कथन केले. एतदर्थ, भक्ताने प्रभुंनाच संपूर्ण जाणून घेतले तर त्यांना इतर कर्मकांडाची गरजच उरणार नाही. पण ह्या पायरीवर, त्यांनी अर्जुनाला त्या सृष्टीचे संचालक, नियंत्रक आणि साऱ्या यज्ञांचा अधिष्ठाता ह्याच्या बद्दल सूचक उल्लेख केला. तोच अर्जुनाची जिज्ञासा वाढून त्याने प्रभुंना प्रश्न केला.

अर्जुनाने ठरवले की आता अगदी खोलवर जाऊनच प्रभुंना सगळे विचारून, साऱ्या शंकांचे निरसन करून घ्यावे. तो म्हणाला, "हे वासुदेव नंदन, ब्रह्म काय आहे? अध्यात्म कशाला म्हणतात? कर्म काय असते? अधिभूत म्हणताय, ते काय आहे आणि अधिदैव ते काय?"

"आणि देहात कोण वास करून असतो? शिवाय संपूर्ण भक्तियुक्त झालेला पुरुष अंतकाळी तुला कसे जाणतात?"

हे मूलभूत प्रश्न घेऊन अर्जुन ह्याच्या विवरणाची याचना करू लागला. अर्जुनाला नेमके ठाऊक होते की तो कल्पवृक्षाच्या खाली उभा होता, त्यामुळे त्याला अनंत हस्ते इच्छित प्राप्तीची खात्री होती.

ह्या प्रश्नाने, भगवंत पुन्हा बोलते झाले.

श्रीकृष्ण म्हणाले, "जे अतिसूक्ष्म, परम अविनाशी, अक्षर आहे ते ब्रह्म. ह्या ब्रह्मातून उत्पत्ती सुरु झाली, तरीही ते विकाराला जाणत नाही आणि

पदार्थाचा विनाश झाला तरी नष्ट होत नाही. त्या ह्या ब्रह्माची जी सहज अखंड स्वरूपस्थिती आहे, तिला अध्यात्म असे नाव आहे."

मग ह्या निश्चल, निर्विकार परब्रह्मात उत्पत्ती करायचा खटाटोप तरी का? कोणता संकल्प त्याला कारणीभूत ठरला?

निर्विकल्प परब्रह्मला विश्वाच्या मूळसंकल्पाच्या प्रेरणेने त्या ब्रह्मांड बीजातून अंकुर फुटला, आणि एकामागे एक अगणित जीवांची निर्मिती होत गेली. तात्तरीय उपनिषदात म्हणाल्या प्रमाणे – 'एकोऽहं बहुस्याम्'- अशी सृष्टीची वाढ होत गेली.

प्रभू म्हणाले, "ह्या निश्चल, एकवचनी मात्र सर्वत्र पसरलेल्या परब्रम्हात ही चमत्कारिक बहुविविधता दिसून आली. कर्ता आणि कारण न दिसून सुद्धा ह्या अक्षर ब्रह्मापासून ही आकारमय भूतमात्रादी चराचर श्रुष्टी उत्पत्ती करणारा जो सृष्टिव्यापार चालतो, तो म्हणजे कर्म होय." प्रभू यावरती अतिशय गुह्य ज्ञानमय वृत्तांत सांगू लागले,

अधिभूतं क्षरो भावः पुरुषश्चाधिदैवतम् ।
अधियज्ञोऽहमेवात्र देहे देहभृतां वर ॥ ८-४ ॥

"उत्पत्ती-विनाश असलेले सर्व पदार्थ अधिभूत आहेत. हिरण्यमय पुरुष अधिदैव आहे आणि हे देहधाऱ्यांमध्ये श्रेष्ठ अर्जुना, या शरीरात मी वासुदेवच अंतर्यामी रूपाने अधियज्ञ आहे. हे नरश्रेष्ठा, अधिभूत म्हणजे नश्वर वस्तु, जीव हाच अधिदैवत, आणि या देहात (देहभावाचा उपशमन करणारा) अधियज्ञ मीच आहे."

"जे पंचमहाभूते एकत्र होऊन व्यक्त होते, पंचभूतांच्या संयोगानेच दिसते आणि त्यांचा वियोग झाला की नाश पावते, ते नश्वर शरीर, अधिभूत होय.

प्रकृतीने प्रदान केलेले भोग भोगणारा जीव तो अधिदैव समजावा. तो वस्तुतः परमात्माच आहे पण त्या पासून वेगळा झाल्याने संसाररूपी संतोष पावतो व कष्टी होतो. वास्तविक, माझ्या शुद्धतेला, अखंडतेला दूषित करणारे, अज्ञानाने वेगळेपणे जाणवणारे,- अधिभूत आणि अधिदैव. परंतु हे द्वैत संपले की मूळचे ऐक्य, ते अधियज्ञ. अर्थात, जो ह्या शरीरभावाचे उपशमन करतो, जो साऱ्या यज्ञाचा अधिष्ठाता आहे, तो मी, अधियज्ञ आहे. निखिल, संपूर्ण ज्ञान प्राप्त झाल्यावर, ज्ञाता ज्ञेयात संपूर्ण लय पावतो आणि फक्त ज्ञेय स्वरूप तेवढे शिल्लक राहते, तेच अधियज्ञ."

हे अगम्य तत्वज्ञान ऐकून माझे भान हरपून गेले. अर्जुन तर जवळ जवळ संमोहित झाला होता. प्रभू ओतत असलेले अमृताचे थेंब, पसा पसरवून प्राशन करण्याची पराकाष्टा करीत होता. पाण्याचा घडा पाण्यात बुडवून ठेवला तर तो पाण्याने भरलेला तर असतोच पण संपूर्ण पाण्याने व्यापून असतो. अशा स्तिथीत जर त्याचे तुकडे झाले तरी, ते सारे तुकडे देखील पाण्याने पूर्णपणे व्यापून असतात. अंत काळी ज्या ज्या वस्तूचे स्मरण करत मनुष्य देहाचा त्याग करतो, त्याला त्याला तो जाऊन मिळतो. मग माझ्या मनात आले की साहजिकच आहे, जो मनुष्य अंतकाळी देखील केवळ प्रभुंचेच स्मरण करीत शरीराचा त्याग करतो, तो प्रभुंच्याच स्वरूपाला, अधियज्ञाला प्राप्त होतो, याविषयी तिळमात्र शंका नाही. जिवंतपणी ज्याला भगवंताखेरीज शरीराची देखील तमा नव्हती, ती त्याला मारताना तरी काय असणार?

हे कारणे, सर्व प्रसंगी प्रभूंचे अखंड स्मरण करणे हेच किती हितकारी आहे !!! प्रभू हेच अर्जुनाला सांगू लागले. "मन आणि बुद्धीला माझ्या ठायी स्थिर केले, तर माझी प्राप्ती अटळ आहे. मग कोणतेही कर्म ह्याच भावनेतून झाले तरी तू माझे स्वरूपच होऊन राहशील."

हे सारे वैश्विक तत्वज्ञान सांगत असता, प्रभूंनी लीलया अर्जुनाला पुन्हा एकदा मूळ पदावर आणले. ह्या अभूतपूर्व संभाषणाचे मूळ कारण होते, अर्जुनाचे युद्धापासून परावृत्त होणे. त्या विषयाचा समेवर येऊन भगवंतांनी मोठ्या चातुर्याने अर्जुनाला पुन्हा युद्धाची जाणीव करून दिली. प्रभू म्हणाले, "एकदा का जो माझ्या स्वरूपाशी एकरूप होईल, मग त्या पश्चात देह नाहीसा झाला तरी तो मरत नाही. मग तूला युद्धाला कसे भय शिल्लक राहील? असे असता, तू ह्या युद्धाचे स्वधर्म करणेच हिताचे आहे."

अर्जुनाला हे पूर्ण पणे अनपेक्षित होते. इतका वेळ युद्धच्या विषयापासून तो पूर्णपणे दूर निघून गेला होता. हे सारे मनभावक तत्वज्ञान ऐकण्यात त्याला त्या युद्धाचाही विसर पडला होता. ज्या युद्धाच्या विचाराने त्याचे हृदय विदीर्ण झाले होते, त्याच्या विस्मरणात प्रभूंचे गुंतागुंतीचे निरूपण ऐकण्यात तो मुदित झाला होता. प्रभूंचे ते मधाळ बोलणेच त्याला प्रिय आणि आपलेसे वाटत होते. आणि मध्येच प्रभूंनी त्याला युद्धाचे समरण करवले. प्रभूंचे लक्ष्यच अमिट होते.

तरी, विषयांपासून मन परावृत्त करण्याच्या अभ्यासांती स्थिर झालेल्या व प्रभुंना अनन्यतेने जाणणाऱ्या चित्ताने सतत स्मरण करणारा मनुष्य प्रभूंची निश्चितपणे प्राप्ती करून घेतो. मग देह उरला की नाही ह्याची कोण काळजी करतो?

जो ज्ञानी ज्ञानाच्या इतिपर्यंत पोहोचतो, तो इंद्रियांच्या क्रियांपासून, विषयांपासून, निवृत्त होतो, तो त्या अक्षर प्रब्रह्मस्वरूपात स्थित असतो. ज्याचे वर्णन करून वेद देखील थकून जातात, त्या ब्रह्मस्वरूपात हा ज्ञानी इंद्रिय विषयांना नियमित करून योगावस्थेत राहतो. या अवस्थेत ॐ या एकाक्षरी ब्रह्माचा उच्चार करत प्रभूंचे स्मरण करत असता जो देहाचा त्याग करतो, त्याला अंत्यंत श्रेष्ठ गतीपेक्षा दुसरा ठाव नाही. परंतु अंतकाली

इंद्रिये निवृत्त होत असताना जेव्हा अंत समोर दिसू लागत असतो, तेव्हा त्या ॐकाराचे स्मरण कसे होईल हा स्वाभाविक प्रश्न उत्पन्न होतो.

प्रभू ह्यावर आश्वासित करून गेले की जे त्यांना अनन्य भावाने मिळालेले असतात, त्यांना हे विनासायास प्राप्त होते. ते म्हणाले, "जे अखंड माझ्याशी एकरूप होऊन अंत:करणाने मला मिळाले, ते मद्रूप होतात आणि माझ्या भक्तीत लीन होतात. इतकेच काय, अशा माझ्या प्रिय भक्तांना जिवंत पणी देखील त्या देहाचा पत्ता नसतो. देह जरी पडला तरी ते मीच होऊन राहतात. मग त्यांना जन्म, मृत्यू आणि पुनर्जन्म तो कैसा?

सर्वमान्य गणनेनुसार ब्रह्मदेवाचा एक दिवस म्हणजे एक सहस्त्र चतुर्युगे, इतका दीर्घकाळ होय. त्याची रात्र देखील तेवढ्याच कालखंडाची. त्याचा दिवस उजाडला की सर्व भुते अव्यक्तातून व्यक्त होतात आणि रात्रीचा प्रारंभ होताच पुन्हा अव्यक्तात विलीन होतात. ही चक्रीय व्यवस्था अखंड चालू असते. परंतु, अशी साम्यावस्था जिचा सर्व भुते नाहीशी झाली तरी निरास होत नाही, ती साऱ्याच्या परा आहे, अविनाशी आहे, तिस अक्षर म्हणून ओळखले जाते. ही अवस्था हेच परमलक्ष. ह्या स्थानाची प्राप्ती झाल्यावर, पुन्हा परतून येणे न लगे. तीच परम श्रेष्ठ गति.

दुधाचे दही झाले की ते दुग्धपण पुन्हा अनुभवास येत नाही, किंवा परिसाने लोखंडाचे एकदा सोने झाले की पुन्हा त्याचे लोहपण सिद्ध होत नाही, तसेच जे ह्या अनन्य भक्तीने भगवंतांच्या स्वरूपात विलीन झालेले असतात त्यांना पुन्हा त्यांच्या आधीच्या स्वरूपात ठाव नाही.

हे लक्षात घेता, या व्यतिरिक्त, मरणोत्तर भगवंतांचे परमधाम प्राप्त होणे ह्याचा कोणत्या विशिष्ठ काळाशी काही संबंध आहे का? अशा अनन्य भक्ताने शुद्ध, योग्य काळी देह ठेवला तर देह ठेवताक्षणीच तो परमधामी

पोहोचतो आणि अशुद्ध काळी देह ठेवला तर तो पुन्हा संसाराला येतो का? असा प्रश्न येतो न येतोच तो भगवंत सांगू लागले,

अग्निर्ज्योतिरहः शुक्लः षण्मासा उत्तरायणम् ।

तत्र प्रयाता गच्छन्ति ब्रह्म ब्रह्मविदो जनाः ।। ८-२४ ।।

धूमो रात्रिस्तथा कृष्णः षण्मासा दक्षिणायनम् ।

तत्र चान्द्रमसं ज्योतिर्योगी प्राप्य निवर्तते ।। ८-२५ ।।

अग्निमय, ज्योतिर्मय, प्रकाशमय शरीरावस्थेत, दिवसाच्या प्रहरी, शुक्लपक्षी आणि उत्तरायणातील सहा महिन्यांपैकी कोणत्याही एका मासी, ज्यांचे देहावसान होते, ते ब्रह्मवेत्ते ब्रह्मस्थितीला प्राप्त करतात. कालाचे येथपर्यंत सामर्थ्य आहे. उलटपक्षी, शरीराच्या धुम्रमय अग्निस्थितीत, रात्रीच्या प्रहरी, कृष्णपक्षी, दक्षिणायनात सहा महिन्यांपैकी कोणत्याही एका मासी ज्याचे देहावसान होते, तो योगी असल्या कारणाने तो चंद्रलोकापर्यंत जातो खरा परंतु नंतर तेथून तो माघारी फिरून पुन: मृत्युलोकात जन्म घेतो.

असे या अनादि कालापासून चालत असेलेले दोन मार्ग आहेत. त्यापैकी एक सरळ व एक अव्हांटा, आडमार्गाचा आहे. आपापल्या विवेक बुद्धीला स्मरून हिताकरताच योग्य-अयोग्य समजावे, नाहीतर जन्मभर ज्या हेतूने साधना केली, योगाभ्यास केला तो हेतुच व्यर्थ जाईल.

तथापि एका मार्गाने परमधाम प्राप्त होतो आणि दुसऱ्याने पुनर्जन्माला येणे होते. परंतु प्रारब्धाने अकस्मात काय प्राप्त होईल ह्याचा काय नेम? मरणकाळी ज्याला जो मार्ग वाट्यास येईल त्याला त्या मार्गाची गति मिळेल. मात्र, प्रभूंचा अनन्य भक्त जरी दोन्ही मार्ग जाणित असला तरी

त्याला कुठल्या एका मार्गाचा मोह होत नाही. एतदर्थ, प्रभूंच्या अनन्य भक्तीमध्ये युक्त होणे, योगसंपन्न होणे हेच परम साध्य होय.

प्रभूंनी अंतकाळी काळाचे योगदान सांगितले खरे, पण त्याच्या भ्रमात न राहता, जो योगी ह्या परम तत्वाला जाणून, सर्व कर्मफलांवर सुखेच्छेने पाणी सोडतो, त्यास परमधामाची प्राप्ती होते. कारण मूलतः स्वर्ग व संसार यांच्या मोहाने तो फसला जात नाही. ह्याहून देखील परमगोपनीय ज्ञान निरूपण्याचा प्रभूंनी अर्जुनाला इशारा दिला. प्रभूंच्या पोटात अजून किती खजिना होता आणि मला त्या खजिन्याच्या मदतीने किती सजवणार होते ह्याचा मला थांग पत्ता लागत नव्हता. पण नटत चालली असल्याने गर्वाने मात्र माझे उर फुगून चालले होते.

९

प्रभूंनी अंत्यंत गूढ ज्ञान ऐकणासाठी अर्जुनाला अवधान देण्याची सूचना केली. आता अजून खोलात जाऊन प्रभू काय काय निरोपणार आहेत ह्याची मला कमालीची ज्ञानेच्छा उत्पन्न झाली. अत्यंत गुह्य असे हे ब्रह्माचे विज्ञानमय ज्ञान सांगण्यास प्रभूंनी प्रारंभ केला. हे जाणल्याने प्राणी संसारिक दुःखांपासून मुक्त होतो. हे वर्म, जे त्यांच्या अंत:करणातील गुज आहे, ते पार्थाला पुन्हा सांगू लागले. मी मागे म्हणाले तसे अर्जुनावर प्रभूंचे सख्य तर होतेच परंतु त्याच्यावाचून त्यांना इतका सुयोग्य कोणी दिसला नाही ज्याला हे गुह्य ज्ञान प्रदान करता यावे आणि त्यामुळे ते ज्ञान त्याच्या पासून ते लपवून ठेऊ शकले नाहीत.

श्रीमुखातून ते ज्ञान उगवताना दिसले खरे, पण ते हृदयात नित्यसिद्धच असते. त्याची आपोआप अनुभूती येऊ लागते .

त्याची एकदा प्राप्ती झाली असता, न कमी होते न त्यात कोणता विकार उत्पन्न होतो. परंतु जसे गोचिडीला गायीचे गोड दूध सोडून रक्त पिणे श्रेयस्कर वाटते, बेडकाला सभोवतालाचे कमल आणि त्याच्या परीमलापेक्षा बाजूचा चिखलच प्रिय असतो, तसे ह्या ज्ञानधर्मावर श्रद्धा नसलेल्या अभाग्यांना कसली ती प्रभूंची ओढ? ते केवळ जन्म मृत्यूच्या मार्गवर ये-जा करीत असतात. सर्व व्यापी भगवंत म्हणाले,

मया ततमिदं सर्वं जगदव्यक्तमूर्तिना ।
मत्स्थानि सर्वभूतानि न चाहं तेष्ववस्थितः ।। ९-४ ।।

"अव्यक्त रूपाने हे सारे विश्व मी व्यापून आहे. सारा माझाच विस्तार आहे. दुधाचे पुढे जाऊन दही होते, ते दही दुधाचे अव्यक्त स्वरूप आहे. तसेच वृक्ष बीजाचे अव्यक्त स्वरूप आहे. पाण्यावर फेस भासमान असतो तशी ही सारी भुते माझ्यात भासतात. पण फेसात पाणी दिसते का? तसेच ही सारी भुते माझ्यामध्ये भासली तरी मी त्यांमध्ये नाही."

"कल्पना करून पहिले तर हे सर्व भुते माझ्या ठिकाणी आहेत हे म्हणणे देखील व्यर्थ आहे. कारण ती सर्व भुते मीच आहे. भ्रमाने केवळ निरनिराळी भासतात. वाऱ्याने समुद्राच्या पाण्याची लाट होते म्हणून ती लाट वेगळ्याने दिसते इतकेच. मुळातच तो समुद्रच असतो. सोन्याचे अलंकार वेगळेपणाने दिसतात ते सोनाराच्या कल्पना कलेमुळे, एरवी ते सोनेच असते. ही कल्पना जेव्हा संपते, तेव्हा फक्त शुद्ध स्वरूप ते शिल्लक राहते. मीच संपूर्ण विश्वासहीत विश्वाचा आत्मा आहे, आणि तो कल्पनेतील भुतांचा आश्रय. जसा की सूर्याला सूर्य प्रकाशापेक्षा निराळा करता येणार नाही, तसे सर्व भुते आणि मी एकच आहे."

"म्हणून भूतमात्रांचा भास हे कल्पनेच्या योगाने आहे. ही कल्पना नष्ट झाली की हा साऱ्या भुतांचा भ्रम देखील नष्ट होतो आणि कल्पना उत्पन्न झाली की तिच्याबरोबर उत्पन्न होतो. समजा विश्वाच्या मूळकल्पनेचे मुद्दलच जर नाहीसे झाले, तर भूतांचे असणे- नसणे हा व्यवहार चालेल तरी कसा? ही मूळ कल्पना माया होय. अरे! सर्व भूतादि प्राणिमात्रांना मायाच उत्पन्न करते व तीच त्यांचा नाश करते."

ते साक्षात जगदीश्वर पुढे सांगत होते, "कल्पांती माझ्या प्रकृतीत, अर्थात मूळ मायेत, सारी भुते लय होतात व पुन्हा दुसऱ्या कल्पाचे आरंभी मी त्यांना निर्माण करतो. ही प्रकृती दोन प्रकारची आहे, एक अष्टदा आहे, पंचभूते आणि मन, बुद्धी आणि अहंकार ह्यांनी युक्त अपरा प्रकृती आहे आणि दुसरी ती जीवरूपा, जगद्धात्रीणी परा प्रकृती. ही सर्व भूते महाकल्पाच्या अंती माझ्या या अव्यक्त परा प्रकृतीत ऐक्याला येतात."

प्रभूंमुळेच हि सृष्टी आणि भूतमात्रादि पुन्हा पुन्हा त्यांच्या कर्मानुसार व्यक्त होतात आणि प्रभूंमुळेच त्यांचा प्रलय होतो. परंतु हे चालवायला प्रभूंचे फक्त अधिष्ठान लागते, बाकी सर्व कर्तृत्व प्रकृती पाशी असते. पौर्णिमेच्या भेटीने समुद्रात अफाट भरती येते,परंतु त्याचे चंद्राला काही तरी कष्ट पडतात का? तसेच ज्या प्रकृतीचा प्रभू अंगीकार करून आहेत ती प्रकृती भूतसृष्टीला एकसारखी उत्पन्न करून राहते. स्वप्न घडण्यासाठी जशी झोप कारण आहे, तशी या सर्वही भूतसमुद्राची जननी ती प्रकृती आहे. हे सारे जरी प्रभूंमुळे घडत असले तरी प्रभू त्याचे कर्ते नाहीत.

मुळात कर्मांत अनासक्त व उदासीन असलेल्या परमात्म्यरूप प्रभुंना ती कर्मे बंधानकारक होतील तरी कशी? सर्व कर्मांची समाप्ति जर प्रभूंच्या स्वरूपी होते तर ती कर्मे त्यांना काय बांधणार? पर्वताच्या पोटात जे काही असेल त्यांच्यावर मुसळधार पावसाच्या धारांनी देखील परिणाम होत नाही, तसेच प्रकृतीचे कर्म प्रभुंना बांधू शकत नाही. ते स्वत: काही करीत नाहीत अथवा दुसऱ्याकडून काही करवीत नाही. पेटता दिवा उजेडाला कारण असतो आणि उजेड सर्व आजूबाजूच्या व्यापाराला कारण ठरतो. परंतु तो दिवा सभोतालच्या सर्वांमध्ये कोण कुठला व्यापार करीत आहे ह्याच्याशी अनभिज्ञ असतो. त्याप्रमाणे प्रभू सर्व भूतांमधे असून त्यांच्याकडून होणाऱ्या कर्मांपासून अल्पित असतात.

प्रभूंच्या आश्रयानेच प्रकृती, म्हणजे माया, आहे ती हे चराचर विश्व निर्माण करते. तिच्या अष्टदा प्रवुत्तीनेच हे जग पुन्हा पुन्हा उत्पन्न होते व नाश पावते. प्रभू केवळ हेतू आहेत असे समजावे. असा हा त्यांचा ऐश्वर्य योग्य.

ह्या उद्बोधनानंतर मला जणू काय दृष्टांतच मिळाला. प्रभूंच्या अंतरंगाची व्याख्याच माझ्या स्मृतीपटलावर येऊन नम्रपणे उभी झाली. स्वामींच्या परम भावाला न जाणणारे मूढ लोक मनुष्यशरीर धारण करणाऱ्या त्यांना 'मानवी शरीर धारण केलेला' सामान्य मनुष्य समजतात. त्यांचे मूळस्वरूप न जाणणारे मूढ, सर्व भूतांचा ईश्वर असलेल्या स्वामींचे अंगदोष शोधीत असतात. जे त्यांना त्या नाशवंत शरीरात पाहतात त्यांना त्यांचे खरे अविनाशी रूप कसे दिसेल? फेस पिऊन पाण्याची तृष्णा भागते काय? नामरहित स्वामींना विविध नावे सुद्धा देतात. निराकार परमात्मस्वरूप स्वामींना आकार देऊ पाहतात. पूजेचा उपचार अर्पण करतात. सर्वत्र व्यापून असणाऱ्या स्वामींना एका ठराविक ठिकाणी कल्पितात. एखादी मूर्ती बनवून ही मूर्ती म्हणजेच स्वामी परमेश्वर आहेत अशा समजुतीने तिची भक्ती करतात आणि दुर्दैवाने जर ती मूर्ती भंग पावली, तर त्यात ईश्वर शिल्लक नाही असे समजून तिची अर्चना थांबवतात. अशा विविध अज्ञानाने स्वामींच्या शुद्ध स्वरूपाच्या यथार्थ ज्ञानास झाकून घेतात.

ज्यांच्या उपासनेच्या फलांच्या इच्छा निष्फल असतात, त्यांची कर्मेच निष्फल असतात, ज्यांचे ज्ञान निरर्थक असते, त्या मनुष्यांनी राक्षसी व तामसी - कामक्रोधादिरूपी - अशा मोहिनी प्रकृतीचा अवलंब केलेला असतो. असे लोक म्हणजे आंधळयाच्या हाती मोती पडल्यासारखे निरूपयोगी असतात. अशा मूढ लोकांचे किती वर्णन करू? मीच श्रमून जाईन. भगवंतांनी आपले उद्बोधन पुढे सुरु ठेवले,

महात्मानस्तु मां पार्थ दैवीं प्रकृतिमाश्रिताः ।
भजन्त्यनन्यमनसो ज्ञात्वा भूतादिमव्ययम् ॥ ९-१३ ॥

ते म्हणाले, "हे पार्था, दैवी प्रकृतीचा आश्रय घेणारे महात्मे, भूतांचे आदीकारण, सनातन कारण व अविनाशी असे माझे अक्षरस्वरूप जाणून अनन्यतेने माझी निरंतर भक्ती करतात. ज्यांनी सर्व इंद्रियांचे ठिकाणी परमभक्तीचे अलंकार धारण केले आहेत व ज्यांचे चित्त मी जो सर्वव्यापक अशा संकल्पाने शांत स्थित आहे, ते सर्व माझेच स्वरूप आहेत असे जाणून माझी भक्ती करतात. ते दृढनिश्चयी भक्त सतत माझ्या नामाचे व गुणांचे कीर्तन करीत माझ्या प्राप्तीसाठी प्रयत्न करीत असतात. माझ्या नामघोषाने त्यांची दुःखे नाहीशी करतात व सर्व जगच ब्रह्मसुखाने कोंडवटून टाकतात."

"एखादे कापड ज्याप्रमाणे एका पदरापासून दुसऱ्या पदारापर्यंत एक सुती असते, त्याप्रमाणे सजीव व निर्जीव पदार्थात काही मनुष्य माझ्यावाचून ते इतर कोणी जाणत नाहीत. अगदी प्रजापती ब्रह्मदेवापासून किडा-चिलटापर्यंत जे काही सर्व आहे, ते माझे स्वरूप आहे हे जाणून जो पदार्थ नजरेपुढे येईल तो मीच आहे, असे समजून सरळ लोटांगण घालतात. याप्रमाणे ज्ञानयज्ञाने हवन करून, माझ्या स्वरूपात मिसळून माझी निरंतर उपासना करतात."

प्रभूंनी जे काही सांगितले त्याचे मला एक रोचक रूपक सुचले. ज्ञानयज्ञ करताना, जर 'मूळसंकल्प' हा पशू बांधावयाचा आधारस्तंभ असा समजला, तर सारी पंचमहाभूते मांडव बनून त्याचे निवास्थान असतात. तो बांधावायचा पशु म्हणजेच द्वैत, परमात्म्यापेक्षा मी वेगळा आहे हे द्वैत. ह्या यज्ञकर्माची साहित्यसामुग्री म्हणजे इंद्रिये, त्यांचे विषय; व अज्ञान हे तूप

आहे. अज्ञान रुपी तुपाची त्या यज्ञात आहुती दिली जाते. मन व बुद्धी या यज्ञकुंडात ज्ञानरूपी अग्नि असतो व शांत चित्त हे यज्ञाचे आसन होय. आणि यज्ञ करणारा तो जीव समजावा.

ह्या यज्ञकर्मात तो जीव अज्ञानाची आहुती देतो आणि परमात्मा ह्यांच्यामधील भेद नाहीसा करतो. तेव्हा तो यज्ञ करणारा ती सारी साधनसामग्री अर्पण करून वेगळेपणाने काही उरले असे समजत नाही. ह्या यज्ञकर्मात त्या पशूचा बळी दिला जातो, म्हणजे द्वैत संपुष्ठात येते. कारण, आत्मबुद्धीमुळे तो ही सर्व एकच आहेत अशी पूर्णपणे जाणून गेलेला असतो. अशा रीतिने सारे विश्वच एक आहे असे त्याला अनुभूती येते. मग जीव अशी वेगळी कल्पना कशी काय जाणवणार? शरीराचे अवयव जरी निरनिराळे असले तरी ते सर्व एकाच देहाचे असतात. त्याप्रमाणे ब्रह्मदेवापासून तो मुंगीपर्यंत सर्व ब्रह्मरूपच आहे असे ज्ञान त्याला प्राप्त होते.

म्हणून जरी विश्वात त्याच्या दृष्टीस भिन्न भिन्न पदार्थ पडले तरी त्याचे ज्ञान भेदरहित असते. ज्या ज्या ठिकाणी त्यांचे मन देखील जाते, तेथे तो ते परमेश्वर निजरूपच पाहतो. अशा योग्य ज्ञानयज्ञाने हवन करणारे प्रभूंची उपासना करतात.

प्रभू अत्यंत शांत स्वरात सांगू लागले, "तो क्रतू, म्हणजे यज्ञ, हाच मी आहे, तो मन बुद्धीयुक्त ज्ञानरूपी अग्नी, ती इंद्रियरूपी साधनसामग्री, तो पंचमहाभूतात्मक मांडव, हे सारे मीच आहे. मुळात वेदच मी आहे आणि तो जी कर्मे करावयास सांगतो तो यज्ञकर्म देखील मीच आहे."

"इतकेच नव्हे या जगाला धारण करणारा व कर्मफळ देणारा, त्याचा पिता-माता, पालनकर्ता, पितामह मी आहे. ज्या ॐकाराच्या पोटात अ, उ, म

अशी अक्षरे आहेत, ती उपजताच तिन्ही वेदांना घेऊन प्रगट झाली. तत्कारण, तिन्ही वेद देखील मीच आहे. याप्रमाणे वेदाची संपूर्ण परंपरा मीच आहे," भगवान श्रीकृष्ण म्हणाले.

"प्रकृतीचे परमधाम, सर्व सृष्टीचे भरण-पोषण करणारा, जगन्नाथ, सर्वसाक्षी, सर्वांचे निवासस्थान, शरण जाण्यास योग्य ठिकाण, विश्वाचा सुहृद, जगाची उत्पत्ति, प्रलय, स्थिति, निधान आणि विश्वाचे अविनाशी कारण हे सर्व मी आहे. माझ्या मुळे वेद बोलवतात, सूर्य प्रकाशित होतो, विश्वाची हालचाल होते, आणि विश्वाचे कार्य चालू असते. म्हणून एवढे समज हे युद्धवीरा, या त्रैलोक्याचे जीवन मीच आहे. सृष्टीच्या नाशाला व उत्पत्तीला जे कारण, ते मीच आहे", असा विश्वबोध प्रभूंनी अर्जुनाला अत्यंत ठामपणे निरोपीला.

प्रभुंची महती अशी की तेच उष्णता उत्पन्न करतात, तेच पर्जन्य थांबवतात, धरणी वर सोडतात, सत् व असत् सुद्धा साक्षात प्रभूच आहेत. मरणारे व मारणारे हे दोन्ही त्यांचीच रूपे आहेत असे खुशाल समजावे. याकरता मृत्यूने घेरलेले जे काही आहे ते देखील त्यांचेच रूप आणि न मरणारे जे अविनाश आहे ते ही त्यांचेच स्वरूप.

मला ओरडून ओरडून सांगावेसे वाटत होते, जेथे स्वामी नाहीत, अशी कोणती तरी जागा शिल्लक आहे का? परंतु भूमात्रादि प्राणी कसे कपाळकरंटे असतात पहा. माझ्या उत्पत्तिकर्त्याला सर्वव्यापी असूनही दे सहज पाहू नयेत? *प्रभू! सगळे तुम्हीच आहेत, तुम्ही सारे जाणता. साऱ्यांना जाणते का नाही करत?. ह्याच विचारांमध्ये मी गढून गेले होते.*

तिथे भगवंत पुढे सांगत होते, "तीन वेद जाणणारे, यज्ञामध्ये पाप नष्ट झालेले याज्ञिक हे यज्ञांनी माझे यजन करून स्वर्ग गतिची इच्छा करतात,

माझी आराधना करतात, पण स्वर्गातील दिव्य पदार्थांच्या भोगाची याचना करतात. पुण्याचे फल असा जो देवेंद्राचा स्वर्गलोक, तो प्राप्त करून ते मग त्या स्वर्गलोकी दिव्य असे देवांचे भोग भोगतात. माझी प्राप्ती करून न घेता स्वर्गाची प्राप्ती करून घेणे हा अज्ञानी लोकांचा भ्रमाने पुण्यमार्ग आहे. ज्ञानी लोकांसाठी हा मार्ग विघ्नघातकी व नाशक असतो. मुळात ते नरकाचे दुःखाची धास्ती घेऊन स्वर्गाला सुखाचे आंदण समजतात. म्हणून त्यांना स्वर्गप्राप्तीची भोळसट अभिलाषा उत्पन्न होते. वस्तुतः, निर्दोष असे जे त्रिकालाबाधित आनंदाचे परमधाम, ते माझे निरंतर स्वरूप आहे. परंतु अज्ञानाने आच्छादलेले पुरुष अशा रीतीने स्वर्गप्राप्तीचे साधन असणाऱ्या, तिन्ही वेदात सांगितलेल्या कर्मांचे यथासांग अनुष्ठान करून मात्र भोगांसाठी टिकतात व वारंवार ये-जा करीत असतात. ते त्या विशाल स्वर्गलोकाचा उपभोग घेऊन पुण्याई क्षीण झाल्यावर पुन्हा मृत्युलोकात येतात."

तथापि प्रभूंनी अत्यंत विश्वासाने पुनः आश्वस्त केले,

अनन्याश्चिन्तयन्तो मां ये जनाः पर्युपासते।
तेषां नित्याभियुक्तानां योगक्षेमं वहाम्यहम् ॥ ९-२२ ॥

"जे एकनिष्ठेने, अनन्यभावाने माझे निरंतर चिंतन करीत निष्काम भावाने मला भजतात, त्या माझे नित्य चिंतन करणाऱ्यांना योग (जे अप्राप्त आहे त्याची प्राप्ती) व क्षेम (जे प्राप्त आहे त्याचे संरक्षण) मी स्वतः प्राप्त करून देतो. ते त्यांच्या संबंधांच्या काळजीचे सारे ओझे, साऱ्या चिंता घेऊन, माझ्या ठाई येऊन थबकतात. ज्यांनी मला अंतःकरणपूर्वक भजले त्यांच्यासाठी काहीही करणे माझे कर्तव्यच आहे. ज्या हेतूने ते माझी

आराधना करतात, तो तो हेतू मी साध्य करवतो, आणि जे प्रदान केले असेल त्याचे रक्षण देखील मीच करतो."

"जे सकाम भक्त श्रद्धेने इतर देवांची पूजा करतात असे समजतात, ते वस्तुतः माझीच पूजा करतात. परंतु त्यांचे ते पूजन अज्ञानपूर्वक असते. ते अग्नये, इंद्राय, सूर्याय, सोमाय स्वाहा असे काहीसे म्हणून यज्ञ करतात. परंतु वस्तुतः त्यांनी श्रद्धा भावनेने केलेली अर्चना माझीच होत असते. कारण की ह्या सर्व रूपांनी मीच एक आहे. वृक्षाच्या वृद्धीसाठी मुळांनाच पाणी घालणे सुयोग्य नाही का? पण फुलांना पाणी घालून त्या झाडाची वाढ होणार का? सर्व यज्ञांचा मीच भोक्ता आणि स्वामी आहे. परंतु माझे मूळ स्वरुप मनुष्य जाणत नाहीत. ते इतरत्र भजत असतात आणि म्हणून त्यांचे पतन होते."

अहो, असे आहे की भक्त ज्याची इच्छा मनात करतात त्या लोकाला प्राप्त होतात. ईश्वरी उपासना, अर्चना करणारे देवांना मिळतात. पितरांची उपासना करणारे पितरांना जाऊन मिळतात. भूतांची पूजा करणारे भूतांना प्राप्त होतात आणि जे भगवंतांची अभिलाषा ठेवून भक्तीपूजन करतात ते थेट त्यांनाच एकरूप होऊन राहतात. अशा भक्तांना पुनर्जन्म नाही. ज्या भक्तांचे मरणापूर्वीच भगवंतांच्या स्वरूपाशी ऐक्य झाले असेल, त्यांना मग मरणान्ती इतर अन्य गती कशी काय लाभेल?

निस्सीम भक्तिभावाने साधे झाडाचे पान, फळ, फूल अथवा पाणी सुद्धा जो प्रभुंना अर्पण करतो, त्या शुद्धचित्त मनुष्याचे भक्तिपूर्वक आणलेले काहीही ते लीलया सेवन करतात. भक्तांच्या थेंबभर पाण्याने देखील संतुष्ट होतात. दोन्ही हात पुढे करून भक्ताने शुद्ध चित्ताने सर्वस्व समजून अर्पण केलेले काहीही भगवंत अगदी हसत मुखाने सेवन करतात. अहो महाराज, भगवंतांनी सुदाम्याने आणलेली पोह्याच्या पुरचुंडीची गाठ सुद्धा पाहताच

क्षणी स्वतःच्या हाताने सोडून त्यातील पोहे फस्त नाही का केले? खरं म्हणजे, ही सारी पाने, फुले, पाणी सारी भौतिक सामग्री होय. शुद्ध भक्तितत्व हेच प्रभुंना अभिप्रेत आहे. येथ पुढे प्रभू अगदी आर्जवाने अर्जुनाला सांगू लागले,

यत्करोषि यदश्नासि यज्जुहोषि ददासि यत् ।

यत्तपस्यसि कौन्तेय तत्कुरुष्व मदर्पणम् ।। ९-२७ ।।

"तू; जे कर्म तुझ्याकडून स्वभावत: घडेल, जे काही खाशील, ज्याचे यजन करशील, दान करशील आणि जे तप करशील, ते सर्व मला अर्पण कर. कर्ताभाव टाकून केवळ माझ्या साठी करतो आहेस ह्या समजुतीने कर. मग कर्मबंधनातून मुक्ती निश्चित समज. ह्या उपरांत माझे परमधाम हेच तुझे निवासाचे स्थान. अग्निकुंडामध्ये एखादे बीज अर्पण झाले, तरी ते त्याची अंकुर उत्पन्न होण्याच्या योग्यतेचा समूळ नाश करून, तो कर्ता भाव त्या अग्नित समर्पित करते. सर्व मलाच समर्पित केले तर जन्ममरण कसले, आणि पुन्हा जन्म नाहीसा झाल्याबरोबर जन्मानंतर येणारे भोग, कष्ट तरी कोणते?"

"मी सर्व भूतमात्रांमध्ये समभावाने व्यापून आहे. मला न कोणी प्रिय, न अप्रिय न कोणी परका. परंतु जे भक्त मला प्रेमाने भजतात, ते माझ्या मध्ये स्थित असतात, आणि मीही त्यांच्यात प्रत्यक्षपणे असतो. एवढेच काय, जर एखादा अत्यंत दुराचारी देखील अनन्यभावाने माझी भक्ती करेल, तरी तो साधूच समजावा कारण माझ्या भक्ती परी दुसरे अन्य नाही, अशा योग्य निश्चयाला तो पोहोचलेला असतो."

असा दुराचारी देखील कालांतराने सदाचारी बनून राहतो, त्याला परम शांती प्राप्त होते. हे मनुजा, भगवंताच्या भक्ताचे कधीही पतन होत नाही.

हे माझे अनुभवाचे बोल समज. मग तो कुठल्याही कुळातला असे ना. कुठल्याही वर्णाचा का असे ना. स्त्री - पुरुष कोणीही. तो परम गतीलाच प्राप्त होतो.

मग पुण्यशील तसेच राजर्षी भागवतांना शरण येऊन परम गतीला प्राप्त होतात, त्यात नवल ते काय? अनित्य व सुखहीन असा हा मृत्युलोक तुम्हा प्राप्त झाला असता त्यातून मुक्त होण्याकरता केवळ भगवंतांच्या भक्ती मध्ये समाविष्ट होणे हेच श्रेष्ठ. तहान भूक हरपून अर्जुन प्रभूंची मधुर वाणी आणि हे साक्षात ब्रह्मज्ञान ऐकत होता. त्याच्या सर्वांगावर रोमांच उभे राहिले होते. श्री भगवंत आता त्यांच्या ऐश्वर्याचे विभूती योग निरोपण्यास सज्ज झाले होते.

१०

जगद्गुरू स्वामींना माझा सहृदय नमस्कार. त्यांच्या कृपेने मी ह्या विश्वविद्येची सम्राज्ञी बनले, जे सर्व शास्त्रांचे निधान स्थान झाले आहे. माझ्या धमनीतून अनेक वैश्विक विचारांची कल्प - लता उत्पन्न झाली आहे. माझी काया, मन, बुद्धी सर्व त्या योगेश्वरीची निर्मिती होय. त्यांनी मला ह्या अर्थरूपी अथांग महासागराचे कायमस्वरूपी महाद्वार करून सोडले आहे.

मला ह्या क्षणी चटकन पाठीला डोळे फुटले आणि माझी आतापर्यंत लीलया घडलेली संरचना मला आठवून गेली. सर्वप्रथम माझ्या माध्यमे प्रभूंनी अर्जुनाच्या विषादाचे शमन-दमन केलेले जनमानसात पोचले, मग अर्जुनाच्या निमित्ताने साऱ्या विश्वाला निष्काम कर्मयोगाबद्दल जागरूक केले गेले, ज्ञानयोग व भक्तियोग ह्यामधील भेद आणि साम्य स्पष्ट झाले, कर्मयोग आणि कर्मसंन्यास योग कसे अवियोज्य आहेत त्याचा साक्षात्कार करवला गेला, आसनापासून प्रारंभ करून स्वरुपस्थिती पर्यंत स्पष्ट तऱ्हेने योगाचे तत्त्व आणि महत्व समजले गेले. योगसिद्ध झालेल्याची लक्षणे आणि स्थिती सुद्धा विस्तारून मनुष्यप्राण्यापर्यंत पोहोचली गेली. प्रकृतीची दोन रूपे आणि चार प्रकारचे भक्त कसे व कोणते हे ही ज्ञान प्रदान झाले. द्वंदवमोह उत्पन्न होऊन होणारी भक्ताची क्षती आणि तिचे निवारण सुद्धा विचारशील पद्धतीने मांडले गेले. माझ्या सारख्या अव्यक्त आणि स्वतःचे अस्तित्व देखील नसलेल्या निर्मितीचा आधार घेत अक्षर

ब्रह्म आणि त्यातील गुह्यातील गुह्य ज्ञान देखील सर्वांना खुले केले गेले. एकच एक ब्रह्मरसाचे वर्णन माझे तत्व – '**गीतातत्त्व**' म्हणून युगायुगात विख्यात झाले.

मी प्रभूंशी आता इतकी समरस झाले होते, की आता त्यांच्या मनात काय चालू आहे आणि ते काय सांगू पाहणार आहेत हे मला त्यांच्या बरोबरच कळून जाते. अहो, मी त्यांच्या विचारांची आणि शब्दांची व्यक्त आवृत्तीच नाही का?

इथपुढे, प्रभूंकडून माझ्या माध्यमातून विशेष व सामान्य विभूती विस्तार वर्णनाने सांगितल्या जातील. अर्जुन, संजय आणि त्या योगाने धृतराष्ट्रा बरोबर तुम्ही मंडळी सुद्धा त्याकडे कान देऊन ऐका.

प्रभूंची लीलेने प्रकट झालेली उत्पत्ती न देव जाणतात न महर्षी. कारण तेच सर्व प्रकारे देवांचे व महर्षींचे सनातन कारण आहेत. ह्या स्वरूपाचे वेद देखील वर्णन करून थकले. माझे स्वामी कोण आहेत, केवढे आहेत, कोणापासून व केव्हा उत्पन्न झाले आहेत, या गोष्टीचा निर्णय करण्यात किती एक युगे निघून गेली असतील ह्याचा नेम देखील नाही. मायेचा आधार घेऊन त्यांचे स्वरूप जाणण्याचा कोणी एकाने प्रयत्न केलाच तर त्याचे सारे कयास लटके पडतात हीच त्याला अनुभूती येते. पोटातील गर्भ आपल्या आईचे रूप, वय, नाते कसे ओळखू शकेल? प्रभू बोलू लागले,

यो मामजमनादिं च वेत्ति लोकमहेश्वरम् ।
असंमूढः स मर्त्येषु सर्वपापैः प्रमुच्यते ॥ १०-३ ॥

"जो मला जन्मरहित, अनादि आणि सर्व लोकांचा महान ईश्वर असे जाणतो, तो मानवांमधे ज्ञानी आहे व तो सर्व पापांपासून मुक्त होतो. मी

आरंभाच्या परा अनादि आहे व सर्व लोकांचा परम ईश्वर आहे. अशा या प्रकारे मला जो पुरुष जाणतो, तो माझाच श्रेष्ठ असा अंश आहे असे खुशाल समजा.”

“बुद्धी, यथार्थ ज्ञान, असंमोह, विवेकाने बघण्याची प्रवृत्ती, क्षमाशीलता, सत्य, दम अर्थात इंद्रियनिग्रह, शम अर्थात मनोनिग्रह, सुख-दुःख, उत्पत्ति-प्रलय, भय-अभय, अहिंसा, समता, संतोष, तप, दान, कीर्ती-अपकीर्ती, असे हे भूतांचे अनेक प्रकारचे भाव माझ्यापासूनच उत्पन्न होतात.”

भगवंत त्यानंतर ह्या सृष्टीचे पालनकर्ते आणि त्यांच्या पासून उत्पन्न होणारे सर्व जीव असे आणखी अकरा विकार भाव विस्तारून पार्थाला सांगू लागले.

मद्भावा सप्त पूर्वे चत्वारी मनवस्तथा।

मद्भषवा मानसा जाता येषां लोक इमाः प्रजाः॥ १०-६ ॥

“प्राचीन कश्यपादि सात महर्षी, तसेच चार सनकादिक मनु हे माझे भाव, माझ्या संकल्पातून उत्पन्न झाले आहेत. ही सर्व प्रजा त्यांची सृष्टी आहे.”

हे कथन मला काव्यात स्फुरले आहे, तेच तुम्हाला सांगते. अवधान देऊन ऐका मंडळी.

प्रभूंच्या विभूती, सांगते ऐका काव्यात

ऋषींमध्ये श्रेष्ठ सात, पराक्रमी प्रख्यात

चौदा मनु स्वयंभू, त्यातील मूळ चार

अकरा मिळून घडवी श्रुष्टीची घडामोड पार

तेव्हा नव्हती काही व्यवस्था, न काही मांड

महाभूते देखील नव्हती कराया कर्मकांड

ते अकरा राजे नेमे दिशांचे स्वामी आठ

आठही पुढे योजे सृष्टी प्रजेची दाट

हा प्रभूंचाच विस्तार, प्रभूंचीच स्वकृती

तेच मूळ बीज, पुढे वृक्ष त्या बीजाची आकृती

जो जाणील हे, ह्या योगाने जो युक्त

तोच प्रभूंचा अनन्य, असीम असा भक्त.

ह्यांच्या योगाने हे सारे विश्व व्यापून टाकले आहे. प्रभुंनी या पूर्वी सांगितल्याप्रमाणे, ब्रह्मदेवापासून प्रारंभ करून जीवाणु-कीटकापर्यंत प्रभूंवाचून दुसरी गोष्टच नाही. प्रभू त्यांच्या विभूती आणि त्या विभूतींनी व्यापलेले सर्व जीव हे सर्व एकच आहेत असे ऐक्याच्या भावनेने जो हे जाणतो त्याला भेद तो कसला?

त्रिविक्रम भगवंत पुढे सांगू लागले, "मी सर्व विश्वाचे आदिकरण आहे आणि माझ्यामुळेच सर्व क्रियाशील आहे. हे ज्ञान होऊन, प्रेमाने युक्त असे ज्ञानी भक्त मज भजतात. लाटांच्या अगणित, अनादि परंपरेचा जन्म

मूलतः पाण्यातच होतो व त्या लाटांना आश्रय देखील पाणीच असते. त्यांचे अस्तित्व देखील त्या पाण्यावरच अवलंबून असते. मी त्या पाण्यासाखा आहे. जो जो प्राणी दिसेल तो प्रत्यक्ष मी, परमात्माच आहे असे खुशाल समजा. हाच माझा विभूतियोग आहे."

"जे मद्रूप झाले आहेत, आणि माझ्यातच प्राणांना अर्पण करून माझ्या योगाने तृप्त झाले आहेत, ते परस्परांत माझ्या प्रभावाचा बोध करीत, तसेच गुण व प्रभावासह माझे वर्णन करीत निरंतर संतुष्ट होतात, ते माझ्यातच सतत संतोषाने रममाण असतात."

हे साध्य करण्यास, भगवंताठायी सतत युक्त असलेल्या व प्रीतीपूर्वक त्यांची भक्ति कारण्याऱ्यांना ते लीलया ज्ञान प्राप्त होण्यास अशा प्रकारची बुद्धी प्रदान करतात जेणेकरून ही मंडळी त्यांना युक्त होतील. जसे भक्ताला भक्तीची ओढ, तशी प्रभुंना देखील एकनिष्ठतेची आस. त्या प्रेमाचे, भक्तीचे उत्तरदायित्व म्हणून प्रभूंचे हे कर्तव्यच बनून जाते. मग केवळ त्यांच्यावर अनुग्रह करण्यासाठी, त्यांच्या अंतःकरणात वास करणारे स्वामी त्यांच्या अज्ञानाने उत्पन्न झालेला मोहरूपी अंधकारचा तेजस्वी प्रकाशमय ज्ञानरूप दिव्याने, केवळ त्यांच्या अस्तित्वाने, नाश करून टाकतात.

हे सारे ऐकून अर्जुन कमालीचा भारावून गेला. त्याला नारद, असित, देवल, महर्षी व्यास, प्रभूंबद्दल (परमात्म्याबद्दल) जे काही सांगून गेले होते त्याचे स्मरण झाले. ते सर्व देखील हेच सांगून गेले होते की भगवंत साऱ्या विश्वाचे कर्ते, पालन कर्ते परम ब्रह्म, परम धाम, परम सत्य आणि परम पवित्र आहेत. हे देखील सर्व ऋषिगण सांगून गेले होते की भगवंत हे सनातन, दिव्य पुरुष, परम देव, अजन्मा आणि सर्वव्यापी आहेत. त्यावेळी ते मर्म त्याच्या ध्यानी आले नव्हते. ह्या जाणिवेने तो अंमळ खजील झाला.

'तुझे मूळ स्वरूप मज पर्यंत अनेकांनी पोहोचवले परंतु मी अभागा निजलेलाच राहिलो' अर्जुनाच्या मनात विचार उत्पन्न झाला.

मग काहीतरी सबब म्हणून त्याच्या मनात विचार आला की अंधांच्या गावी, इतर ज्ञानी लोकांनी नुसते वर्णन करून त्यांना सूर्य कसा दिसणार? साक्षात सूर्य स्वत: प्रगट झाल्या खेरीज त्यांना त्याच्या उष्णतेची जाणीव कशी होणार? त्याखेरीज त्यांना सूर्याच्या प्रतिभेची अनुभूती येणार कोठून? आणि आज साक्षात भगवंतांनी त्याला सदेह समक्ष येऊन आपल्या प्रतिभेचा हा दृष्टांत दिला. त्याच्या उत्साहाला आणि आनंदाला सीमाच राहिली नाही.

अर्जुन उद्गारला, "या पूर्वी थोर ऋषी महर्षींनी तुझी थोरवी मला निरोपिली होती, पण आज साक्षात तुझ्या सूर्य किरणांनी मी न्हाऊन निघालो आणि माझे अज्ञान पूर्णपणे दूर झाले. माझी पूर्वपुण्याई थोर की मला तुझ्यासारखा योग्य गुरु जोडून दिला गेला आहे. मी हे देखील समजून चुकलो आहे की देव अथवा दैत्य यांच्या बुद्धींना तू प्राप्त होण्यासारखा नाहीस. आकाशालाच त्याचा विस्तार जाणवू शकतो अथवा पृथ्वीलाच तिची घनता समजू शकते. तसा केवळ तू स्वत:च यथार्थ रूपाने स्वत:ला जाणू शकतोस. आणि ते ज्ञान इतर कोणा सांगण्यास देखील तू एकटाच समर्थ आहेस. खरंतर, माझी तुझ्या समोर देखील उभे राहणायची योग्यता नाही. हा तुझा मोठेपणा की तू मला ह्या अद्भुत संभाषणात सामावून घेतलेस. ज्या विभूतींनी तू या सर्व विश्वातील जीव प्राण्यांना व्यापून आहेस, त्या आपल्या दिव्य विभूती, तो ऐश्वर्य योग मला सांगण्यास केवळ तूच पूर्णत्वाने समर्थ आहेस. असे परम ज्ञान प्रदान करून मला तृप्त कर."

अर्जुनाचे हे निवेदन ऐकून प्रभूंनी डोळे मिटून घेतले. प्रिय शिष्याची याचना त्यांना कुठेतरी उत्तेजित करून गेली. मला माझ्या हृदयात विलक्षण स्पंदने

जाणवू लागली. प्रभू त्यांचा विभूती विस्तार प्रकट करायला सज्ज झाले होते ह्याची नांदी मला माझ्या हृदयातील स्पंदनात जाणवू लागली. प्रभूंचे निरंतर चिंतन करीत, त्यांना कोणत्या भावांमध्ये जाणता येते हे ते त्यांच्या परम प्रिय शिष्यास सांगण्यास तत्परने बोलू लागले.

प्रभूंच्या विशाल वाणीतून दिव्यगर्जना सुरु झाली. त्रिलोकातील देव देवता ह्या भीषण गर्जनेने सजग आणि उन्मुख झाले. ह्यानंतर जे काही प्रभूंनी निरोपिले त्याचे अर्जुन, संजय ह्यांबरोबर मी साक्षी भावाने ग्रहण करून आत्मसुख प्राप्त केले. आणि प्रभूंच्या मुखातून मूर्तिमंत नादब्रह्माचा गजर होऊ लागला.

हन्त ते कथयिष्यामि दिव्या ह्यात्मविभूतयः ।
प्राधान्यतः कुरुश्रेष्ठ नास्त्यन्तो विस्तरस्य मे ॥ १०-१९ ॥

"तर कान देऊन एक, श्रेष्ठकुरु कुंतीपुत्रा, ज्या माझ्या दिव्य विभूती आहेत, अगणित आहेत, त्यातील मुख्य ठळक अशा तुला सांगतो. मुळात माझ्या ऐश्वर्य विस्ताराला अंत नाही. शरीरावरची लव जशी मोजणे शक्य नाही तशा माझ्या विभूती अमाप आहेत. म्हणून केवळ स्मरण होतील त्यांचे कथन तुला करीत आहे. ह्या ठराविक जाणल्यास की इतर साऱ्या जाणल्यासारखेच आहे."

"सर्वप्रथम, हे निश्चयाने जाणून घे की सर्व भूतांच्या अंतः करणामधे असलेला आत्मा आहे तो मीच आहे. मीच सर्व भूतांचा आदि, मध्य व अंतही आहे. त्यांना आत बाहेर पूर्ण पणे व्यापून असणारा मीच आहे. सर्व जीवप्राण्यांच्या उत्पत्तीला, वास्तव्याला आणि अंताला मीच आश्रयधाम आहे. हे बहुतत्त्व आणि व्यापकत्व हाच माझा विभूतियोग."

"अदितीच्या बारा पुत्रांपैकी विष्णू मी आणि ज्योतिर्मय किरणांनी युक्त सूर्य मी आहे. मरुद्गणांच्या एकुणपन्नास प्रकारात मरीची ही माझी विभूती आहे. नक्षत्रांचा अधिपती शशीधर मीच आहे.''

"वेदांमधे सामवेद मी आहे, देवांमधे इंद्रदेव मी आहे, इंद्रियांमधे मन मी आहे, भूतांमधील जीवनशक्ती चेतना मी आहे. अकरा रुद्रांमधे शंकर माझी विभूती, यक्षराक्षसांमधे धनाचा स्वामी कुबेर मी आहे, अष्ट वसूंमधे अग्नि माझी विभूती आहे व पर्वतांमधे मेरु देखील मीच आहे.''

"पुरोहितांमधील प्रमुख जो बृहस्पति, तो मी आहे असे जाण. त्रिभुवन सेनानायकांमधे स्कंद - कार्तिकेय मी आहे, जलाशयांमधे सागर मी आहे.''

"महर्षींमध्ये भृगू माझी विभूती समज. चतुर्विध वाणीमधे एकाक्षर ॐ मी आहे. सर्व प्रकारच्या यज्ञांमध्ये जपयज्ञ मीच. स्थावर पदार्थांमध्ये हिमालय पर्वत मी आहे.''

"कल्पवृक्ष, पारिजात, चंदन, अशी किती तरी गुणी वृक्षे आहेत, असे असून देखील ह्या साऱ्या वृक्षांमधे श्रेष्ठ तो पिंपळ वृक्ष, तोही माझीच विभूती आहे.''

"देवर्षींमधे नारद, गंधर्वांमधे चित्ररथगंधर्व, सिद्धांमध्ये कपिलाचार्य महामुनी, ह्या साऱ्या माझ्याच विभूती आहेत.''

"घोड्यांमध्ये मंथन केल्यावर अमृताबरोबर उत्पन्न झालेला अश्वराज उच्चैःश्रवा, श्रेष्ठ हत्तींमध्ये राजभूषण ऐरावत हत्ती आणि मनुष्यांमध्ये नृपती मीच आहे.''

"मी आयुधांमध्ये शंभर यज्ञ करून प्राप्त झालेल्या इंद्राच्या हातातील वज्र आणि गाईंमध्ये कामधेनू आहे. शास्त्रोक्त रीतीने प्रजोत्पत्तीचे कारण कामदेव माझीच विभूती आहे आणि सर्पांमध्ये सर्पराज वासुकी मी आहे."

"नागांमधे अनंत नामक नाग मी आहे, जलवासी प्राण्यांमधे वरुण मी आहे, पितरांमधे अर्यमा नावाची पितृदेवता मी आहे, नियमन करणारांमधे मृत्यूचा नियंत्रा यमराज मीच आहे."

"दैत्यांपैकी प्रल्हाद मी आहे, दमन करणाऱ्यात महाकाळ तो मी आहे, पशूंमधे सिंह मी आहे, पक्ष्यांमधे गरुडराज मी आहे. *उगाच का तो मला पाठीवर धारण करून विहार करतो?"*

"एका उड्डाणात सातही समुद्रांना जो प्रदक्षिणा करतो, पृथ्वीची प्रदक्षिणा एक क्षणात करू शकणारा सर्वात वेगवान असा वायू मी आहे, त्रेतायुगात कार्मुकच्या साथीने ज्याने धर्माचा कैवार संस्थापित केला, तो शस्त्रधारी रघुकुलनंदन श्रीराम मी आहे, जलचरांमधे शेपूट असलेला मकर ही माझी विभूती आहे, आणि जह्नु नावाच्या ऋषीमुळे उत्पन्न झालेली तिन्ही लोकात एक असलेली जाह्नवी नावाची जी नदी, ती सर्व जलप्रवाहांप्रमाणे माझी विभूती आहे."

"अशा प्रकाराने जगातील वेगवेगळ्या विभूतींची एक एक नावे घेऊ लागलो तर पूर्ण आयुष्य खर्ची पाडून देखील निम्म्या अधिक विभूतींचा उल्लेख देखील करता येणार नाही. म्हणून हे पक्के समज की सर्व सृष्ट वस्तूंचा आदि, अंत व मध्य मी आहे. विद्यांमधे अध्यात्मविद्या मी आहे आणि वादविवाद करणाऱ्यांचा वाद मी आहे."

“द्युतासारख्या छलकारक कारस्थानांमधे मी आहे, तेजस्व्यांमधील तेज मी आहे, विजय सिद्धी मी आहे, निश्चयी लोकांचा निश्चय, साहस, उद्यम मी आहे, सत्वगुणसंपन्नांमधे जे सत्व आहे, ते मी आहे.”

“जो देवकी-वसुदेवा पोटी जन्मास आला, योगमाया नावाच्या यशोदेच्या मुलीच्या बदलात गोकुळात नांदला, ज्याने पूतना राक्षसीचे तिच्या प्राणांसह शोषण केले, कंसाचा वध केला, तो श्रीकृष्ण मी आहे, सोमवंशतील पांडवांमधे धनंजय मी आहे, मुनींमधे व्यासमुनी मी आहे, कवींमधे शुक्राचार्य मी आहे.”

“दंड करणाऱ्यांचा दंड म्हणजे दमन करण्याची शक्ती, दंड मी आहे, विजयाची इच्छा करणाऱ्यांची नीती, त्याचे शास्त्र मीच आहे. गुह्य ठेवण्यासारख्या भावांचा रक्षक जे मौन, ज्या पुढे साक्षात ब्राह्मदेव सुद्धा नेणता होतो, ते मौन माझीच विभूती आहे. सर्व जीवांचे जे सम नियमन करते ते शासन आणि ज्ञानवानांचे तत्त्वज्ञान मीच आहे.”

“जे सर्व भूतांच्या उत्पत्तीचे कारण तेही मीच आहे. चराचरातील एकही भूत नाही की, जे माझ्याशिवाय उत्पन्न झाले असेल. माझ्या दिव्य विभूतींचा अंत नाही. विभूतींचा विस्तार तर मी केवळ सूचक पणे सांगितला आहे असे समज. पावसाच्या धारांची वा लाटांची गणती करता येईल का? तशाच माझ्या विभूती. ह्यातील केवळ पंचाहत्तर एक विभूती तुला सांगून गेलो. पण जे जे ऐश्वर्य, सुंदर, तेजस्वी, उदारयुक्त वर्णन करू शकू, त्या साऱ्या माझ्याच विभूती आहेत. किती त्या सांगू आणि किती ऐकणार? थोडक्यात सांगतो मी अंशाअंशाने हे सर्व विश्व व्यापून राहिलो आहे, त्या विश्वाची सारी अंगे माझी अंगभूत विभूती आहेत. संपूर्ण विश्व मीच आहे, म्हणून या विश्वात एक सामान्य व विशेष अशी निवड करणे तरी शक्य आहे का? वाऱ्याला तरी उजवे - डावे अंग असते का? ”

इतक्या विविध रूपांनी, पदार्थांनी, भावांचा आधार घेत प्रभूंनी त्यांची विभूती रूपे दाखवली. त्या रूप वर्णन सोहळ्याला अंतच नाही. तरी माझ्या मनात आले की प्रभूंनी निरोपताना भेदाने स्वतःला दांडगे काय, छल काय, मृत्यू काय, आणि काय काय म्हणून संबोधित केले. सद्गुरू स्वामींपुढे कुठलाच भेद नाही. तथापि, हा विभूतींचा अनुभव मिळाल्यावर मला एक अचाट, विराट इच्छा उत्पन्न झाली. माझ्या बुद्धीने उचल घेतली. या वर्णनांती, जर हे सारे स्वरूप प्रत्यक्ष पाहता आले तर, आजन्माची धन्य होईन असे माझ्या मनात आले.

तत्क्षणी, तो परमात्मा परमेश्वर तथास्तु म्हणून गेला. माझे डोळे अंतःकरणात शिरून त्या स्वर्ण घडीची वाट पाहू लागले.

११

अद्भुत रसाने युक्त एक विश्वसोहळा घडणार ह्या कल्पनेने माझ्या अंगावर रोमांच उभे राहिले. प्रभूंच्या ऐश्वर्य योगाचा अनुभव म्हणजे शांत आणि अद्भुत रसाचा संगम. पुण्य प्रयागला जसे गंगा, यमुना आणि सरस्वतीचा संगम घडतो, तसेच या दोन रसांचा, माझ्या सह त्रिवेणी संगम घडला. ह्यात गुप्त सरस्वती सारखी मी त्या अभूतपूर्व संगमात समाविष्ट झाले.

त्या रसभावाने प्रभूंचा देखणा ऐश्वर्य योग त्यांच्या विभूतींच्या महिरपीत सजून गेला होता. परंतु, अंबरीषासाठी देहवास देखील धारण करणाऱ्या जगदीश्वराने त्याला देखील जे रूप प्रत्यक्ष दाखवले नाही ते तो आपल्या परम सखा अर्जुनाला प्रतिपादन करेल? जे रूप, की ते बघताच साऱ्या प्रापंचिक विषयांवर तात्काळ तिलोदक सोडले जावे. पण अर्जुन महाभाग्यशाली दैववान पुरुषांचा राजा. त्याच्या पुण्यकर्म अवस्थेने त्याला ही संधी प्राप्त होणार होती. त्यामुळे आता येथे अवधान देणेच हिताचे होते. आणि अगदी तसेच घडावे म्हणून अर्जुनाच्या मुखातून याचनादि शब्द बाहेर आले.

मदनुग्रहाय परमं गुह्यमध्यात्मसञ्ज्ञितम् ।
यत्त्वयोक्तं वचस्तेन मोहोऽयं विगतो मम ।। ११-१ ।।

भवाप्ययौ हि भूतानां श्रुतौ विस्तरशो मया ।
त्वत्तः कमलपत्राक्ष माहात्म्यमपि चाव्ययम् ।। ११-२ ।।

एवमेतद्यथात्थ त्वमात्मानं परमेश्वर ।

द्रष्टुमिच्छामि ते रूपमैश्वरं पुरुषोत्तम ॥ ११-३ ॥

मन्यसे यदि तच्छक्यं मया द्रष्टुमिति प्रभो ।

योगेश्वर ततो मे त्वं दर्शयात्मानमव्ययम् ॥ ११-४ ॥

“माझ्यावर कृपा करण्यासाठी आपण जो अत्यंत गुप्त अध्यात्मविषयक उपदेश मला केला, त्याने माझे हे अज्ञान, मोह नि:शेष नाहीसे झाले आहेत. ज्यावेळी सारे जीव अव्यक्त स्वरुपाप्त जातात, एक एक करून सारी पंचमहाभूते ब्रह्मामधे पुन्हा लय होतात, तेव्हा तुम्ही जे ब्रह्मरूप होऊन राहता ते अंतिम, अचल, निरंतर विश्रांतीचे स्थान आहे. तरी मी देहधारी एक अर्जुन आहे, असा अभिमान बाळगून होतो. गुरूजांना, कौरवांना आप्तेष्ठ मानून होतो. त्यांचा संहार करून पापाचा धनी होण्याचे भय मनात साठवून होतो. मृगजळाने दिसणारे जल पिण्याचा प्रयत्न करीत होतो. तुम्ही मला जागृती अवस्थेत आणले.”

“तसेच तुमचा अविनाशी प्रभाव मी अत्यंत लक्षपूर्वक ऐकला आहे. हे विश्वम्भरा, तुम्ही तुमच्याविषयी जे स्वरूप सांगत आहात, त्याबद्दल माझ्या मनात तिळमात्र संदेह नाही, परंतु तुमचे ज्ञान, ऐश्वर्य, शक्ती, बल, वीर्य आणि तेज यांनी युक्त साक्षात ईश्वरी अविनाशी स्वरूप मला प्रत्यक्ष पाहाण्याची इच्छा आहे. अमुक अमुक माझी विभूती, हे मी, ते मी, हे जे तुम्ही सांगताय ते तुमच्यात कसे दिसते, ते प्रत्यक्ष स्वरूप मला पाहण्याची तीव्र उत्कंठा उत्पन्न झाली आहे. हे प्रभो, जर मला आपले ते रूप पाहता येईल, असे आपल्याला वाटत असेल, तर हे योगेश्वरा, त्या अविनाशी स्वरूपाचे मला दर्शन घडवून अवघ्या देहाचे सोने करा.”

इतक्या आर्जवाने आपल्या परम शिष्याने केलेली याचना प्रभुंना गळ घालून गेली. प्रभू अत्यंत शांत, ठाम, धीर गंभीर, स्पष्ट स्वरात बोलू लागले.

"नाना प्रकारची, नाना वर्णांची, नाना आकृतींची माझी सहस्त्रावधी दिव्य रूपे तुला दाखवायला मी सज्ज झालो आहे. सारे विश्व माझ्या स्वरूपात कसे सामावलेले आहे ते तू पहा. काही रोडकी, काही लठ्ठ, काही ठेंगणी, काही फारच विस्तृत, सडपातळ व काही अमर्याद, काही सव्यापारी, काही निष्क्रिय, काही उदासीन, प्रेमळ, काही उघड व काही गूढ, काही खिन्न, काही कृपण, काही क्रोधित, काही जागृत, काही निद्रास्त, काही तामसी व काही अत्यंत प्रेमळ, काही समाधिस्त, मी उत्पन्न केलेल्या लीलेत क्रीडा करणारी, काही संहारक, विविध रंगांची, जणु काय विश्वाचे भांडारच आहे असे तुला मी माझे स्वरूप, जे आजपावेतो कोणास ही दिसले नसेल, ते तुला दाखवतो."

"बारा आदित्य, आठ वसु, अकरा रुद्र, दोन अश्विनिकुमार, वायु आणि अनेक मरुद्गण तू पहा, पूर्वी कधी न पाहिलेली अनेक आश्चर्ये अवलोकन करण्यास सावधान हो. हे महाबाहो अर्जुना!! संपूर्ण चराचर विश्व ते सारे माझ्या ठिकाणी स्थित आहे, ते तू पाहण्यास सज्ज हो."

हे ब्रह्मसत्य तो विश्वधारी परमात्मा बोलून गेला. परंतु तत्पूर्वी प्रभूंनी योजना केली.

न तु मां शक्यसे द्रष्टुमनेनैव स्वचक्षुषा ।
दिव्यं ददामि ते चक्षुः पश्य मे योगमैश्वरम् ॥ ११-८ ॥

"केवळ तुझ्या ह्या दृष्टीने मला खात्रीने पहाण्यास तू समर्थ नाहीस. याकरता तुला दिव्य दृष्टिची आवश्यकता आहे, ती मी तुला प्रदान करतो. त्याने आता माझे ईश्वरी सामर्थ्य पहा."

"वस्तुतः, माझे विभूती वर्णन हेच माझे विश्वरूप. पण तुला ते जरी समजले असेल तरी त्याचे संपूर्ण आकलन होताना दिसत नाही. असो!! असे दिव्य स्वरूप दिसण्याचे सामर्थ्य देखील प्रदान करावे, हेही माझेच दायित्व होय."

अशा रीतीने, हे अभूतपूर्व, रम्य, अवर्णनीय, विचित्र, प्रसंगी भयावह, विक्राळ, भव्य, दिव्य दृश्य पाहायला फक्त अर्जुन, संजय आणि मी, आपापल्या पुण्याईने पात्र झालो.

मला आजपर्यंत चकित करून टाकणारा प्रश्न आहे, की अर्जुनाचे पुण्यसंचित तर बलवान होतेच, परंतु संजयची पुण्याई ती किती? त्याने ह्या दिव्य सोहळयाचा साक्षी असणे म्हणजे कितीतरी जन्माचा पुण्यसाठा त्याच्या ह्या जन्मी भरून वाहू लागला असावा. कारण प्रभूंच्या अगदी जवळ असलेल्या, त्यांच्या माता, पितांनादेखील हा बहुमान मिळाला नाही. आणि त्याहून पुण्यबलवान तो अंध सम्राट. अधर्माची कास धरून सुद्धा गुह्यातील गुह्य ज्ञान त्याला विनासायास प्राप्त होत गेले. प्रभू, तुमच्या लीलेचा पत्ताच लागत नाही!! तुम्हाला कीतीही जाणले आहे असे जरी जरा अभिमानाने वाटले तरी तुमच्या आत काय चालू आहे ह्याचा पूर्ण थांगपत्ता मला कधीही लागलेला नाही. नेहमी काही तरी गूढ, अनाकलनीय शिल्लक राहतेच.

संजय धृतराष्ट्राशी संवाद साधू लागला. तो म्हणाला. "महाराज, महायोगेश्वर भगवंतांनी असे सांगून मग पृथापुत्र अर्जुनास परम ऐश्वर्ययुक्त दिव्य स्वरूप दाखवण्याची योजना केली. ज्या परमात्म्याच्या प्राप्तीच्या

इच्छेने योगी जसे आठही प्रहर शिणत असतात, ते परमात्मा स्वरूप भगवान श्रीकृष्ण अर्जुनाला लीलया बहाल करायला सिद्ध झाले आहेत. हे वीर सम्राट, श्रीकृष्ण ज्याचा स्वीकार करतात त्याचा असाच भाग्योदय होतो."

सम्राट धृतराष्ट्राला संजयचे हे बोलणे काही फार रुचले नाही. पांडवांना परास्त करून दुर्योधनाचा जय होणे हीच त्याच्या मनातील शिल्लक इच्छा होती. परंतु अर्जुनाबरोबर त्याच्याही ज्ञानदृष्टीचे सामर्थ्य वाढले.

संजय पुढे हस्तिनापूर सम्राटास विस्मित होऊन सांगू लागला. "राजेश्वर, श्रीकृष्णाने त्याच्या बाळलीलेत माता यशोदेला आपले मुख उघडून संपूर्ण विस्तारासह चौदाही लोक आपल्या मुखात दाखवले होते. श्रीकृष्णाने अर्जुनावर त्याप्रमाणे अनुग्रह केला."

आता दिशांचा मागमूसही हरपून गेला. कोण कोठे गेले? जागे झाल्यावर ज्याप्रमाणे स्वप्न नाहीसे होते, त्याप्रमाणे सृष्टीचा आकारही नाहीसा झाला. विश्वरूपाने ह्या सृष्टीची जणू प्रपंचरचना गिळून टाकली. मनाचे, बुद्धीचे कार्य स्तब्ध झाले. इंद्रिये वृत्तिहीन झाली. अर्जुनाच्या इच्छेची निवृत्ती झाल्यामुळे, त्याला समाधान झाले व त्याने आपले डोळे मिटून घेतले. त्याच क्षणी पहातो काय तर ते विश्वरूप त्याच्या दृष्टीस पडले.

अनेकवक्त्रनयनमनेकाद्भुतदर्शनम् ।
अनेकदिव्याभरणं दिव्यानेकोद्यतायुधम् ॥ ११-१० ॥
दिवि सूर्यसहस्रस्य भवेद्युगपदुस्थिता ।
यदि भाः सदृशी सा स्याद्भासस्तस्य महात्मनः ॥ ११-१२ ॥

"अनेक मुखे व डोळे असलेले, अनेक आश्चर्यकारक दर्शने असलेले, पुष्कळशा दिव्य अलंकारांनी विभूषित आणि पुष्कळशी दिव्य आयुधे हातात धारण घेतलेले रूप अर्जुनाच्या दिव्यदृष्टीस पडले. हा सोहळा म्हणजे त्या रमानायकाचा राजभुवनच. त्यात देखील असंख्य मुखे जणुकाय प्रलय रात्रीच्या सेनेने उठाव केला आहे अशी सहजच भयानक होती. अर्जुनाने ती मुखे ज्ञानचक्षूंनी पाहिली खरी, परंतु त्याला मुखांचा अंत लागेना म्हणून तो नाद सोडून मग कौतुकाने तो विश्वरूपाचे डोळे पाहू लागला. तेव्हा जणु काय अनेक रंगांच्या कमळांचे बाग फुलते झाले आहेत तसे ते अमाप व सूर्यतेजस्वी असे डोळे अर्जुनाने पाहिले. असे करत करत अर्जुन त्या रूपाची इतर विराट अंगे पाहू लागला. त्या एकाच विश्वरूपात त्या विशाल देखाव्याची अनेकता उदयास आली होती."

"दिव्य तेजाने न्हालेले अलंकार ते विश्वरूप स्वतःच लेवून होते. मग त्या विश्वरूपात, ज्ञानदृष्टीने अर्जुन जेव्हा हातांकडे पाहू लागला तेव्हा तेथे त्याने अग्नीच्या ज्वाळांना तोडणारी शस्त्रे झळकत असलेली पाहिली. दिव्य पुष्पे व वस्त्रे धारण केलेले, दिव्य गंधांची ज्यास उटी लाविली होती, सर्व आश्चर्यांनी युक्त अनंत सर्वतोमुख व दिव्य असे ते रूप होते. मस्तकावर धारण केलेली महासिद्धींची अतिशुद्ध फुले त्याने पहिली. कुरुसम्राट! असे हे अद्भुत, दिव्य, तेजस्वी सर्वव्यापी रूप अर्जुनाच्या दृष्टीस आले."

संजय वर्णन करून थकला असेल, पण त्या स्वरूपचे वर्णन काही संपेना. इतक्या तेजोमय अनुभवाचे विश्लेषण करता संजयाला कमालीचा हर्ष उत्पन्न झाला. त्याची काया देखील पल्लवित झाली.

तो पुढे सांगू लागला,

“हे राजन, आकाशामध्ये सहस्त्रावधी सूर्यांची प्रभा जर एकदम उत्पन्न झाली तर ती त्या महात्म्या श्रीहरीच्या प्रभे सारखी होईल. प्रलय काळी उत्पन्न होणारी असंख्य सूर्याची प्रभा, महातेज आणि महाग्नी एकत्र आले तरी ह्या रूपाची तुलना होऊ शकणार नाही. देव, पितर, मानावादि अनेक भिन्न रूपांनी विभाग पावलेले हे सर्व जग त्यावेळी त्या परम जगधात्याच्या त्या देहामध्ये एका ठिकाणी स्थित असे अर्जुनाने पाहिले.”

"तेव्हा तो अत्यंत विस्मित व रोमांचयुक्त झालेला अर्जुन आपल्या मस्तकाने परम ईश्वरी तत्वाला वंदन करून नतमस्तक झाला. त्याच्या संपूर्ण अंत:करणात ब्रह्मानंद जागृत झाला. सर्व बाह्यइंद्रिये ढिली पडली आणि नखशिखांत सर्व शरीरावर रोमांच उभे राहिले. आपले दोन्ही हात जोडून अर्जुन भगवान कृष्णाला विनवू लागला.”

संजयने क्षणभर विसावा घेतला. धृतराष्ट्राला सगळा वृत्तांत सांगून तो कमालीचा भारावून गेला होता. माझी दशा काही वेगळी नव्हती. अर्जुन तर ह्या साऱ्या अनुभवाने संतृप्त झाला होता. त्याचे शरीर त्या विश्वरूपाने व्यापून टाकले होते. डोळे बंद असो व उघडे, त्याला ते स्वरूप सर्वत्र दिसत होते.

सगळी ग्रहण आणि इच्छाशक्ती एकवटून अर्जुन स्वामींना सांगू लागला.

“हे नारायणा, मी सामान्य असूनही हे विश्वरूप पहाण्यास तू मला समर्थ केलेस, ही तुझी अद्भुत कृपा माझ्यावर जडली हे माझे परमभाग्य. तुझ्या ह्या विराट देहामधे मी सारे देव, भूतादि सर्व समुदाय, पंचमहाभूतांच्या अनेक पंचकड्या, ब्रह्मदेव, विष्णु, शंकर, सर्व ऋषि व दिव्य सर्प आणि सातही पाताळे पाहत आहे.”

अर्जुनाच्याच काय, कोणाच्याही मनात ते रूप पाहून विस्मय, भय, रोमांच, अस्वस्थता, कोलाहल, अचंबा, असे बरेच भाव एकवटून आले असते. ते रूप फार फार विराट, विक्राळ, विस्तृत आणि अनाकलनीय असे होते.

स्वामी निव्वळ माझेच नाही, तर संपूर्ण जगाचे स्वामी आहेत. त्यांना असंख्य बाहू, उदरे, मुखे आणि नयन आहेत. त्यांना सर्व दिशांनी अनंत रूपे असलेले मी पाहिले. त्यांना न अंत दिसत, न मध्य दिसत, न आरंभ. त्यांचे ते अगणित बाहू सर्व जगत्व्यापार निरंतर करीत आहेत. साऱ्या ब्रह्मांडाचे पोट भरावे अशी त्यांची उदरे. किती डोळे आणि मुखे! काही काही बोलायची सोय देखील राहिली नाही. सर्व विश्वरूपाने भरलेले स्वामी मी पाहून घेतले. परमाणू सुद्धा शिल्लक राहील अशी जागा त्यांच्या शिवाय नाही.

प्रभू आले कोठून? आसनस्थ आहेत की उभे? कोणाच्या उदरी जन्मा आले? त्यांचे वय काय? एवढी त्यांची आकृती, तर त्यांच्या पलीकडे काय? मी विचारात पडले. प्रभुंनीच माझ्या विचारांना दिशा दिली.

हे दयानिधे प्रभू, तुमचे स्थान तुम्हीच. तुम्ही न कोणाचे, तुम्ही स्वतःसिद्ध आहात. तुमच्या पुढे, मागे, पलीकडे तुम्हीच आहात. म्हणून नाना प्रकारची वस्त्रे तुम्ही अंगावर धारण करून आहात असा आभास निर्माण होतो. आणि अशा प्रचंड स्वरूपाचे तुम्ही, अर्जुनाचे सारथ्य करायला कुरुक्षेत्रावर देखील अवतरलात. ज्या हातांनी सहस्त्रावधी शस्त्रे धारण केली तेच हात अर्जुनाच्या रथाचे सारथ्य करायला पुढे सरसावले. धन्य तुमची लीला. धन्य ती माया. केवळ अद्भुत...

वेदांनाही ज्याचे वर्णन करणे झाले नाही असा अविनाशी ब्रह्म म्हणजेच परमात्मरूप माझे स्वामी. ह्या संपूर्ण विश्वाचा अंतिम आश्रय. स्वामी

अव्यय व शाश्वत अशा धर्माचे परमरक्षक आणि सनातन विशेष पुरुष आहेत असे मला वाटते. अनंतबाहूंचे स्वामी चंद्र, सूर्याचे डोळे करून साऱ्या सृष्टीवर नजर ठेऊन आहेत, त्यांचे मुख म्हणजे साक्षात तेजोपुंज अग्निच. ज्याने ते ह्या विश्वाला जणुकाय गिळंकृत करतील. हे असले विराट,अद्भुत व उग्र रूप पाहून अवघे त्रैलोक्य भयाने व्याकुळ नसते झाले तरच नवल. वस्तुतः स्वामींचे एरवीच्या सौम्य, मनमोहक रूपाच्या जागी असले रूप पाहून भयाचे भरते कसे आले हेच कळेना. हे रूप सुखकारक का झाले नाही ह्याचा नेम लागेना. अर्जुनाला वाटले प्रभूंच्या विश्वरूपाचे दर्शन झाले तर त्याला तो हसतमुखें आलिंगनच देऊ झाला असता. परंतु ह्या रूपाने तो भयभीत झाला.

मोठया धीराने तो प्रभुंना सांगू लागला,

“हे प्रभो, देवतांचे समुदाय त्या विराट रूपामध्ये शिरत आहेत आणि काही भयभीत होऊन हात जोडून आपल्या नावांचे व गुणांचे वर्णन करीत स्तुती करीत आहेत. महर्षी व सिद्ध यांचे समुदाय ‘स्वस्ति’ शांती; असे म्हणून दीर्घ स्तोत्रांनी तुमची स्तुती करत आहेत. अकरा रुद्र, बारा आदित्य, अष्ट वसु, साध्य, विश्वेदेव, अश्विनीकुमार, वायु, पितर, गंधर्व, यक्ष, राक्षस यांचे समुदाय सर्व विस्मित होऊन तुमच्याकडे पाहत आहेत. तथापि, ती अनंत मुखे व नेत्र असलेले अनंत बाहू, मांड्या व पाय असलेले, अनंत उदरे असलेले, अनंत दाढांच्या योगे भीषण असलेले हे प्रचंड रूप पाहून मी देखील व्याकुळ झालो आहे.”

“हे कृपानिधे, अक्राळविक्राळ दाढांच्या योगाने विक्राळ आणि प्रलयकाळच्या अग्नीप्रमाणे ती मुखे पाहून मी इतका गर्भगळित झालो आहे की, मी पुरता भांबावून गेलो आहे. मला कशानेच समाधान वाटत नाही, हे देवाधिदेवा, जगन्निवासा, आता माझ्यावर प्रसन्न हो.”

"ते सर्व धृतराष्ट्राचे पुत्र राजसमुदायासह आपल्यात प्रवेश करीत आहेत आणि पितामह भीष्म, द्रोणाचार्य तसेच तो कर्ण आणि पांडवांच्या बाजूच्याही प्रमुख योद्ध्यांसह सगळेच अतिशय द्रुतगतीने त्या दाढांमुळे भयंकर दिसणाऱ्या तोंडाने तुम्ही गिळताना दिसत आहेत. कित्येक मस्तकांचा त्या दाढांखाली चुराडा होऊन त्याचे कण दातांच्या फटीत अडकलेले दिसत आहेत."

हतबल, असहाय्य अर्जुनाने मग स्वामींना कळकळीने विनवणी केली. "हे उग्र रूप धारण केलेले तुम्ही कोण आहात ते मला निक्षून सांगा. हे देवश्रेष्ठा मी तुम्हाला शरण आलो आहे. माझ्यावर अनुग्रह करा. सर्वप्रथम, मी तुम्हाला पूर्णत्वाने जाणण्याची इच्छा करीत आहे, कारण ही आवृत्ती माझ्या आकलन कक्षेच्या पलीकडे आहे."

प्रभूदेवांना हे सुद्धा अपेक्षितच होते. बालपणी अनावधानाने माता यशोदेला आपल्या मुखातून विश्वदर्शन घडवले असता यशोदा माता हबकून गेली होती. त्यांना त्यांची चूक लक्षात आली आणि त्यांनी लगेच आपले अगदी निरागस, लाघवी रूप प्रस्तुत केले, जणू काय त्या मातेला भ्रमच झाला असे वाटावे. पण असे विराट रूप पाहून कोणीही भारावून जाईल, भयभीत होऊन जाईल. अर्जुन, संजय आणि माझी सुद्धा काही वेगळी स्थिती नव्हती. ह्याचे नियमन कसे करायचे ते देखील त्या सर्वज्ञ योगयोगेश्वराला पक्के ठाऊक होते. अर्थात सारे त्यांनी स्वयंभू प्रेरणेने आणि एका वैश्विक निकालासाठी केले होते. प्रभू स्वस्थ, गंभीर आणि शांत स्वरात बोलू लागले,

कालोऽस्मि लोकक्षयकृत्प्रवृद्धो लोकान्समाहर्तुमिह प्रवृत्तः ।
ऋतेऽपि त्वां न भविष्यन्ति सर्वे येऽवस्थिताः प्रत्यनीकेषु योधाः
॥ ११-३२ ॥

"मी लोकांचा संहार करणारा व त्यासाठी वृद्धि पावलेला महाकाल आहे. तू जी माझी अगणित तोंडे पाहिलीस त्यांनी यावेळी देखील या लोकांच्या नाशासाठी मी प्रवृत्त झालो आहे. म्हणून शत्रुपक्षीय सैन्यात काय आणि तुझ्या बाजूच्या सैन्यात काय, जे योद्धे आहेत, ते सर्व न तुझ्यामुळे राहणार आहेत, न तुझ्या मुळे संहारले जातील. म्हणजेच तू युद्ध केले नाहीस, तरी या सर्वांचा नाश होणार आहे."

तस्मात्त्वमुत्तिष्ठ यशो लभस्व जित्वा शत्रून्भुङ्क्ष्व राज्यं समृद्धम् ।
मयैवैते निहताः पूर्वमेव निमित्तमात्रं भव सव्यसाचिन् ॥ ११-३३ ॥

वेदयुक्त भगवंत पुढे म्हणाले, "म्हणून तू उठ, युद्धाला उभा रहा. यश संपादन कर. शत्रूंना जिंकून समृद्धियुक्त धनधान्यसंपन्न अशा राज्याचा उपभोग घे. हे सर्व योध्ये पूर्वीच माझ्या कडून मारले गेले आहेत. त्यामुळे, हे वीर अर्जुना, तू केवल निमित्तमात्र हो आणि हे युद्ध कर. कळसूत्री बाहुल्यांच्या खेळाप्रमाणे ह्या साऱ्यांची सूत्रे माझ्या हाती आहेत. त्यांचे दोर केव्हा कापले जातील हे मी पूर्वीच ठरवले आहे. तो पर्यंत ते निमित्तमात्र तुला शौर्याने युद्ध करताना दिसतील. अगदी निक्षूनच सांगायचे झाले तर द्रोणाचार्य, भीष्म, जयद्रथ, राधेय कर्ण तसेच इतरही युद्धातले वीर मी आधीच मारलेले आहेत. त्यांना तू फक्त ठार कर. भय टाकून दे. युद्ध करून, तुझे शौर्य प्रस्थापित कर. प्रतिपक्षीयांना तू निश्चित जिंकशीलच. ज्यावेळेला तू हे सारे योद्धे माझ्या तोंडात पडत असतांना पाहिले होतेस, त्याच वेळेला

खऱ्याअर्थाने या सर्वांचे आयुष्य संपले होते. आता हे सारे निव्वळ पोकळ सोपटाप्रमाणे राहिले आहेत. मी त्यांना आतून वधून निवटलेच आहे, फक्त तू बाह्य जगाच्या दृष्टीने त्यांचा संहार कर. जसे मोठाले वृक्ष उखडून टाकण्यासाठी महापुराचे योगदान लागते, तसे ह्या संहारासाठी तू सहभागी होऊन तुझे योगदान दे. तो महापूर देखील माझीच विभूती आणि तू देखील."

प्रभूंचे अर्जुनाशी किती ते जिवलग सख्य!. आपल्या लीलेने आपल्या प्रिय शिष्यासाठी त्यांनी सर्व पट तयार करून त्याला त्या सारीपाटाच्या खेळात विजयाचे रहस्यज्ञान देखील प्रदान केले. एवढेच काय त्या जयद्रथाच्या देहाचा अर्जुनाकडून संहार करण्यास साक्षात सूर्याला देखील काही काळ डांबून ठेवण्याची लीला नंतर भगवंतांनी करून दाखवली.

अंतर्यामी भगवंतांच्या नाम, गुण आणि प्रभाव यांच्या नुसत्या वर्णनाने देखील हे विश्व अतिशय मुदित होते व त्यांच्यावर साऱ्याची निस्सिम अशी प्रीती बसते. भयभीत दानव, रंक देखील दिशादिशांत पळून जातात आणि सर्व सिद्धगणांचा समुदाय त्यांच्या समोर नतमस्तक होतो, हे योग्यच होय. तेच ह्या आदिसृष्टीचे रचेते आहेत, नव्हे तेच ही आदिसृष्टी आहेत, मग त्यांच्या पुढे लिन झाले तर त्यात विशेष ते काय? तेच देवाधिदेव सत् व असत्, अविनाशी अक्षर ब्रह्म आहेत, साऱ्याच्या अतीत जे आहे, तेही तेच आहेत.

आदिदेव प्रभू हे त्रैलोकाचे अंतिम स्थान आहेत. तेच ज्ञान आहेत, ते सर्व जाणतात. तेच ज्ञेय आहेत, जाणण्याला अत्यंत योग्य असे आहेत आणि जाणणारे ज्ञाते देखील तेच आहेत. सारेच विश्व त्यांचे विस्तारलेले अनंत स्वरूप होय. आणि काय सांगू?

प्रभू; वायू, यमराज, अग्नी, वरुण, चंद्र, प्रजेचे स्वामी ब्रह्मदेव आणि ब्रह्मदेवाचेही जनक आहेत. त्यांना माझ्यासह सर्वांचा सहस्त्र वेळा, सर्व दिशांनी नमस्कार नमस्कार असो.

परंतु अर्जुनाला भगवंतासंगे या पूर्वी जे काही क्षण घालवले आहेत त्याचे स्मरण होऊन कमालीची लाजिरवाणी भावना प्रकट झाली. प्रभूंचा हा प्रभाव न जाणवल्यामुळे, तो त्यांना केवळ एक जिवलग मित्र मानत होता, एक हितचिंतक, एक समवयस्क आप्तेष्ठ. पण त्याच्या हातून प्रेमाने किंवा चुकीने, विचार न करता किंवा जाणूनबुजून, विनोदाने, चेष्टेने, एकांतात अथवा सर्वांसमक्ष भगवंतांबद्दल अनेक वेळा प्रमाद घडला असेल ह्या कल्पनेने तो कमालीचा खजील झाला, आणि त्याने क्षमेने भगवंतांना लोटांगणंच घातले.

ह्या चराचर जगाचा जो जनक आहे, अत्यंत पूजनीय व श्रेष्ठ असा जगद्गुरू भगवान श्रीकृष्ण माझा घडवता स्वामी आहे ह्याचे भान आल्याने मला पुन्हा एकदा कृतकृत्य वाटून गेले.

एव्हाना तो आनंदाने व्याकुळ आणि भयभीत झालेला अर्जुन शांत होऊ लागला. त्याची विश्वरूप बघण्याची जणू हौसच फिटली. म्हणून तो प्रभुंना ते सौम्य, देखणे, चतुर्भुज, किरीट धारण केलेले, गदाधारी, चक्रधारी, विष्णुरूपात बघण्याची याचना करू लागला.

अर्जुनाने आर्जवाने विनवणी केल्याने प्रभूंनी त्याला या पूर्वी कोणासही प्रदान न केलेले अनंत तेजोमय विश्वरूप दाखवले, आणि आता त्याच्या हट्टापोटी त्यांचे ते विराट, भयंकर रूप समाप्त करून, प्रभू आपल्या सर्वश्रुत, मोहक रूपात प्रकट झाले. किती तो अर्जुनाचा दुलार!! एकनिष्ठ भक्ताच्या प्रत्येक विनंतीला, हाकेला धावून जाणाऱ्या योगीराज श्रीकृष्णची थोरवी

कितीही गावी तरी कमीच. द्रौपदीच्या साध्या चिंधीने तिचे ऋणी झालेले भगवंत, नंतर तिच्या फक्त एका हाकेला तिच्या साठी धावून आले. आणि इथे तर साक्षात त्यांचा अंशच त्यांना मोठ्या आर्जवाने विनवत होता. दीनदयाळ प्रभूंचे हृदय वितळले नसते तरच विशेष. अर्जुन आता क्लेशमुक्त होऊन एकाग्र चित्ताने त्यांचे मूळ चतुर्भुज रूप पाहू लागला. तेही सांडत प्रभू अखेरीस त्यांच्या द्विभुज रूपात स्थित झाले.

भगवंतांचे जे रूप अर्जुनाने दिव्यचक्षूंनी पाहिले, ते पाहावयास मिळणे अतिशय दुर्लभ, दुर्बोध आहे. देवगण देखील नेहमी या स्वरूप दर्शनाची इच्छा करीत असतात. हे रूप कोणत्याही साधनमार्गाने, वेदपठनाने, तपाने, दानाने अथवा यज्ञाने देखील कोणाला दिसणे शक्य नाही. हे स्वरूप केवळ अनन्य भक्तियोगानेच पाहणे, जाणणे शक्य आहे, आणि प्रभूंच्या स्वरूपामध्ये लीन होणे शक्य आहे. ह्यावर भगवान श्रीकृष्ण म्हणाले,

मत्कर्मकृन्मत्परमो मद्भक्तः सङ्गवर्जितः ।

निर्वैरः सर्वभूतेषु यः स मामेति पाण्डव ॥ ११-५५ ॥

“जो पुरुष केवळ माझ्या प्रित्यर्थ सर्व कर्तव्यकर्मे करतो, मलाच परम आश्रय मानतो, आसक्ती सांडून असतो, आणि सर्व भूतमात्रांविषयी निर्वैर असतो, तो अनन्य भक्त मजप्रत होतो.”

जो भक्त केवळ प्रभूंच्या साठीच शरीराने कर्मे आचरतो, जो दृष्टयादृष्टी केवळ भगवंतच होऊन राहतो, त्याचे जगण्याचे प्रयोजन हेच भगवंत

होत. तो सर्व ठिकाणी केवळ भगवंतांना ओळखून त्यांचीच भक्ती करतो, तोच भगवंतांचा अनन्य भक्त. अशा भक्तांचा कैवारी या पुढे त्या अनन्य भक्तीसेवेबद्दल उद्बोधन करण्यास सज्ज झाला.

१२

योगेश्वर सद्गुरूंची कृपा, त्यांच्याच कृपेच्या आश्रयाने मी पुढले ज्ञानद्वार खोलून प्रभूंचे योग सांगण्यास सिद्ध झाले आहे. त्यांच्या आज्ञेने पुढील प्रकरण सांगण्याचे धाडस करते.

प्रभूंचे विराट रूप, तत् उपरांत त्यांचे मोहक रूप पाहून अर्जुन स्थिरावला. त्याची विचार शक्ती जी पूर्णपणे स्तब्ध झाली होती तिला नवे कोंब फुटले. अर्जुनाने पृच्छा केली,

एवं सतत युक्ता ये भक्तास्त्वां पर्युपासते ।

ये चाप्यक्षरमव्यक्तं तेषां के योगवित्तमाः ॥ १२-१ ॥

"हे प्रभो! याप्रमाणे सतत तुझ्या व्यक्त स्वरूपाशी युक्त असलेले जे अनन्यप्रेमी भक्त तुझी उपासना करतात आणि जे अव्यक्त, निर्विशेष, अक्षरब्रह्माची उपासना करतात त्या दोन प्रकारच्या योग्यांपकी उत्तम योगी कोणते समजावे? वस्तुतः व्यक्त रूपाने अथवा अव्यक्त रूपाने तू एकच आहेस, याविषयी आता माझ्या मना मध्ये कोणताही संदेह नाही. भक्तीने व्यक्त स्वरूपाची जे उपासना करतात आणि योगाने अव्यक्तस्वरूपाची प्राप्ती करून राहतात त्यामधील कोणता अधिक परिपूर्ण जाणावा?"

अर्जुनाच्या ह्या प्रश्नाने प्रभू संतुष्ट झाले कारण अर्जुन आता पर्यंत विवरण केलेल्या ज्ञानाचे अवलोकन करू लागला होता. युद्धाच्या तोंडावर ज्याची

स्थिती अगदी तामसी वैराग्यमय झाली होती, तीत आता आमूलाग्र बदल घडून आला. हे केवळ प्रभूंच्या विलक्षण प्रभावामुळेच शक्य होते. प्रभूंनी अत्यंत विचारपूर्वक, एका रचनात्मक अंगाने अर्जुनाला जे ज्ञानाचे टप्पे समजावत इथपर्यंत आणले. त्याचा विचार करून माझ्या मनात आले, की कोण म्हणून माझा निर्माण झाला? आता ह्या टप्प्यावर ज्या पातळीवर मला भगवंत घेऊन गेले होते, ते माझ्या ध्यानीमनी देखील आले नाही. नदीला स्वतःच्या मार्गाचा पूर्वविचार नसतो. जसा मार्ग निघेल तशी ती वाहात राहते आणि अखेरीस सागरास जाऊन मिळते. माझे ह्याहून काय ते निराळे? प्रभूंनी जसा माझा प्रवाह घडवला तशी मी निर्व्याजपणे वाहती झाले. प्रभूंमधूनच उत्पन्न झाले आणि त्यांनाच मिळाले. भगवंत स्मितसंतोषाने कथन करू लागले,

मय्यावेश्य मनो ये मां नित्ययुक्ता उपासते ।
श्रद्धया परयोपेतास्ते मे युक्ततमा मताः ॥ १२-२ ॥

"माझ्यापाशी मन एकाग्र करून निरंतर माझ्या भजन, ध्यानात रत झालेले जे भक्त अतिशय श्रेष्ठ श्रद्धेने युक्त होऊन माझी उपासना करतात, ते मला योग्यांमधील अतिउत्तम योगी वाटतात. जसे जसे ते भक्त माझ्या उपासनेत रत होतात, तसतसे त्यांचे माझ्यावरचे प्रेम वाढू लागते. मग सर्व इंद्रियांसहित माझ्या स्वरूपी अंतःकरण ठेऊन माझी भक्ती करू लागतात. हे भक्त मला सर्वोत्तम वाटतात."

"परंतु जे पुरुष इंद्रियसमूहाचे नियमन करून मन, बुद्धीच्या पलीकडे असणाऱ्या, सर्वव्यापी, अवर्णनीय स्वरूप आणि नेहमी एकरूप असणाऱ्या अक्षर, अनिर्देश्य, अव्यक्त, सर्वव्यापी, अचिंत्य. अविकारी, अचल, ध्रुव अशा ब्रह्माचे ऐक्यभावनेने ध्यान करीत उपासना करतात, हे

निर्गुणाचे उपासक देखील मलाच येऊन मिळतात. माझ्या व्यक्त स्वररूपाच्या मोबदल्यात ते निराकार ब्रह्माशी तादात्म्य साधतात, म्हणजे वस्तुतः तेही अर्जुना मलाच येऊन मिळतात."

"एरवी योगाचरणाच्या जोरावर विशेष काही अन्य लाभ होतो असे मुळीच नाही. त्या करणाऱ्याला तीच प्राप्ती होते पण जास्त श्रम मात्र पदरात पडतात. देहधाऱ्यांना अव्यक्त ब्रह्माच्या प्राप्तीचा मार्ग परम कष्टानेच साध्य होतो."

सगुणाच्या भक्तीस बाजूला सारून निराश्रय निर्गुण ब्रह्माची प्राप्ती होण्याकरता जे कामक्रोधांचे अनेक उपद्रव उद्भवतात त्यांच्याशी द्वंद्व करावे लागते, निकाराने शरीर झीजवावे लागते. जणू साक्षात अग्निपरीक्षाच होय. ही असली परीक्षा भक्तिमार्गाने मात्र नाही."

मग भगवंत भक्तीमार्गाने जाणाऱ्या भक्तांची लक्षणे सांगू लागले. प्रभू म्हणाले,

"परंतु जे भक्तजन सर्व कर्मे मला अर्पण करून माझ्या सगुण रूपाचे अनन्य भक्तियोगाने निरंतर चिंतन करीत उपासना करतात, त्यांची इंद्रिये वर्णाश्रमधर्मानुसार सर्व कर्मे आनंदाने करीत असतात. ते भक्त सर्व क्रियांचे यथायोग्य पालन करतात परंतु केलेल्या कर्मांची फळे मला अर्पण करून, जाळून टाकतात. त्यांचे कायिक, वाचिक, मानसिक भाव माझ्याशिवाय दुसरीकडे कुठेही स्थित नसतात."

अशा थेट प्रभूंपाशी चित्त गुंतवलेल्या प्रेमी भक्तांचा तत्काळ मृत्युरूप संसारसागरातून उद्धार झाला नाही तरच नवल. ते अल्पकाळात जन्म आणि मृत्युलोकी संसारसागरातून सहज मुक्त होतात. आईच्या पोटी जन्मणारा तिचा लाडका नसतो का? त्याच्या साठी ती कितीही श्रम

करायला तयार होते, आपले सर्वस्व त्या वात्सल्यातून वाहून टाकते. मग अशा भक्तांना चिंता ती कसली? प्रभू स्वयं त्यांचा उद्धार करणार हे निश्चित समजा. म्हणून निश्चिन्तपणे भक्तिमार्गाचे आचरण करावे हेच सुयोग्य होय. बुद्धीच्या निश्चयासह आपले मन फक्त माझ्या प्रभूंच्या स्वरूपी अखंड दास करून ठेवावे. एकदा का मन व बुद्धि प्रभूंच्या ठिकाणी कायमचे राहिलेतर मग 'मी, तू' असे द्वैत कसले? भक्त प्रभूंशी पूर्ण एकरूप होऊन राहील.

जर प्रभूंच्या पाशी मन निश्चल ठेवायला भक्त समर्थ नसेल, तर त्याने अभ्यासरूप योगाने भगवंतांना प्राप्त करणायची इच्छा योजावी. त्या भक्ताने, दिवसातील काही काळ तरी प्रभूंच्या पाशी आपले चित्त अर्पण करण्याचा प्रयत्न करावा. अशाने त्याला स्वान्तसुखाचा अनुभव येऊ लागतो. जसे शरद ऋतूच्या आरंभी नद्यांचे पाणी आटू लागते, तसे हळूहळू त्याला विषयांच्या ठिकाणी अरुची उत्पन्न होऊ लागते. चित्त हळूहळू तद्रूप होऊ लागते. अभ्यास अभ्यास तो हाच. प्रभू पुढे सांगू लागले,

अभ्यासेऽप्यसमर्थोऽसि मत्कर्मपरमो भव ।

मदर्थमपि कर्माणि कुर्वन्सिद्धिमवाप्स्यसि ॥ १२-१० ॥

"पार्था! पूर्वी सांगितलेल्या अभ्यासाला देखील तू असमर्थ असशील, तर केवळ माझ्याकरता कर्म करायला परायण हो. अशा रीतीने माझ्यासाठी कर्मे केल्यानेही माझ्या प्राप्तीची तू सिद्धी मिळवशील."

प्रभूंनी इतक्या सोप्या प्रकारे अर्जुनाला भक्तिमार्गाचा अवलंब करण्याचा कानमंत्र दिला.तर भक्तगणहो,

प्रारंभी भक्ताने अभ्यास शक्य नसेल तर असेल त्यावर स्थित राहावे. न इंद्रियनिग्रहाचा खटाटोप करावा, न विषयभोगांना कमी करावे, सगळे

कुळाचार, सर्व कर्मे यथायोग्यपणे करावी. मग इतकेच की ती कर्मे करून त्याचा कर्ताभाव घेऊ नये. शिवाय जी कर्मे घडतील ती अधिक अथवा उणी न जाणता निमूटपणे प्रभुंना अर्पण करणे हेच ध्येय असावे. तत्प्रकारे, तो भक्त अनन्यपणे प्रभूंशी एकरूप होऊन राहील.

कर्मांचा संन्यास घेऊन प्रभुंना अर्पण करणे हे देखील शक्य नसेल तर, प्रभूंच्या प्राप्तिरूप योगाचा आश्रय घेऊन निदान सर्व कर्मफलांचा त्याग करणे हिताचे आहे. ज्या वेळी कर्मे घडतील, त्या वेळी त्या कर्मांची सर्व फळे भक्ताने टाकीत जावे, त्यांचा त्याग करावा. फलस्वाद न घ्यावा. कर्मांच्या फलांविषयी निष्काम होणे हेच परमसाध्य असावे.

मंडळी, हा फलत्याग सोपा वाटतो खरा, पण सर्व योगांमधे हा सर्वश्रेष्ठ योग आहे. एक एक पायरी चढत हा सोपान पार करून स्वान्तसुखाचा साक्षी बनावे हेच परम उद्दीष्ट होय. प्रभूंची ठाम वाणी पुढे चालू राहिली,

श्रेयो हि ज्ञानमभ्यासाज्ज्ञानाद्ध्यानं विशिष्यते ।

ध्यानात्कर्मफलत्यागस्त्यागाच्छान्तिरनन्तरम् ॥ १२-१२ ॥

"मर्म न जाणता केलेल्या अभ्यासापेक्षा ज्ञान सखोल आहे म्हणून श्रेष्ठ आहे. ज्ञानापेक्षा मज परमेश्वराच्या स्वरूपाचे ध्यान श्रेष्ठ आहे आणि ध्यानापेक्षाही सर्व कर्मांच्या फळांचा त्याग श्रेष्ठ आहे. कारण त्यागाने त्वरित परम शांती प्राप्त होते."

अद्वेष्टा सर्वभूतानां मैत्रः करुण एव च ।

निर्ममो निरहङ्कारः समदुःखसुखः क्षमी ॥ १२-१३ ॥

सन्तुष्टः सततं योगी यतात्मा दृढनिश्चयः ।

मय्यर्पितमनोबुद्धिर्यो मद्भक्तः स मे प्रियः ॥ १२-१४ ॥

“ज्याला लोकांविषयी आपला व परकेपणा हा भेदच उरला नाही तो कोणत्याही प्राण्याचा द्वेष करण्याची गोष्ट जाणत नाही. निस्वार्थ, एकपणाच्या जाणिवेने संपूर्ण प्राणिमात्रांशी ज्याची मैत्री आहे, अकारण दया करणारा, माझेपणा व मीपणा ह्यातून निसटून बाहेर आलेला, दुःखात व सुखात समानतेने टिकणारा, उत्तम आणि नीच ह्यात भेद न मानणारा, क्षमाशील म्हणजे अपराध करणाऱ्यालाही उपरती झाल्यावर अभय देणारा; तसेच जो योगी कोणत्याही बाह्य कारणाशिवाय संतुष्ट असतो, ज्याने शरीर, मन व इंद्रिये संयमात ठेवलेली असतात, जो मद्रूप असून देखील ज्याच्या मनात माझ्या सगुण स्वरूपाविषयी अनन्य श्रद्धा असते, तो मन व बुद्धी मलाच अर्पण केलेला माझा भक्त मला प्रिय आहे.”

प्रभूंनी त्यांच्या प्रिय भक्तांचा आराखडाच समोर ठेवला. मग एक एक करत त्या प्रिय भक्तांची एक अनेक इतर लक्षणे स्वामी अगदी आर्जवाने सांगू लागले. ती लक्षणे ऐकून मला सुद्धा एक आत्यंतिक उत्साह उत्पन्न झाला.

ज्याप्रमाणे समुद्राच्या अशांततेने पाण्यात रहाणाऱ्या प्राण्यांना भय उत्पन्न होत नाही, आणि जलाचरांमुळे समुद्र कधी विटून जात नाही, तसे ज्याच्यापासून कोणताही जीव उद्वेग पावत नाहीत, व जो कोणत्याही जीवापासून उद्वेग पावत नाही, जो हर्ष, क्रोध, भय आणि उद्वेग यापासून सुटला आहे, तोच भक्तनिधे प्रभूंचा अत्यंत प्रिय भक्त असतो.

तथापि,

जो पूर्णतः निरपेक्ष आहे, जो अंतर्बाह्य शुद्ध, चतुर, उदासीन आणि संसारदुःखविरहित आहे, असा भक्त प्रभुंना निश्चितपणे प्रिय आहे. असा भक्त कर्तृत्वाचा अभिमान सुद्धा बाळगत नाही. आकाश जसे सर्वव्यापक असून देखील उदास असते, त्याप्रमाणे त्याचे मन सर्वत्र व्यापक असून

देखील कोठेही आसक्त नसते. असा भक्त द्वैताच्या पलीकडे पोचलेला असतो. केवळ भक्तीसुखासाठी तो त्या परमात्म्यापासून विभक्त राहून आपला भक्ती धर्म चालू ठेवतो. असा भक्त न हर्षित होतो न कोणाचा द्वेष करतो. त्याला आत्मप्राप्ती पेक्षा काहीच गोमटे वाटत नाही.

त्याला न कोणी मित्र न कोणी शत्रू असतो. तो मान व अपमान, शीत व उष्ण, स्तुती असो वा निंदा, या सारख्या द्वंद्वांत त्याची वृत्ती सारखीच ठेवून समभाव राखतो. हे विश्वच त्याचे घर आहे असे स्थिर मतीने समजून तो अवघे चराचर विश्व बनून राहतो. तो अंतर्बाह्य संगाचा संबंध सोडून उन्मनीय स्थितीत भक्तीमध्ये संलग्न होऊन वावरत असतो. असा भक्त प्रभुंना प्रिय होय.

अर्थात, जो भक्त या अविनाशी भक्तिमार्गाचा निष्काम अवलंब करतो आणि प्रभूंचे परम ध्येय साधून श्रद्धेने पूर्णतः एकरूप होतो, तो भक्त प्रभुंना सर्वाधिक प्रिय होय. अशा भक्ताला आलिंगन देण्यास प्रभू दोन्ही हात पसरून उभे असतात. तोच कैवल्याचा अधिकारी बनतो.

हा योगरूप जो प्रभूंनी अर्जुनाला निरोपिले तोच प्रभूंचा भक्तियोग होय. येथे निरंतर श्रद्धेचे भक्कम अनुष्ठान असते. ह्याची थोरवी ती अशी की त्या भक्तियोगयुक्त पुरुषावर स्वामी स्वत: प्रीती करतात, त्याचे ध्यान करतात, जणू त्याला मस्तकावर धारण करतात. प्रभूंचे अष्टांग ज्ञान हस्तांतरण आता नव्या आणि सखोल व्याख्येच्या गुहेत शिरणार होते. ते ऐकायला आम्ही ' तिघे ' पुन्हा सज्ज झालो.

◆◆◆

१३

मला एक जाणीव मात्र नक्की होत होती, की प्रभूंची वाणी आता अगदी सखोल, गहन ज्ञानाच्या पातळीवर येऊन ठेपली होती. अर्थात मी आता अजूनच गुह्य, व्यापक आणि विस्तृतपणे घडत चालले होते. आणि अर्जुन देखील आता संपूर्ण स्थिरावल्या सारखा वाटू लागला. माझ्या समृद्ध होत चाललेल्या आवृत्तीपाशी तो स्थिर होऊ लागला होता. त्याचा तो व्यामोह काळ सोडला, तर वास्तविक तो एक अजिंक्य योद्धा होता. साक्षात शंकराला पराभूत करण्याचे त्यात सामर्थ्य होते. तो ज्ञानी होता, द्रोणांचा पट्टशिष्य होता. द्रोणांच्या आश्रमात केवळ धनुर्विद्याच नव्हे तर अध्यात्मातील महत्वाचे ज्ञान देखील भावी राजकुमारांना प्रदान केले जात असे. अर्जुनाची अध्यात्मिक बैठक पूर्णपदावर आली आणि त्याने भगवंताना प्रकृती, पुरुष, क्षेत्र, क्षेत्रज्ञ, ज्ञान आणि ज्ञेय ह्या संकल्पनेबद्दल अधिक जाणून घेण्याची मनीषा बोलून दाखवली. विचारण्याचा अवकाश आणि प्रभूंनी आपल्याकडील ज्ञानाचे भांडार फोडून, अर्जुनाच्या झोळीत टाकण्यास प्रारंभ केला. प्रभू म्हणाले,

इदं शरीरं कौन्तेय क्षेत्रमित्यभिधीयते ।

एतद्यो वेत्ति तं प्राहुः क्षेत्रज्ञ इति तद्विदः ॥ १३-२ ॥

क्षेत्रज्ञं चापि मां विद्धि सर्वक्षेत्रेषु भारत।

क्षेत्रक्षेत्रज्ञयोर्ज्ञानं यत्तज्ज्ञानं मतं मम ।। १३-३ ।।

“परमप्रिय पार्था, या देहाला क्षेत्र म्हणावे, ह्या देहरूपी क्षेत्राला जो जाणतो त्याला, त्याचे तत्त्व जाणतो त्यास, क्षेत्रज्ञ असे म्हणतात. विश्वातील ह्या अगणित क्षेत्रांचा जो पालनकर्ता क्षेत्रज्ञ, तो मी आहे असे समज. क्षेत्र व क्षेत्रज्ञ, प्रकृती व पुरुष तत्वांसहित तत्त्वतः जाणणे, तेच ज्ञान होय.”

ह्या घडीला प्रभू अर्जुनाला क्षेत्र, त्याचे स्वरूप, कोणत्या प्रकाराने आणि कोणत्या विकारांनी युक्त होते, तो क्षेत्रज्ञ कोण व त्याचा प्रभाव कसा व किती, हे सर्व उलगडत यथार्थपणे सांगू लागले.

हे मोजके साडेतीन हातांचेच क्षेत्र आणि क्षेत्रज्ञाचे तत्त्व या पूर्वी निरनिराळ्या वेदसूत्रातून, छंदोबद्ध ग्रंथातून आणि ऋषींनी पुष्कळ प्रकारांनी सांगून झाले आहे. सारे षटदर्शन मार्ग देखील निरनिराळ्या मतांनी त्याचा विस्तृत अनुवाद करून गेले आहेत.

क्षेत्र हे म्हणजे जीवाचे स्थळ, नांगरण्यास उपलब्ध शेत होय. क्षेत्र एकुलते एक असल्याने त्याच्या वाटण्या होण्याचा संभव नाही. त्यामुळे सगळी मशागत करण्याचा पूर्ण वारसा जीवाच्या प्राणाकडे सुपूर्त झाला. प्राण, त्याच्या चार राबत्या खंबीर भावांसंगे (अपान, व्यान, उदान आणि सामान) क्षेत्राचा सारा कारभार पाहत असतो, आणि संरक्षण देखील करतो. इंद्रिय रुपी बैलांचा वापर करून मग प्राण अहिर्निश मेहनत करण्यात जुंपलेला असतो. परंतु आंदण दिलेल्या विहित कर्मांची संधी डावलून, तो अधर्माची बीजे पेरून घेतो. मग जे पीक टरारुन येते, ते जीवाला त्याची फळे प्रदान करते आणि अशी फळे मिळण्याच्या आसक्तीने मनुष्य पुन्हा नवे पीक काढण्याच्या मागे लागतो, अर्थात पुन्हा पुन्हा जन्म मृत्यूच्या चक्रीय

प्रवासात सापडतो. जर पेरणी सत्कर्मरूपी बीजांची झाली, तर जन्मो जन्मी सुखाची फळे उत्पन्न होतील हे निराळे सांगणे न लगे.

अगदी सोप्या भाषेत तुम्हाला सांगायचे तर क्षेत्र हे प्रकृतीचे वतन आहे असे समजा. तिने महाभूतांच्या योगाने पंचात्मक मिश्रणाची अनेक यादृच्छिक क्षेत्रे तयार केली. प्रकृतीने तिच्यातून उत्पन्न होणाऱ्या तिन्ही गुणांना शेतरूपी क्षेत्राची कामे वाटून दिली. त्याप्रमाणे, रजोगुण पेरणी करतो, सत्वगुण त्याचे रक्षण करतो आणि तमोगुण कापणी आणि काढणी करतो. अशारितीने आपल्या आठही अंगांना वापरून प्रकृती काळाच्या मदतीने क्षेत्राचा उपभोग घेते. ही झाली त्या क्षेत्राची रंजक अशी माहिती. ह्यावर प्रभू प्रकृष्टपणे पुढे सांगू लागले,

> महाभूतान्यहङ्कारो बुद्धिरव्यक्तमेव च ।
> इन्द्रियाणि दशैकं च पञ्च चेन्द्रियगोचराः ॥ १३-६ ॥
>
> इच्छा द्वेषः सुखं दुःखं सङ्घातश्चेतना धृतिः ।
> एतत्क्षेत्रं समासेन सविकारमुदाहृतम् ॥ १३-७ ॥

"पाच महाभूते, अहंकार, बुद्धी आणि मूळ प्रकृती, दहा इंद्रिये, एक मन आणि पाच इंद्रियांचे विषय अर्थात शब्द, स्पर्श, रूप, रस आणि गंध, तसेच इच्छा, द्वेष, सुख, दुःख, स्थूल देहाचा पिंड, चेतना आणि धृती अशा प्रकारे विकारांसहित हे सारे क्षेत्र आहे असे अर्जुना, संक्षेपाने समज."

"पृथ्वी, जल, अग्नि, वायु, आकाश, ही ती पंचमहाभूते. जसा अमावस्येला चंद्र गुप्त असतो, अथवा बालकामध्ये तारुण्य गुप्तपणे दडून असते, तसा प्रकृतीत अहंकार दडून असतो. पंचीकरण झाल्यावर क्षेत्राला आकार येतो, आणि त्या देहाची सारी हालचाल, कर्मे करवणारा तो अहंकार होय."

प्रभूंनी हे मूलतत्वाचे वर्णन सुरु ठेवले. प्रभू म्हणाले, “अर्जुना, आता बुद्धी म्हणजे काय ते सांगतो, नीट ध्यानपूर्वक ऐक.”

“इंद्रिये ही विषयांचे समुदाय जिंकून घेतात. त्यातून अनेक विकार उत्पन्न होतात. त्यातून सुख-दुःख, पुण्य-पाप अथवा शुद्ध-अशुद्ध, अधोउत्तम, सान-थोर याप्रमाणे ज्याची निवड करते, जी ज्ञानाचे उगमस्थान आहे, ती बुद्धी होय.”

“मागे तुला परा प्रकृती निरोपिली होती. ते अव्यक्त स्वरूप. ज्या प्रमाणे सूर्यास्त झाल्यावर प्राणिमात्रांची कर्मे विश्रांती पावतात, किंवा आकाशातले तारे, उजाडल्यावर आकाशात लिन होतात, तसे पंचमहाभूतांपासून उत्पन्न झालेले प्राणिमात्रादी हे सूक्ष्म होऊन जेथे लीन असतात, ती अव्यक्त मूळ प्रकृती समज."”

“कान, डोळे, त्वचा, नाक, जिव्हा ही पाच ज्ञानेंद्रिये आहेत. ह्या पाच इंद्रियांच्या सहाय्याने बुद्धीचा निश्चय होतो आणि ती निवड करते. शब्द आणि स्पर्श, रूप, रस व गंध हे पाच ज्ञानेंद्रियांचे पाच प्रकारचे विषय आहेत. वाचा (जीभ), हात, पाय, उपस्थ व गुद, ही कर्मेंद्रिये होय. कर्मेंद्रिये पाच प्रकारचे विषय हाताळतात. वाचा व्यक्त व्हायला स्वर आणि अक्षरे प्रकट करते, हात घेण्याचे, टाकण्याचे काम करतात, पाय चालवतात, स्थान बदलावतात, उपस्थाने मुत्राचा त्याग करवतात आणि गुदाने मलाचा त्याग होतो. अशी ही क्षेत्राची दहा इंद्रिये तुला सांगितली. मग तुझ्या मनात मन म्हणजे काय हे येईल आणि ते कुठे असते ह्याचा विचार पडेल. तर लक्ष देऊन ऐक, पार्था.”

“असे समज की इंद्रिये आणि बुद्धी ह्यांच्या मध्ये जे चंचलतेने वावरत असते ते जीवाचे मन. वायुतत्वातून निर्माण झालेल्या सर्व प्राणांनी

शरीरातल्या जागा बळाने व्यापून घेतल्या. शुद्ध चंचलता बुद्धीला शिवू शकली नाही. तिने रजोगुणाचा आश्रय घेऊन बुद्धी आणि अहंकाराच्या मध्ये भक्कम पणे जागा घेतली. त्या चंचलतेचे नाव मन होय. ते इच्छेला जन्मास घालते, आशा निर्माण करते, ते कामाचे बलस्थान आहे आणि अहंकाराला चेतवत ठेवते. जे द्वैत उत्पन्न करते, आणि भ्रमाची वखार आहे, ते मन."

"इंद्रिये व विषय एकत्र आले की जी वृत्ती विषयांच्या गोडीने, मनाला पळापळ करायला लावून, बुध्दीलाही वेठीस धरते, ती इच्छा समज. मग इच्छा केल्याप्रमाणे इंद्रियांना इप्सित विषय प्राप्त न झाल्याने जी वृत्ती निर्माण होते तिला द्वेष म्हणावे."

"जे मनाला, वाचेला आणि कायेला आपले असणे देखील विसरायला लावते, जीवाला शांत स्थिती प्राप्त होते, ते सुख. मग ओघानेच ही अवस्था प्राप्त न झाल्याने जी स्थिती उत्पन्न होते, ते दुःख."

"चैतन्याची देहामधे जी सत्ता आहे, तिला येथे चेतना हे नाव आहे. तिच्या मुळे मन आणि बुद्धी प्रसन्न राहतात. हा शरीररुपी वनाचा प्रधान, वसंत ऋतु. जड शरीराला सजीवत्व, चेतनदशा बहाल करणारी चेतना. त्याची हालचाल करवणारी, 'चेतना'.

वस्तुतः पंचमहाभूते एकमेकांचे रिपु असल्याप्रमाणे वावरत असतात. जल पृथ्वीचा नाश करते, अग्नी जलाला आटवतो, वायू अग्नीला शमवतो, आणि आकाश वायूला गिळून टाकते. असे आपल्या वस्तुतः स्वभावाने एकमेकांचे हरण करणारी ही भुते, त्या जड शरीरात अगदी एकोप्याने वास करतात. इतकेच नव्हे, तर अगदी गुण्यागोविंदाने एकमेकांना सहाय्य करतात. हे ज्या योगाने चालते त्यास धृती असे म्हणावे."

“ह्या सगळयाचा समुदाय म्हणजे क्षेत्र. जसे तेल, वात, आणि अग्नी ह्यांचा मेल झाला की त्यास आपण दिवा म्हणतो, तसे ह्या साऱ्या तत्वांचा संयोग झाला, की त्याला क्षेत्र म्हणतात. त्याला काही लोक देह देखील म्हणतात. फक्त गुण आणि कर्म ह्याच्या निरनिराळ्या प्रकटीकरणाने निरनिराळी क्षेत्र निर्माण झाली.”

भगवंतांनी अशा प्रकारे विस्तृत आणि सविस्तरपणे अर्जुनाला क्षेत्राबद्दल जाणता केला.

ही देहबुद्धी म्हणजे मी जीव आहे, हा जो भ्रम आहे, तो भास नाहीसा करणारे तत्व ते ज्ञान. ह्याच्या प्राप्तीने इंद्रियेच काय, देहातील सारी तत्वे देखील ज्ञानमय होऊन जातात.

अर्जुनाला अशा ज्ञानाची प्राप्ती झालेल्या मनुष्याची परिमात्र लक्षणे कोणती असा प्रश्न पडण्याआधीच मला त्याचे गमक जाणवले.

ज्याच्या पाशी मोठेपणाचा अभिमान नसतो, जो कुठलेच सोंग घेत नाही, जो जसा आहे तसा लोकांसमोर येत असतो, जो कोणत्याही प्राण्याला आपणहून कोणत्याही प्रकारचा त्रास देत नाही, जो क्षमाशील आहे, ज्याची वाणी सरळपणाने चालते, जो श्रद्धा व भक्तीसह सद्गुरूची सेवा ह्या भावानेच व्यवहार करीत असतो, अंतर्बाह्य शुद्ध अंतःकरणाने संपूर्ण स्थिर असतो व मन व इंद्रियांसह शरीराचा यथायोग्यपणे निग्रह करतो, असा मनुष्य ज्ञानी समजावा.

त्याला अहंता तर नसतेच. आपण दुसऱ्यावर केलेल्या उपकाराचा तो स्वतःच्या तोंडाने उच्चार देखील करत नाही, आपण केलेल्या कर्मांचा डौल सुद्धा मिरवीत नाही. तो विषयांच्या उपभोगाविषयी संपूर्ण अनासक्त असतो, तसेच प्रिय अथवा अप्रिय कोणतीही गोष्ट घडली तरी त्याचे चित्त

समतोल असते. तो प्रभूंच्या अनन्य भक्तीने स्थित असतो, ज्याला एकांत ठिकाणी राहण्याकडे विशेष कल असतो, विशेषतः विषयासक्त मनुष्यांच्या सहवासापासून तो दूर राहतो. त्याला आत्मसाक्षात्काराचे महत्व पटलेले असते, तत्वज्ञानाचा अर्थ जे ज्ञेय ब्रह्म, तेथे जो स्थित होतो, ही सर्व ज्ञान संपादन केलेल्या मनुष्याची लक्षणे आहेत. त्याची ही सारी निष्पत्ती म्हणजे ज्ञान. आणि याउलट जे काही असेल ते अज्ञान होय.

ज्ञानाच्या त्रिपुटीचे दुसरे अंग म्हणजे ज्ञेय. जे जाणण्याजोगे आहे आणि जाणले असता मनुष्याला परम आनंद मिळतो, तो अमृतत्व पावतो, ते ज्ञेय. तो अनादि परब्रह्म तो ज्ञेय. आणि ते केवळ ज्ञानानेच जाणले जाते. एकदा ब्रह्म जाणल्यावर काहीच करावयाचे राहत नाही व ते ज्ञान जाणणाऱ्याला अर्थात ज्ञात्याला, ज्ञेयस्वरूप म्हणजे ब्रह्मस्वरूप बनवते.

त्या ब्रह्माच्या ठिकाणी रूप, रंग व आकारही नाहीत व दृश्य व द्रष्टा (पाहणारा) ही वेगळी स्थिती नाही. असे असल्यामुळे ते आहे, हे कोणी व कसे म्हणावे ? आणि असे नाही म्हणून जर ते खरोखरच नाही असे म्हणावे, त्याच्यावाचून कोठले काय आहे? ते सर्वत्र आहे. त्याच्यावाचून इतर काहीच नाही.

त्याचे हस्तपाद सर्वत्र आहेत. त्याचे नेत्र-शिर-मुख, कान सर्वत्र व्यापून आहेत. विश्वाची सारी कर्मे करणारे साधन हेच ब्रह्माचे हात. ते विश्वबाहू समजा. ते सर्व होऊन सर्व सर्व करतात. आणि ब्रह्म सर्व ठिकाणी एकाच वेळी आहे, म्हणून त्याला विश्वांगी असे म्हणतात. ते सर्वांना, सगळीकडे सर्वत्र "विश्वचक्षु"नी पाहते. ते सर्वांच्या मस्तकावर सर्व प्रकाराने, नित्यपणे नांदत असते. अशी स्थिती असल्यामुळे त्यास 'विश्वमूर्धा'ही म्हणले जाते. ते ब्रह्म सर्व अंगाने भोगीत आहे या कारणाने त्याला "विश्वतोमुख" म्हणजे ज्याला सर्वत्र मुखे आहेत, असे म्हणले जाते.

मुळात ब्रह्म विश्वरूप आहे आणि सगळे चराचर विश्व ब्रह्माचे स्वरूप आहे. पण हे अद्वैत समजावून सांगायला द्वैताचा आधार घ्यावा लागतो. नाहीतर त्या निश्चल, निराकार ब्रह्माला इंद्रियांचे काय काम? ते साऱ्या जीवांच्या इंद्रियांचे उगमस्थान असले तरी ते इंद्रिय विरहित आहे. ते सर्वत्र अनासक्त आहे, तथापि सर्वभृत् आहे, गुणांच्या पलीकडे, गुणातीत आहे, परंतु सर्व गुणांचे पालन करणारे स्वामित्व त्याच्या कडे आहे. सोन्याच्या तुकड्यात जसे सोने असते, जसे पाण्याची धार पाणीच असते, तसे ब्रह्म सर्वांगी, सर्व स्वरूपात एकच असते. सोन्याचा तुकडा पाहून सोने तुकड्यासारखे असते असे वाटते, पण ते सोने असते, फक्त तुकड्यासारखे भासते. नाम रूप, संबंध, जाति, क्रिया व भेद हे सर्व आकाराचे विषय, ते ब्रह्मापाशी नाहीत.

प्रभू अर्जुनाशी इतके एकरूप झाले होते की शरीरे दोन असली तर एकच मन, चित्त अशी परिस्थिती उत्पन्न होऊ लागली होती. तरी प्रभूंनी मोठ्या लीलेने अर्जुनाला ज्ञान निरोपता येईल ह्याच हेतूने ते द्वैत जाणूनबुजून शिल्लक ठेवले. ह्या विचाराने मी मुग्ध होऊन गेले.

ते परम सत्य ब्रह्म सर्व चराचर प्राणिमात्रांच्या बाहेर व अंतरात परिपूर्ण भरले आहे. ते अति सूक्ष्म असल्यामुळे ग्रहणशक्ती च्या पलीकडे आहे. तसेच अतिशय समीप असून देखील दूरही आहे. जसे चंद्राची अनेक ठिकाणी प्रतिबिंबे पडली तरी तो एकच एक असतो, तसे त्या ब्रह्माचा एकावाचून दुसरा प्रकार मुळीच नाही हे ध्यानात घेतले पाहिजे. तो परमात्मा, किंवा परब्रह्म किंवा ब्रह्म, तत्वत: अविभक्त आहे, तरी नाना प्रकारच्या रूपांनी विभागल्यासारखा भासतो. तोच सर्वांचा पालनकर्ता आणि तोच सर्वांचा संहार करतो.

उत्पत्ती, स्थिती आणि लय ह्या तिन्ही अवस्थांमध्ये ब्रह्म अखंडपणे असतेच असते. तेच ज्ञान आहे, तेच ज्ञेय आहे आणि सर्वत्र स्थित आहे.

असा विचार करून बघितले तर, जेव्हा पंचभूते, तिन्ही गुण, म्हणजे तिन्ही अवस्था लयाला जातात, संपूर्ण विश्व लयाला जाते, तेव्हा एकच एका निधर्मी ब्रह्म शिल्लक राहते. हे परम तत्व जाणून भक्त प्रभूंच्या परमात्मा स्वरूपाशी तादात्म्य साधून असतो. प्रभू सांगू लागले,

प्रकृतिं पुरुषं चैव विद्ध्यनादी उभावपि ।
विकारांश्च गुणांश्चैव विद्धि प्रकृतिसम्भवान् ॥ १३-२० ॥

"प्रकृती आणि पुरुष हे दोन्हीही अनादि आहेत, असे तू समज. मागे निरोपिले प्रमाणे पंचभूतात्मक, त्रिगुणात्मक सर्व पदार्थ, विषय आणि त्यांचे विकार हे सारे प्रकृतीपासूनच उत्पन्न झालेले आहेत. तेच क्षेत्र. पुरुष आणि प्रकृती अनादि काळापासून एकमेकांत मिसळलेले आहेत. प्रकृतीच्या क्रियेसाठी लागणारी जी सत्ता आहे तिस पुरुष समजावे."

कार्यकरणकर्तृत्वे हेतुः प्रकृतिरुच्यते ।
पुरुषः सुखदुःखानां भोक्तृत्वे हेतुरुच्यते ॥ १३-२१ ॥

"कार्य, अर्थात इंद्रियांकडून होणारी क्रिया; ज्या विषयी इच्छा उत्पन्न होते ते कारण आणि इच्छा प्राप्त होण्यास मनातून होणारी प्रेरणा, ही त्रिपुटी, मुळात प्रकृतीशी संग केल्याने साध्य होते."

कर्मापासून जे उत्पन्न होते ते सुखदुःख होय. मात्र पुरुष सुखदुःखादि भोगांना भोगतो असे समज. जसे की ह्या संसारात पत्नी (प्रकृती) कमावती आहे आणि नवरा (पुरुष) उपभोक्ता आहे. हा प्रकृतीशी गुणसंयोगच विविध योनींमध्ये जीवात्म्याच्या चांगल्या वाईट जन्मांना कारण होय.

मंडळी, नवरा - बायको हे रूपक झाले. वास्तविक पुरुष हा प्रकृती कार्यापासून निराळा राहतो. तोच साक्षी असल्यामुळे उपद्रष्टा आहे खरा, किंवा संमती देणारा असल्याने अनुमंता, सर्वांचे धारण-पोषण करणारा म्हणून भर्ता, जीवरूपाने दिव्यपणे भोक्ता, ब्रह्मदेव इत्यादींचाही स्वामी असल्याने महा ईश्वर आणि शुद्ध आनंदघन असल्यामुळे परमात्म्याचा अभिन्न अंग म्हणला जातो. जीवात असलेला जीवात्मा वास्तविक परमात्माच आहे. प्रकृतीच्या पलीकडचा तो पुरुष असे त्याला ओळखले जाते. प्रकृती पुरुषाच्या साधन सत्तेने विश्वाला प्रसवते.

अशा प्रकारे शुद्धपणाने या पुरुषाला जो जाणतो, गुणांचे कार्य प्रकृतीचे आहे असे यथार्तपणे जाणतो, ज्याला देहाचा मोह भुलवत नाही, त्याला जन्म मृत्यू आणि पुनर्जन्म कैसा? हे सारे नित्यनियमाने प्रकृतीच्या गुणमायेने चालते आणि गुणांच्या कर्मांने जीवात्मा त्याचा उपभोग घेतो, तर मग शरीर, काया ह्याचे काय काम? आणि मग जीवाचा मृत्यू कैसा आणि पुन्हा जन्म कैसा?

काहीजण त्या परमात्म्याला शुद्ध सूक्ष्म बुद्धीने ध्यानाच्या योगाने पाहू पाहतात आणि शुद्ध आत्मभाव निवडतात, इतर काहीजण ज्ञान संपादन करून; तर इतर कितीतरी लोक निष्काम कर्मयोगाच्या द्वारे प्राप्त करून घेतात. इतर कोणी याप्रमाणे ह्या ज्ञानाला निष्णातपणे जाणत नसले तरी तत्त्वज्ञानी पुरुषांकडून ऐकूनच तद् नुसार उपासना करतात आणि ऐकलेले प्रमाण मानून जन्म-मृत्यूचा मार्ग पार करून जातात.

जेवढे म्हणून स्थावर अथवा जंगम पदार्थ उत्पन्न होतात, ते क्षेत्र व क्षेत्रज्ञ यांच्या संयोगापासून होतात. म्हणून जो मनुष्य सर्व भूतांमध्ये जीवात्म्याला आश्रय देणाऱ्या परमात्माला पाहतो, आणि जो जाणून असतो की नश्वर

देहातील आत्मा असो किंवा परमात्मा असो, तो अविनाशी आहे, तोच ज्ञानियातील प्रबुद्ध होय.

एकदा का अशी दृष्टी स्थिर झाली की तो मनुष्य परम गतीला प्राप्त होण्याबद्दल थोडाही संदेह नाही. त्याला आत्मा अकर्ता आहे ह्याची संपूर्ण जाणीव असते. आकाश सर्वव्यापी सूक्ष्मत्वामुळे कोणत्याही वस्तूशी लिप्त होत नाही, त्याप्रमाणे आत्मा सर्व देहामधे स्थित असला तरी देहाशी लिप्त होत नाही. अशा रीतीने क्षेत्र व क्षेत्रज्ञ यांतील भेद तसेच भौतिक मूळ प्रकृतीपासून मुक्त होण्याचा मार्ग ज्ञानदृष्टीने जे मनुष्य तत्त्वतः जाणतात, ते महात्मे परब्रह्म परमात्म्याला प्राप्त होतात.

ह्या विस्तृत विवेचनानंतर माझ्या मनात आले की प्रभूंनी त्या गुणमय प्रकृतीची अनेक रूपे अर्जुनाला मोठ्या धीराने सांगितली. पण त्या गुणांची माया, त्यांचे कार्य आणि त्यांची भूमिका प्रभूंनी सांगितली तर किती मजा येईल. एखाद्या लहान मुलाप्रमाणे मी उल्हसित होते. पण सर्वज्ञ प्रभू मनातील ओळखणार नाहीत तर मग कोण? त्यांनी याही विषयाचा सविस्तर खुलासा करण्यासाठी पवित्रा घेतला.

१४

जगदीश्वर प्रभू हे संपूर्ण प्रकृतीचे जे गुणमय मायाज्ञान आहे त्याचे जणू प्रकाशक आहेत. त्यांच्या पुढे माझा द्वैताचा जोर देखील विरून जातो. मी आणि प्रभू साक्षात निराळे नाहीच. मी वाचेने व्यक्त झालेली शब्द, व्यंजन, विसर्ग, आघात, संयुक्त वर्णांनी प्रकट झालेली त्यांची मायामय आवृत्ती होय. कित्येक वेळा मला प्रभूंपेक्षा वेगळी असल्याचे वाटते, मी द्वैतात रमते, पण प्रभुंच्याच कृपादृष्टीने पुन्हा त्यांना अनन्य भावाने जाऊन मिळते. प्रभूंनी जाणीव पूर्वक ते अढळपद मला वेळोवेळी सोडायला प्रवृत्त केले आहे, ज्या योगाने मी ते परम ज्ञान जिज्ञासू भक्तां पर्यंत पोचवू शकेन.

माझ्या धन्याचे ते ज्ञान भांडार फोडून मला मालवाहकाच्या कामी नियुक्त केले गेले आहे. भगवंतांच्या कृपा दृष्टीने मला ह्या विचारांच्या प्रवाहातून पुन्हा ज्ञानपटलावर आणून ठेवले. प्रभूंनी या आधी अर्जुनास क्षेत्र आणि क्षेत्रज्ञ ह्याची व्याप्ती सांगताना आत्मा कसा गुणांच्या तादात्म्याने संसारी सुख दुःख भोगतो हे संक्षेपात सांगितले होते. माझ्यामध्ये गुणांचा खेळ कसा चालतो हे प्रभूंनी पुन्हा माझ्या रूपातून सांगावे असे वाटून गेले होते, तेच सांगाया प्रभू पुढे सरसावले. गुणांच्या तावडीत सापडलेला आत्मा मूलतः गुणांनी बद्ध होतो. मग गुण किती, गुणांच्या तावडीतून निसटलेल्याची आणि गुणातीताची लक्षणे, हे प्रभूंकडून सखोलपणे विवरणे ह्या साठी मी प्रतीक्षेत होते. शिष्याला संपूर्ण बोध व्हावा ह्यासाठी

सद्गुरू पुन्हा पुन्हा ते ज्ञान, निरनिराळ्या स्वरूपात सांगण्यास देखील कंटाळा करीत नाहीत.

प्रभू सांगू लागले,

> परं भूयः प्रवक्ष्यामि ज्ञानानां ज्ञानमुत्तमम् ।
> यज्ज्ञात्वा मुनयः सर्वे परां सिद्धिमितो गताः ॥ १४-१ ॥

"पार्था, ज्ञानातीलही अती उत्तम, ते परम ज्ञान मी तुला पुन्हा सांगतो, जे जाणल्याने सर्व मुनिजन या संसारातून, देहबंधनापासून मुक्त होऊन परम सिद्धी पावले आहेत."

"सहज विचार करून पाहिले तर ज्ञान हे प्रत्येकाचे स्वरूपच आहे. परंतु हा संसार वगैरेच खरे मानून, आवडून घेतल्यामुळे ते पर म्हणजे परके असे झाले आहे, आणि त्याचे मनुष्याला विस्मरण झाले आहे. या ज्ञानाचा आश्रय करून जे मजप्रत झाले आहेत, ते न सृष्टि-निर्माण काली जन्म पावतात, न प्रलयकाली व्यथित होतात, न मरण पावतात."

अर्जुन आता संपूर्णपणे ह्या संभाषणाला तद्रूप झाला होता. त्याची सारी इंद्रिये पुन्हा कानी एकवटली होती. भक्त, शिष्य सुद्धा अर्जुनासारखा असावा लागतो, मगच भगवंतांना देखील वक्तृत्वाचे भरते येते. प्रभू लीलया पुढे सांगू लागले.

> मम योनिर्महद्ब्रह्म तस्मिन्गर्भं दधाम्यहम् ।
> सम्भवः सर्वभूतानां ततो भवति भारत ॥ १४-३ ॥

“माया, मूळ प्रकृती ही माझे विश्वरूप गर्भ ठेवण्याचे ठिकाण आहे. तिच्यामधे मी गर्भ ठेवतो. हे भारता, त्यापासून सर्व चेतनसमुदायरूप भूतांची उत्पत्ती होते.”

अव्यक्तवादि लोकांच्या मताप्रमाणे हिला अव्यक्त असे म्हणतात, सांख्य हिलाच प्रकृती असे म्हणतात आणि वेदांती हिला माया असे म्हणतात. ह्या मायेने आपण आपले स्वकीय आत्मस्वरूप विसरून जातो. मग हिला अज्ञान का म्हणू नये? परमात्म्याचे विस्मरण झाले की प्रकृती जागृत होते. मग आपण आपल्याला ह्या पंचमहाभौतिक, गुणमय, साडेतीन हाताच्या प्राकृतिक देहाच्या स्वरूपात पाहू लागतो. जगद्गुरू परमेश्वर बोलू लागले,

सर्वयोनिषु कौन्तेय मूर्तयः सम्भवन्ति याः ।।

तासां ब्रह्म महद्योनिरहं बीजप्रदः पिता ।। १४-४ ।।

“सर्व योनीमधे ही जी शरीरे निर्माण होतात, त्या सर्वांचे कारण (आई) माया आहे. आणि मी बीजप्रद पिता आहे. या संगाने श्रुष्टीची निर्मिती होते. त्यात पंचमहाभौतिक उठाठेवीने निरनिराळे जीव व शरीरे उदयास येतात. किंतु ती सारी एकच आहेत. शरीराची अवयव जरी निराळी असली तरी शरीर एकच असते. त्यामुळे हे सारे विश्व एकच आहे.”

परमात्मास्वरूप प्रभू अनेक देहांची निर्मिती करून अनेकत्व स्वीकारतात, त्या अनेक शरीरात गुणांनी बांधले गेले आहेत असे भासवतात. हेच केवळ अज्ञानमय आहे. हे असून देखील कोणत्या गुणांनी जीव, आणि प्रासंगिक दृष्ट्या स्वामी स्वतः कसे बांधले गेले जातात असा प्रश्न पडतो. त्याचे त्यांनी ह्या उपरांत स्फटिक स्पष्टतेने निरूपण केले.

ह्या पूर्वी देखील प्रभूंनी गुणांचे काही प्रसंगी वर्णन केले होते किंतु त्यांचा आता ते विस्तारून सांगण्याचा मानस होता. प्रभू व्यक्त झाले,

सत्त्वं रजस्तम इति गुणाः प्रकृतिसम्भवाः ।

निबध्नन्ति महाबाहो देहे देहिनमव्ययम् ॥ १४-५ ॥

"सत्त्वगुण, रजोगुण आणि तमोगुण हे तिन्ही गुण अविनाशी जीवात्म्याला शरीरात बांधून ठेवतात. ते प्रकृतीतून जन्मास येतात. तीच त्यांची मायभूमी. या तीन गुणात सत्वगुण हा उत्तम, रजोगुण हा मध्यम व तमोगुण हा सहज कनिष्ठ आहे हे पार्था, तू सहजपणे जाण. वयाच्या तीन अवस्था- बालपण, तारुण्य आणि जरा, जशा देहात असतात, आणि एकावेळी एक अवस्था बलवान असते तसे हे तीन गुण जीवांमध्ये आळीपाळीने कार्यरत असतात."

आता ह्या तीन गुणांची वैशिष्टये अशी की,

त्या तीन गुणांमधील सत्त्वगुण निर्मळ असल्यामुळे प्रकाश उत्पन्न करणारा आणि विकाररहित आहे. तो सुखासंबंधीच्या आणि ज्ञानाच्या संगतीने जीवाला अभिमानाने बांधतो. हा गुण जसा जसा बलवान होऊ लागतो तसा, म्हणजे मी सुखी आहे, मी ज्ञानी आहे, अशी जाणीव उत्पन्न करतो, आणि अशा सात्विक भावांनी गर्वाला चढतो. इतका की आपले आत्मसुख आपणच वाया घालवू लागतो. एखादा भिकारी दोन घरी भिक्षा मिळाली तरी राजा झाल्याचा आनंद मानून हिंडू लागतो तशी त्याची अवस्था होते. ही अवस्था मग रजोगुणाला जागृत करते.

एरवी खरोखर सुखात नांदत असलेला जीवाला ह्या सुखाची नको तितकी जाणीव झाल्याने, त्यात तृष्णा, आकांशा, असंख्य वासना आणि आसक्ती उत्पन्न होते.

ह्या बद्धतेने अभिलाषारूप रजोगुण उत्पन्न होतो. हा रजोगुण जीवाला विषयात रुजवू लागतो. ह्या विषयी रथावर स्वार होऊन मग तो वीर जीव विषय सुखाच्या मस्तीत वेगाने कूच करतो. ह्या मोहिमेत, इच्छा आणि आसक्तीची नित्याने वृद्धी होत जाते आणि मेरुपर्वत जरी हाती लागला तरी त्याहून विशाल, विराट असे मिळवण्याच्या जोराने तो जोमाने प्रवास सुरु ठेवतो. अशा रजोगुणी माणसाचा व्यापार वाढतच राहतो, आणि एक अनेक खटाटोप आपल्या गळयात अडकवून घेतो. ह्याची वाढ होत होत तमोगुणाचे आगमन होते.

ह्या व्यापाराची दृष्टी हळू हळू मंदावते, आणि अज्ञानाचा जिव्हाळा वाढू लागतो. अविचार हाच या तमोगुणाचा महामंत्र आहे किंवा संमोहित करणारे यंत्र. ह्या अविचाराने आणि अज्ञानाने तमोगुण उत्पन्न होतो. देह हाच आत्मा आहे ह्या विचाराने जीवाला बद्ध करून टाकतो. तो या जीवात्म्याला नकळत प्रमाद, आळस आणि निद्रा यांनी बांधून ठेवतो. स्वामी सांगत होते,

सत्त्वं सुखे सञ्जयति रजः कर्मणि भारत ।

ज्ञानमावृत्य तु तमः प्रमादे सञ्जयत्युत ।। १४-९ ।।

सत्त्वगुण सुखाची आसक्ती उत्पन्न करतो, तर रजोगुण सकाम कर्माला तसेच तमोगुण ज्ञान आवृत्त करून प्रमाद करण्याला प्रवृत्त करतो.

रज व तम ह्यांचा पडाव करून सत्व नेतृत्व करतो, कधी रज व सत्व ह्यांचे हरण करून तम राज्यकर्ता बनतो तर कधी तम व सत्व यांना दडपून रज प्रगट होतो. त्रिदोषातील कफ, पित्त आणि वात जसे एकमेकांचे हरण करून शरीरात एकमेकांशी निरंतर स्पर्धा करीत असतात, तसे ह्या तिन्ही गुणांची अखंड स्पर्धा सुरु असते. जशी शरीरातील त्रिदोष, एक एक उत्पन्न होण्याची शारीरिक आणि वैद्यकीय कारणे आहेत, तशी ही गुणांची उत्पत्ती आणि त्यांचे बळकटीकरण होण्याची कारणे आणि लक्षणे निश्चितच आहेत. प्रभूंनी जी अर्जुनाला सांगितली, ती मंडळी, मी तुम्हाला सांगण्याचा प्रयत्न करते.

मूलतः देहाच्या सर्व द्वारात जेव्हा ज्ञान, चैतन्य आणि विवेकशक्ती उत्पन्न होऊन स्थित होते, त्यावेळी असे समजावे की, सत्त्वगुणाचे प्रकटीकरण झाले आहे. ज्या वेळी लोभप्रवृत्ति, फळेच्छेने सकाम कर्माचा आरंभ, दुर्धर अभिलाष, विषयाची लालसा ही उत्पन्न होतात, त्यावेळी रजोगुणाचे बळकटीकरण होऊ लागले आहे असे समजावे. आणि जेव्हा अविवेक, अप्रवृत्ति, निष्क्रियता, प्रमाद, आचारभ्रष्टता व मोह ह्याचा अतिरेक होऊ लागतो, की तमोगुण बलवान झाला आहे हे निश्चित.

त्यामुळे मनुष्याची सर्व कर्मे गुणांच्या अधिपत्याखाली अखंडपणे चालू असतात. कोण एका क्षणी एक गुण इतर गुणांपेक्षा अधिक बलवान होऊन जीवाला त्याची बद्धता प्रदान करत असतो. हे त्याच्या मृत्यू पर्यंत पूर्णतः चालू असते.

सत्वगुण बलवान आणि कार्यरत असता जर एका कोणाचा मृत्यू झाला, तर तो महर्षींना पात्र अशा उच्चतर पवित्र ग्रहलोकाला प्राप्त होतो. रजोगुण बळकट असता मरण पावल्यास कर्मासक्तीने युक्त असा मनुष्य सकाम

कर्माशी संलग्न अवस्थेला जन्म पावतो. त्याचप्रमाणे तमोगुणाची वृद्धि असताना मरण पावल्यास तो मनुष्य, ज्ञानहीन, पशु योनीमध्ये जन्म पावतो.

सुकृत, सात्विक गुणांमध्ये केलेले कर्म निर्मल, सत्वप्रधान, पुण्यकर्म, लोकोत्तर फल प्रदान करते, रजोगुणामध्ये केलेले कर्माचे फल दुःख होय व तामस कर्माचे फल अज्ञान आहे असे निश्चितपणे समजा. म्हणून पुन्हा सांगायचे झाले तर सत्वगुणापासून ज्ञान उत्पन्न होते, रजोगुणापासून केवल लोभ उत्पन्न होतो व तमोगुणापासून प्रमाद, मलिनदोष आणि मोहच नाही तर अज्ञान देखील उत्पन्न होते. म्हणून प्रभूंचे ज्ञानी भक्त सर्वपरीत्याग करून सात्विक वृत्तीच्या संकल्पाने राहतात.

सत्वगुणी पुरुष उच्च पदाला जातात, रजोगुणी पुरुष मध्येच मनुष्यलोकी वास करतात. निंद्य गुणांमधे स्थित असलेले तमोगुणी पुरुष अधोगतीला पशुपक्षी किडे कीटक म्हणून अधःपतन पावतात.

अर्थात मनुष्याला मिळणारी उत्तम गति, मध्यम गति व अधोगति हे गतीचे भेद गुणवृत्तीचें बलाबल ठरवत असतात. सत्व-रज-तमांच्या भेदाप्रमाणे जो कर्माचा विस्तार होतो, तो ह्या गुणांचा विकार आहे. विवेकपूर्ण विचाराने पाहता या तिन्ही प्राकृतिक गुणांशिवाय दुसरा कोणीही कर्ता नाही, आणि जो ह्या तिन्ही गुणांच्या अत्यंत पलीकडे असणाऱ्या परमात्म्याला तत्त्वतः जाणतो, तो भगवंताशी एकरूप झालेला असतो. हीच त्याची गुणातीत अवस्था. ही आत्म्याची स्वभावतः मुक्त स्थिती आहे.

जो पुरुष देहाच्या उत्पत्तीला, कर्मविकासाला कारण असणाऱ्या या तीन गुणांच्या पलीकडे जाऊन, गुणांच्या तावडीतून सुटका करून घेऊन, जन्म,

मृत्यु, जरा व इतर दु:खे यांपासून मुक्त होऊन मोक्ष अमृतत्व पावतो, असा मनुष्य देहाची अहंता सोडून त्याचे स्वरूप प्रभूंशी तद्रूप करून असतो.

मग अर्जुनाने मोठ्या जिज्ञासेने प्रभुंना ह्या असल्या गुणातीत पुरुषाची लक्षणे, त्याची आचरण पद्धती आणि गुणातीत होण्याचा साधनाक्रम विचारला. विचारायचा अवकाश, स्वामींनी पुन्हा कंबर कसली आणि ह्या विषयातला हा उरला सुरला दृष्टांत देखील आपल्या परम शिष्याला बहाल केला. प्रभू सांगू लागले, "हे पांडवा (अर्थात पांडुपुत्र अर्जुना), जो पुरुष सत्वगुणाचा कार्यरूप ज्ञान प्रकाश, रजोगुणाची कार्यरूप प्रवृत्ती आणि तमोगुणाचा कार्यरूप मोह ह्यापैकी काहीही प्राप्त झाले असता देखील त्यांचा विषाद मानत नाही, किंवा त्याच्या बुद्धी मध्ये खेद उत्पन्न होत नाही, आणि जे प्राप्त झाले नाही त्याची जो आकांक्षा धरत नाही, त्याला ह्या तिन्ही गुणांची गणना नसते. तमोगुण बलवान असता, मोहाच्या वेळी तो गुणातीत पुरुष ज्ञानाची इच्छा करत नाही आणि रजोगुण बळकट असता ज्ञानाने कर्माचा आरंभ करीत नाही व त्याच्या हातून कर्म झाले तर त्याचा अभिमान, मोह अथवा खेदही करत नाही. गुण आपली कार्ये करत असता, तो गुणांच्या हालचालीमुळे आपली अढळ स्थिती काही ढळू देत नाही. तटस्थ राहतो. अर्थात गुणांच्या खेळण्याने त्याची बैठक विचलित होत नाही. कुणा एका गुणाच्या उत्कर्षाने त्याचे चित्त विस्कळित होत नाही, आणि कुणा एका गुणाचे हरण झाल्याने तो व्यथित होत नाही."

"तो निरंतर आत्मभावात राहून दुःख-सुख समान मानतो, माती, दगड आणि सोने यांना सारखेच मानतो, त्याला प्रिय आणि अप्रिय गोष्ट सारखीच वाटते, तो ज्ञानी असतो, त्याची आत्मबुद्धी अभंग असते, आणि स्वतःची निंदा व स्तुती सुद्धा त्याला समान वाटते. मानापमान हा भेद त्याच्या जवळ शिल्लकच रहात नाही. त्याला मित्र-शत्रू हे देखील सामान

असतात. तसेच सर्व कार्यात त्याने अभिमान सांडून मूलतः त्या कर्माचा परित्याग केला असतो, त्याला गुणातीत म्हणतात."

मग जो या गुणांच्या पूर्णपणे पलीकडे जाऊन राहतो, गुणांच्या अतीत होतो, त्यास ब्रह्मत्व प्राप्त होण्याची योग्यता सहज प्राप्त होते. गुणांची इतकी उठाठेव, धिंगामस्ती चालू असताना देखील, ते आपसूक त्याच्या ताब्यात येऊन राहतात, अर्थात त्यांच्या दंग्याने त्याचे अढळस्थान मुळीच डळमळत नाही. त्याला मग एकच कार्य उरते, ते म्हणजे प्रभूंच्या भक्तीमध्ये एकनिष्ठ होऊन राहणे. ते ब्रह्मत्व, जे नित्य, अमृत, शाश्वत, धर्मरूप व अखंड सुख असे जे आहे, ते प्रभूंशीवाय इतरत्र नाही.

जवळ जवळ अर्ध्यातासापेक्षा जास्त वेळ, रणांगणाचा विसर पडून देखील, प्रभू अव्याहतपणे अर्जुनाला हे वैश्वीक परमतत्वज्ञान सांगत होते. आता न अर्जुनाला युद्धाचे भान राहिले होते न प्रभुंना. प्रभूंनी जे काही निरोपिले आणि जे काही रूप प्रकट केले, ते त्या महासंग्रामाच्या किती तरी पटीने विशाल, व्यापक आणि घनघोर होते.

माझ्या आत्मभावात मी पुन्हा एकदा डोकावून पहिले, तर मी विलक्षण अलंकारांनी सजल्याचे मला भासू लागले. माझे ज्ञान पुनर्जीवित झाल्यासारखे झाले. मी जगाच्या उद्धारासाठी सज्ज झाले. हे ज्ञान आणि कार्य अनेक अनेक युगे आणि पिढ्यांपर्यंत पोचावे असा मला मोह उत्पन्न झाला. पण प्रभूंशी एकनिष्ठ असलेली मी, ह्या विविध गुणांनी कसली विचलित होतीय! प्रभूंनी मला निर्मित केली आहे, त्यांनी सांगितलेल्या परम भक्त, स्थितप्रज्ञ, गुणातीत, निष्काम कर्मयोगी भक्ताची संपूर्ण लक्षणे बाळगून. त्यांचा अंतरंग असलेली मी, त्याहून निराळी कशी असेन? माझी मलाच गंमत वाटून गेली. क्षणभर मी देखील गुणांमध्ये आणि विषयांमध्ये फसून गेले.

ह्या टप्प्यावर, प्रभू ह्या साऱ्या अचाट ज्ञानतत्वाचा सारांश करण्याचे योजित होते. त्यांनी त्यांच्या मनात एक विलक्षण संकल्पना निर्माण केली जी युगांयुगे लोकांना मार्गस्थ करायला हितकारक ठरणार होती. ती ऐकणासाठी मी निष्ठेने सज्ज झाले. अर्जुनाला एक विलक्षण दृष्टांत मिळणार ह्या कल्पनेने मी मुदित झाले.

१८

हे सारे गुह्य ज्ञान प्रभूंनी अर्जुनाला सांगितले तरी का? मी मागे म्हणाले त्याप्रमाणे, प्रभूंची योजनाच विशाल होती. अर्जुनालाकेवळ युद्धास सज्ज करून, युद्ध घडवणे हा संकुचित हेतू घेऊन प्रभूंनी अर्जुनाशी हा अभूतपूर्व वार्तालाप घडवून आणला नसता. त्यांची त्या मागची योजना मनुष्याला त्याचा स्वधर्म योग्य पद्धतीने जाणण्यासाठी, त्यासाठी मार्गस्थ करण्यासाठी, हे जाणीवपूर्वक पाऊल होते. कुठला म्हणून ज्ञानाचा कोष उघडून दाखवायचा प्रभूंनी शिल्लक ठेवला नव्हता. त्याच बरोबर, प्रभुंना हे देखील ठाऊक होते की हे तत्वज्ञान मानवाला अर्जुनाच्या नंतर देखील उपयुक्त ठरले पाहिजे. त्यामुळे त्याचा सारांश, अंतिम टप्पा, आणि सर्वोच्च ज्ञान पैलू त्यांनी एक विलक्षण रूपक अंगाने मांडायचे योजिले. ज्ञानाला कळत नाही, ध्यानासही सापडत नाही असे जे निर्विषय ब्रह्म प्रभूंच्या बोलण्यात सापडते. श्रीयुत भगवंत अत्यंत एकाग्रतेसह सांगू लागले,

ऊर्ध्वमूलमधःशाखमश्वत्थं प्राहुरव्ययम् ।
छन्दांसि यस्य पर्णानि यस्तं वेद स वेदवित् ।। १५-१ ।।

"पिंपळाप्रमाणे अथवा वडाच्या वृक्षाप्रमाणे हा संसारवृक्ष आहे ज्याचे मूळ उर्ध्वभागी आहे व ज्याच्या शाखा खाली आहेत. ज्या संसाररूप अश्वत्थवृक्षाला खरंतर विनाशी असून देखील अविनाशी म्हणतात, तसेच वेद ही ज्याची पाने वाटावी, त्या संसाररूप वृक्षाला जो पुरुष मुळासहित

तत्त्वतः जाणतो, तो वेदवत्ता असतो. हा वृक्ष असा विलक्षण आहे की त्याची मुळे वर असली तरी तो उलटून पडलेला नाही. त्यामुळे तो कायम टवटवीत राहतो. वर मूळ असलेला एक विश्वाकार वृक्ष घनदाटपणे उगवलेला आहे असे समज, पार्था."

"ते शाश्वत ब्रह्म या संसारवृक्षाचे ऊर्ध्व आहे. त्या ऊर्ध्व मुळातून तो संसारवृक्ष प्रकट होतो. हा असा कल्पनेने रचलेला वृक्ष वाढू लागतो. त्याप्रमाणेच या संसारवृक्षाची अशी स्थिती आहे की त्याला वास्तविक उद्या नाही, म्हणजे हा क्षणाक्षणाला नाश पावतो पण पुनर्जीवित होतो, म्हणून ह्याला ज्ञानीजन अश्वत्थ म्हणतात."

"एकाबाजूने समुद्रातील जल बाष्पीकरणाने उपसले जाते, तेव्हा दुसऱ्या बाजूने नद्या त्यात येऊन मिसळतात आणि पुन्हा भरून टाकतात. समुद्रातील बाष्प गगनी जाऊन ढगाला मिळते. जो पर्यंत समुद्राचा ढगांशी आणि नद्यांशी संयोग असतो, तो पर्यंत तो असतोच असतो. तशा प्रमाणे ह्या वृक्षाचे होणे - जाणे घडत असते, म्हणून त्याला देखील अविनाशी म्हणले जाते. कालाच्या गतीने या संसारवृक्षाच्या फांद्या, पाने वाळून जातात, गळून पडतात आणि त्या ठिकाणी नवे असंख्य अंकूर फुटतात. जो पर्यंत मुळाशी ह्या वृक्षाचा योग आहे, तो पर्यंत हे अविरत सुरु राहते. चालू वर्ष एक एक दिवस करीत संपते न संपते, तोच नवीन वर्ष सुरु होऊन ही मालिका अखंड पणे सुरु राहते. ह्याच सिद्धांताने या संसारवृक्षाच्या उत्पन्न होणाऱ्या व नाश पावणाऱ्या फांद्यांचा आदि व अंत न समजल्याने त्या किती आहेत हे कळत नाही. तो वृक्ष अविनाशी होय, ज्याचा व्यय होत नाही असे समज."

त्रिगुणांच्या योगाने वृद्धि पावलेल्या शाखा व इंद्रिय विषयरूपी पल्लवांनी युक्त डहाळ्या अशा त्या वृक्षाच्या खाली व वर पसरलेल्या आहेत. सकाम

कर्माशी बांधली गेलेली त्याची अनेक मुळे वर तर आहेतच पण पारंब्यांसारखी खाली मनुष्यलोकी विस्तार पावली आहेत.

मूलतः हा वृक्ष हा ब्रह्मातून उत्पन्न होणारी मायामय सृष्टी होय. तीतून मग स्वेदज, जारज, अंडज व उद्भिज ह्या चार खाणीतून (डहाळ्यातून) असंख्य योनी (अंकुर) उत्पन्न होतात. ते स्त्री, पुरुष, नपुसंक असे भेदाचे आकार धारण करतात. शाखांमधील गुणांनी युक्त होऊन त्या डहाळ्या आणि त्यांचे फोक आंदोलने घेऊ लागतात (आपली विषययुक्त कर्मे करू लागतात). कर्मभोगांचा क्षय झाला की वाळून, गळून पडतात आणि विषयाच्या आसक्तीने पुन्हा नवे अंकुर फुटून नवे आकार धारण करतात. विशिष्ट सत्वगुणादि गुणशाखेच्या वृद्धीने आणि प्रभावानुसार नव्या अंकुरांची वाढ होते.

सामान्य वृक्ष जमिनीतून मुळासकट उपटून टाकणे शक्य आहे, पण असा हा बळकट, अफाट संसारवृक्ष, ज्याचे मूळ तर साक्षात ब्रह्मामध्ये स्थित आहे, तो उपटून तरी कसा काढायचा? अर्थात अनासक्तिने विषयांवर आणि गुणांवर मात करून ब्रह्म स्थितीपर्यंत कसे पोचावे? पण जर हा वृक्षच भासमय, मायामय असेल तर तो छेदून टाकणे शक्य असेल? भगवंतांनीच पुढे स्पष्टीकरण दिले,

न रूपमस्येह तथोपलभ्यते नान्तो न चादिर्न च सम्प्रतिष्ठा ।
अश्वत्थमेनं सुविरूढमूलमसङ्गशस्त्रेण दृढेन छित्त्वा ॥ १५-३ ॥
ततः पदं तत्परिमार्गितव्यं यस्मिन्गता न निवर्तन्ति भूयः ।
तमेव चाद्यम पुरुषं प्रपद्ये यतः प्रवृत्तिः प्रसृता पुराणी ॥ १५-४ ॥

“पार्था, या मायामय संसारवृक्षाचे स्वरूप जसे सांगितले आहे, तसे वास्तविक अनुभवता येत नाही. जो पर्यंत विवेकाने संपूर्ण आकलन होत नाही तो पर्यंत ह्या वृक्षाला आदि नाही, अंत नाही. म्हणून या अहंता, प्रियता आणि इंद्रियांनी प्रस्तुत केलेल्या वासनारूपी अतिशय घट्ट मुळे असलेल्या संसाररूपी अश्वत्थवृक्षाला बळकट, अनासक्तीरूप शस्त्राने छेदून टाकले पाहिजे”

प्रथमतः ह्या अनोख्या, काल्पनिक वृक्षाचा आरंभ तो कोणता आणि त्याचा अंत तो कैसा? वास्तविक तो नाहीच नाही पण अज्ञानामुळे असल्याचा भासतो. स्वप्नात दिसलेल्या वस्तू, स्वप्न चालू असे पर्यंत खरेपणाने भासतात, परंतु स्वप्न संपून गेले आणि जागृत अवस्था प्राप्त झाली की त्या साऱ्या वस्तूंच्या असत्याची जाणीव होते. तसेच अज्ञान नष्ट झाल्यावर त्या वृक्षाची भासमानता जाणली जाते. स्वप्नातल्या भयाला एकच उपाय, जागे होणे. त्याच प्रमाणे ‘ज्ञान खड्ग्यानेच’ ह्या अज्ञानरुपी वृक्षाचे छेदन करता येते. मी ब्रह्मापेक्षा निराळा नाही, हे ज्ञान एकदा का धृढ झाले, की ते ज्ञानच हा असला वृक्ष मायामय आहे, त्याचे सर्व अवयव देखील भासमान आहेत, हे निश्चित पणे प्रतिपादन करेल, आणि ह्या आत्मविचाराने त्या वृक्षाचा समूळ नाश करून टाकेल. नंतर त्या आपल्या ब्रह्मरूप स्वरूपास पुन्हा पुन्हा पहावे, जिथे पोचल्यास पुन्हा परत येणे न लगे, म्हणजे साक्षात त्या आद्य परमात्मा स्वरूपास अनन्य पणे शरण जावे.

प्रभूंच्या शब्दांनी अर्जुनाचा क्षीण पुरता नाहीसा झाला होता. त्याच्यामध्ये एक नवचेतना उत्पन्न झाली. त्याच्या विचारांचे चक्र पुन्हा घुमू लागले होते. मला स्वामींच्या पुढच्या विचारांची योजना दिसू लागली.

ह्याचा अर्थ, ज्यांचे मोहमान नष्ट झाले, ज्यांनी आसक्तिरूप दोषांवर विजय मिळवला आहे, ज्यांची परमात्म्याच्या स्वरूपात नित्य स्थिती असते

आणि जे भौतिक वासनेतून पूर्णपणे मुक्त झाले आहेत, सुख-दुःख नावाची द्वंद्वे त्यांच्या समोर देखील येत नाहीत, त्यातून पूर्णतः मुक्त झालेले ज्ञानी त्या अविनाशी अच्युत परमपदाला पोचतात.

स्वप्नातून जागे झाल्यावर स्वप्नातील मृत्यू अगर स्वर्गसुख ह्या दोन्हीचे जागे झाल्यावर दुःखाशी अथवा आंनदास काहीच कारण राहत नाही. अशा ह्या ज्ञानी पुरुषांचा विवेक आत्मस्थित होतो, आणि त्यांना परम धर्माची प्राप्ती होते. ह्या निजधामी पोचल्यानंतर, हे ज्ञानी पुरुष पुन्हा माघारी फिरत नाहीत.

केवळ अज्ञानाने हा साडेतीन हातांचा देह मी आहे अशी समजूत होऊ लागते. हे वेगळेपण अनुभवाला येते ते अज्ञानाने. जीवलोकामध्ये, ह्या देहात असणारा हा सनातन जीवात्मा निव्वळ प्रभुंचाच अंश आहे. देह उत्पन्न झाला की जन्म झाला आणि देह विटून गेला की मृत्यू अशी कल्पना होऊन बसली आहे. ती कल्पना म्हणजे जीवलोक. जीवात्मा परमात्म्याच्या प्रतिबिंबित रूपाने प्रकृतीत प्रस्थापित असतो आणि मनाला आणि पाचही इंद्रियांना आकर्षित करतो. देहाशी एक होऊन देहाचे जन्ममरणादि धर्म उपभोगू लागतो. अशा प्रकारे तो जीवात्मा आपले मूळ स्वरूप विसरून आपण देहच आहोत अशा थाटात देहाच्या इंद्रियांच्या साऱ्या विषयांचा समुदाय उपभोगतो.

जीवात्मा पूर्वीच्या जन्मातले जीर्ण शरीर टाकून नव्या जन्मातले नवे शरीर पावतो. पूर्वजन्मीचे संकल्प, इंद्रिय पुरस्कृत विषयांची वासना संग घेऊन दुसऱ्या देहात प्रवेश करतो. दुसऱ्या स्थूल देहात प्रवेश केल्यानंतरच तो पूर्वकर्मानुसार कर्ता, भोक्ता बनून उपभोगतो.

ह्या स्थूल शरीरात, तो कान, नासिक, नेत्र, जिव्हा, स्पर्श आणि मन ही इंद्रिये प्राप्त करतो आणि त्या इंद्रियांच्या विषयांचा उपभोग घेतो. पुन्हा ह्या देहात तो देहच बनून राहतो.

देहाचा त्याग करत असता किंवा देहात स्थित असता किंवा विषयांचा भोग घेत असता किंवा तीन गुणांनी युक्त असताही आपल्या आत्मस्वरूपाला अज्ञानी लोक पाहू शकत नाहीत. केवळ ज्ञानरूपी दृष्टी असलेले विवेकी ज्ञानीच ते स्वरूप तत्त्वतः ओळखतात. योगीजन आपल्यामध्ये असलेल्या या आत्म्याला यत्नाने तत्त्वतः जाणतात; परंतु ज्यांनी आपले अंतःकरण शुद्ध केले नाही असे अज्ञानी, अविवेकी लोक प्रयत्न करूनही या आत्मस्वरूपाला जाणत नाहीत. ते आत्मस्वरूप हे भगवंतांचे साक्षात परमात्मस्वरूपच होय. त्या स्वरूपाचे तेज आदित्याचे ठिकाणी राहून, किंवा चंद्राचे अथवा अग्नीचे ठिकाणी राहून सकल विश्वाला उत्सर्जित करते.

पृथ्वी ज्या भुतमात्रादींना धारण करते, त्या सर्व भुतांमध्ये प्रवेश करून आपल्या सामर्थ्याने हे स्वामींचे परमात्मस्वरूप भुतांना धारण करते. रसात्मक चंद्र होऊन सर्व औषधींचे-वनस्पतींचे पोषण देखील स्वामीच करतात. अशा तऱ्हेने ते सर्व धान्यजातींना विपुलता प्रदान करतात व अन्नाच्या द्वारे सर्व प्राणिमात्रांना जीवन प्रदान करतात.

प्रभू अर्जुनाला एक एक पैलू उलगडून दाखवीत होते, ते, मंडळी! मी तुमच्यासमोर माझ्या परीने व्यक्त केले. प्रभू म्हणाले,

अहं वैश्वानरो भूत्वा प्राणिनां देहमाश्रितः ।

प्राणापानसमायुक्तः पचाम्यन्नं चतुर्विधम् ।। १५-१४ ।।

"वीर अर्जुना, मीच सर्व प्राण्यांच्या शरीरात राहणारा, प्राण व अपान यांनी संयुक्त वैश्वानर अग्निरूप जठराग्नी होऊन चार प्रकारचे- शुष्क, स्निग्ध, सुपक्व व विदग्ध- अन्न पचवितो. अन्न शिजवून भोजनास सिद्ध असता, ज्याच्या योगाने अन्न पचून जीव समाधान पावेल अशी भुकेची प्रखरता पोटातील अग्नि उत्पन्न करतो. तो जठराग्नी मीच. प्राण आणि अपान ह्यांच्या जोडीने हा वायूंचा भाता फुंकून हा वैश्वानर अग्नी उत्पन्न करून कोणते आणि किती अन्न पचावे, ह्याचा हिशोबच नाही. चोष्य, लेह्य, खाद्य आणि पेय अशा नाना प्रकारच्या अन्नाला मी एकटाच पचवतो."

केवळ वैश्वानर रूपात जठराग्नी बनून साऱ्या देहातील अन्नाला पचवणारे भगवंत इतकेच नाही, मुळात भगवंतांची व्याप्ती आणि विस्तार काय सांगावा? त्यांच्या शिवाय अखंड विश्वात इतर कोण आहे?

सर्वत्र प्रभूच आहेत तर मग काही प्राणी सुखी, काही दुःखाचे झोक घेऊन का पीडित असतात? एकच एक प्रभू सगळीकडे व्यापून आहेत परंतु ज्या प्राण्यांच्या अंत:कारणात जशी शुद्ध अथवा अशुद्ध प्रवृत्ती असेल, त्याप्रमाणे ते तसे व्यक्त होतात. हाच विचार प्रभूंनी त्यांच्या अप्रतिम शैलीतून प्रसारित केला.

प्रभू उद्गारले,

सर्वस्य चाहं हृदि सन्निविष्टो मत्तः स्मृतिर्ज्ञानमपोहनं च ।
वेदैश्च सर्वैरहमेव वेद्यो वेदान्तकृद्वेदविदेव चाहम् ॥ १५-१५ ॥

"मीच सर्व प्राण्यांच्या हृदयात अंतर्यामी होऊन राहिलो आहे. त्यांना स्मृति, ज्ञान व विस्मृति माझ्यापासून उत्पन्न होतात. सर्व वेदांकडून अखेरीस मीच जाणला जातो. मी उपनिषदांचा, वेदांताचा कर्ता आणि त्यांना यथायोग्य जाणणारा देखील मीच आहे."

एकदा पूर्वीच्या काळी लग्न लागलेल्या एका लहान मुलीस अनेक निरनिराळया पुरुषांची नावे सांगून, हा तुझा नवरा ना? हा तुझा नवरा ना? अशी थट्टा करणाऱ्या साळक्या माळक्या तिची गंमत करू लागल्या. नवऱ्याचे नाव येईपर्यंत ती नवरी, नाही - नाही असे निक्षून सांगे. जेव्हा तिच्या नवऱ्याचे नाव घेतले गेले, तेव्हा मात्र लाजून मुरकून ती गप्प झाली. तिच्या मौन राहण्यानेच तिने आपला नवरा दाखवून दिला.

ह्याच प्रमाणे परमात्म्याचे स्वरूप असे नव्हे, असे नव्हे करत जेव्हा शब्दांची धुरा संपून जाते, तीच जागा ते अनिर्वाच्य परमात्मस्वरूप कसे असेल हे सुचवून जाते.

म्हणून हे परमात्मस्वरूप समजावून सांगणे दुर्लभ. तरी प्रभूंनी, जसा चंद्रकोर बघायला एखाद्या झाडाच्या फांदीचा संदर्भ घेतात, तसा सिद्धांत घेत त्या उपाधीचे वर्णन करून ह्या स्वरुपाचे अवलोकन करण्यास सुलभ केले. प्रभूंनी अधोरेखित केले,

द्वाविमौ पुरुषौ लोके क्षरश्चाक्षर एव च ।

क्षरः सर्वाणि भूतानि कूटस्थोऽक्षर उच्यते ॥ १५-१६ ॥

"प्रिय अर्जुना, विश्वात क्षर (च्युत) व अक्षर (अच्युत) असे हे दोन पुरुष वर्ग आहेत. त्यातील क्षर म्हणजे भौतिक जगतातील सर्व भूते. मायेचे उपाधीयुक्त असे जे चैतन्य आहे त्यास अक्षर म्हणतात. ह्या दोघांनी मिळून हे सारे संसारविश्व ठासून भरले आहे."

सान-थोर, स्थावर-जंगम, सजीव-निर्जीव, मन - बुद्धीने ज्याचे ज्याचे आकलन होते, जो पंचमहाभौतिक आहे, जो नाव रूपाने ओळखला जातो, आणि त्रिगुणात्मक व्यवस्थेने कार्य करतो, तो क्षर भाव होय. तोच

क्षेत्र देखील होय आणि तो अश्वथ वृक्ष होय. हे - स्थूल सूक्ष्म देहांनी कोंदटून भरलेल्या विश्वाची आसक्ती अनावर होऊन, चैतन्य त्या विश्वातल्या जीवांना येऊन मिळते.

जीवरूपी क्षर पुरुष कार्याचे कारण आहे व मायेच्या उपाधीचा आश्रय करून 'असणे' हेच ज्याचे स्वरूप आहे त्या चैतन्यास अक्षर पुरुष समजावे. हा अक्षर पुरुषभाव यथार्थ ज्ञानाने ब्रह्माशी पूर्णतः एकरूप झाला नाही, न द्वैताच्या प्रभावाने देहबुद्धीचा प्रणेता आहे, अशा मधल्या अवस्थेत आहे. सर्वोच्च स्थिती आणि क्षर पुरुष ह्यातील अस्तित्वाने तो जोड भाव आहे. ह्या संदर्भांती प्रभूंनी पुरषोत्तम योगाचे सूत्र अवलोकले. प्रभू सांगू लागले,

उत्तमः पुरुषस्त्वन्यः परमात्मेत्युदाहृतः ।

यो लोकत्रयमाविश्य बिभर्त्यव्यय ईश्वरः॥ १५-१७ ॥

यस्मात्क्षरमतीतोऽहमक्षरादपि चोत्तमः ।

अतोऽस्मि लोके वेदे च प्रथितः पुरुषोत्तमः ॥ १५-१८ ॥

या दोहो क्षर आणि अक्षर पुरुषाहून निराळा, ज्याला परमात्मा असे म्हणतात, जो त्रैलोक्यात प्रवेश करून त्याचे धारण पोषण करतो व जो अविनाशी ईश्वर आहे, तो उत्तम पुरुषोत्तम पुरुषभाव आहे.

हा उत्तम पुरुष क्षर व अक्षर यांच्यात असून सुद्धा क्षराक्षरपुरुषांहून श्रेष्ठ आहे. त्या ठिकाणी एकपण, अस्तित्व नाही व त्याच्या सापेक्ष असलेले द्वैतही नाही. तो आहे अथवा नाही हे तेथे कळत नाही व तेथे प्राप्त झालेला अनुभव देखील नाहीसा होतो.

वास्तविक विचार करून पाहिले तर ज्या ठिकाणी 'मी ब्रह्म आहे' अशी समजूत देखील लयाला जाते, त्या स्वरूपाबद्दल सांगणाराच ते स्वरूप बनून जातो. द्रष्टा तेथे (पाहणारा), दृश्य (पाहण्याचा विषय) ह्या दोन्ही कल्पना नाहीशा झाल्यावर मग काय शिल्लक राहते? तर द्रष्टा व दृश्य ह्या कल्पना जाऊन, जी उर्वरीत स्थिती उरते ती स्थिति अर्थात, जो पाहण्याचा अनुभव, तेच त्या उत्तम पुरुषाचे स्वरूप होय.

तो क्षराच्या पलीकडचा आहे आणि अक्षराहून देखील उत्तम आहे. एतदर्थ, विश्वामध्ये आणि वेदांमध्ये तो 'पुरुषोत्तम' म्हणून प्रसिद्ध आहे. प्रभू म्हणजेच तो साक्षात पुरषोत्तम होय. जो या प्रकारे ज्ञानाने युक्त होऊन पुरुषोत्तमाला जाणतो, तो सर्वज्ञ होय. तो सर्व प्रकारे तद्रूप होऊन प्रभूंच्या भक्तीत लिन होतो.

क्षर, अक्षर आणि पुरषोत्तम ह्या त्रिपुटी च्या आधारे भगवंतानी हे गुह्यज्ञान सांगितले.

पक्षी चोचीने फळ खातो - म्हणजे खाणारा पक्षी, खाण्याचा विषय फळ आणि खाण्याची क्रिया ही त्रिपुटी स्पष्ट पणे वेगेळेपणाने समजून येते. पण ब्रह्मसुख वेगळेपणाने (भोक्ता, भोग्य व भोग ही त्रिपुटी कायम ठेऊन) भोगता येणासारखे नाही. तर तेथे भोक्तेपणही लयाला गेले पाहिजे. जसे पाण्यात पाणी मिळाले असता जसे वेगळे दिसत नाही, अथवा आकाशामधे वायूचा लय झाला की आकाश व वायु हे दोन वेगळे जाणवत नाहीत, तसे द्वैत लयाला गेले की ऐक्य होते. असे जर म्हणावे तर तसे ऐक्य जाणून 'ऐक्य आहे' असे म्हणणारा तेथे साक्षी तरी कोण शिल्लक राहतो? तसे, क्षर आणि अक्षर भाव त्या पुरुषोत्तम भावात लिन झाले, तर मग शुद्ध अनुभवाखेरीज काही शिल्लक तर राहत नाही, परंतु आता द्वैत संपुन संपूर्ण नाहीसे झाल्याने, तो अनुभव सांगायला

साक्षी भावाने तो क्षर पुरुष आणि त्याचे आहेपण देखील शिल्लक राहत नाही.

१६

अद्वैतज्ञानरूपाच्या अनुभवात ब्रह्मानंदाची मांदियाळी असते. उत्तम साधकाला निरंतर साधने अंती तो प्राप्त होणे शक्य असते. किंतु, एखाद्या अभागी पुरुषाला जरी अमृताच्या सागराचे दर्शन झाले की तो त्या हर्षात इतका गुंतून जातो, की त्याचे योग्य आदरातिथ्य करावे, याचाही त्यास विसर पडतो आणि मग तो त्या अमृतसागराला साध्या शाकांची मेजवानी देण्यास सरसावतो.

अर्थात, उत्तम स्थितीचा मार्ग सापडून देखील, योग्य साधना न केल्याने, अधःपतनास पात्र होतो. या आधी प्रभूंनी उत्तमपुरुषाची लक्षणे आणि आत्मप्राप्तीचे साधन सांगून त्याचा योग्य दृष्टांत दिला होता. प्रभुंना, म्हणजे साक्षात पुरुषोत्तमाला, जो ऐक्य पावतो, तोच सर्वज्ञ आहे व भक्तीची परीसीमाही तोच आहे हे गुह्य सार प्रभूंनी अगदी सुरळीतपणे सांगितले होते.

हे परमज्ञान प्राप्त झाल्यावर ते टिकवण्यासाठी अथवा वाढवण्यासाठी ती दैवी संपत्ती कोणती आणि ज्ञानाचा नाश करून द्वेष आणि रागाने युक्त असुरी संपत्तीचे स्वरूप नेमके कसे असेल? माझ्या मनातल्या ह्या प्रश्नांचा आढावा घेत प्रभू पुढे निरोपु लागले.

अभयं सत्त्वसंशुद्धिर्ज्ञानयोगव्यवस्थितिः ।

दानं दमश्च यज्ञश्च स्वाध्यायस्तप आर्जवम् ॥ १६-१ ॥

अहिंसा सत्यमक्रोधस्त्यागः शान्तिरपैशुनम्।

दया भूतेष्वलोलुप्त्वं मार्दवं ह्रीरचापलम्॥ १६-२॥

तेजः क्षमा धृतिः शौचमद्रोहो नातिमानिता।

भवन्ति सम्पदं दैवीमभिजातस्य भारत॥ १६-३॥

“एकदा का "ज्ञान" प्राप्त झाले की संसाराचे, प्रपंचाचे, कसलेच भय उरत नाही (ते ज्ञानच ज्ञानाचे शिपायाप्रमाणे रक्षण करते), बऱ्या वाईट विषयांना इंद्रियसमुदायाने डिवचले असताही चित्ताची स्थिती ढळत नाही आणि त्या मनुष्याचे अंतःकरण अत्यंत निर्मल बनते.”

त्या मध्ये जे काही आहे त्याचे सर्वस्वपणाने सात्त्विक दान आणि आर्चन भक्ती मध्ये ही वृत्ती रत असते. असा मनुष्य मोठ्या निग्रहाने इंद्रियांचे जखडून दमन करतो, ब्रह्मदेवाने नेमून दिलेल्या वर्णाश्रमधर्मानुसार उत्तम कर्मांचे आणि स्वधर्माचे आचरण करतो, त्याचप्रमाणे वेदशास्त्रांचे पठन-पाठन करतो, भगवंतांच्या नामांचे व गुणांचे कीर्तन करतो, दोष टाकून गुण घेण्याची दृष्टी ठेवतो.

काया-वाचा-मनाने कोणालाही कोणत्याही प्रकाराने दुखवत नाही, ज्याची वाचा नितळ कोमल असते, आपल्यावर अपकार करणाऱ्यावरही जो प्रेम करतो, कर्तेपणाच्या अभिमानाचा त्याग करतो , ज्याच्या मनात सर्व भूतादि प्राणिमात्रांविषयी दया उत्पन्न असते, जो कोणाचीही निंदा नालस्ती करत नाही, जो इंद्रियांचा विषयांशी संयोग झाला तरी त्यांच्याविषयी संपूर्ण अनासक्ती ठेवून असतो, ज्या मनुष्यामध्ये कोमलता, तेज, क्षमा, धैर्य, सहनशीलता, कोणाविषयीही शत्रुत्व वाटत नाही, हे सारे भाव दैवी संपत्ती घेऊन जन्मलेल्या माणसाची लक्षणे आहेत.

स्वाभाविकपणे ह्याचा अभाव असणारे मनुष्य असुरी संपत्तीचे मानकरी असणार. दांभिकपणा, घमेंड, अभिमान, क्रोध, निष्ठुरता, अज्ञान हे गुण आसुरी संपत्तीत येतात. इतरांनी आपली पूजा करावी, आपला मानसन्मान करावा अशी आस हे मनुष्य सतत बांधून असतात. महापुरात बुडून जाऊ नये म्हणून जी नाव उपलब्ध असते तीच ते डोक्याला बांधून मिरवत असतात, मग बुडणे अटळ नाही का? वाजवी पेक्षा अति अन्न सेवन करून अजीर्ण करून घेतात. त्यांना प्राप्त संपत्तीचा कमालीचा गर्व उत्पन्न होतो. ते हुकूमशाह सारखे वागत असतात. आपला मोठेपणा मिरवत आपले बळ भंगून टाकतात. "मी" या नावाच्या मस्तीने त्यांना ईश्वराचे नावही सहन होत नाही आणि वेदांचा ते जवळ जवळ सवतीसारखा द्वेष करतात. असे उन्मत्त, अभिमानी, गर्विष्ठ मनुष्य रवरव नरकालाच प्राप्त होतात. इतरांचे सुख पाहवे तर त्यांना क्रोधाच्या विषाची बाधा होते.

इतरांचे भाग्य पाहून त्यांच्या मनात संताप निर्माण होतो. त्यांच्या सर्व क्रिया, त्या पोलादी करवतीसारख्या कठोर, तीक्ष्ण आणि निष्ठुर असतात. अशा वृत्तीने युक्त मनुष्य अधम जाणावा.

लहान रांगते मूल जसे हाताला येईल ते, स्वच्छ, अस्वच्छ हा भेद न जाणून, तोंडात घालते, तसे असल्या वृत्तीचे मनुष्य पुण्य व पाप यांची सरभेसळ करून काला बनवून सेवन करतात. त्यांच्या बुद्धीच्या व्यापारात भले-वाईट असे काहीच तारतम्य उरत नाही. अशा दोषांनी ह्या असुरी वृत्तीच्या बलाबलाने असे मनुष्य अनिष्ट कर्मात बद्ध होतात. साधारण मनुष्याला त्रिदोषांचा विकार लागू असतो, पण ह्या दोषांनी सर्व वाईट योग त्यांमध्ये एकवटून येतात.

प्रभूंनी ही असुरी आणि दैवी वृत्तीचे लक्षणे अर्जुनाला कळतील अशी विस्तारून सांगितली. मग साहजिकच दैवी वृत्तीच्या लोकांना प्राप्त होणारी

गती असुरी संपत्तीच्या मालकीच्या पुरुषांपेक्षा उत्तम असणार ह्यात संदेह राहणार नाही. प्रभूंनी हेच प्रस्थापित केले.

दैवी सम्पद्विमोक्षाय निबन्धायासुरी मता ।

मा शुचः सम्पदं दैवीमभिजातोऽसि पाण्डव ॥ १६-५ ॥

“दैवी संपदा मोक्षाला कारणीभूत होते आणि आसुरी संपदा बंधनकारक मानली जाते.”

हे सांगून प्रभूंनी थोडाही संदेह शिल्लक ठेवला नाही. अर्जुनाच्या मनातील धास्ती, संदेह अथवा धाकधुकीचे शमन करण्यासाठी प्रभूंनी अर्जुनाला उपदेश केला, "पार्था, तू व्यर्थ चिंता सोड, तू दैवी संपदेत जन्माला आला आहेस." आपल्या लाडक्या शिष्याला थेट असा गौप्यस्फोट करून भगवंतांनी कमालीचा आश्वस्त करून सोडला.

अर्थात स्वामींनी अर्जुनाला संदेश देऊन निर्धास्त केले की युद्ध करून जरी त्याने आप्तस्वकियांबरोबर अनेक निर्दोष लोकांचा संहार केला तरी धर्म संस्थापनेच्या कारणास्तव आणि मुळातच त्याच्या दैवी गुणांमुळे तो मोक्षाला पात्र होणार होता. इतका समर्पक, पारदर्शी आणि खात्रीलायक युक्तिवाद करून प्रभूंनी जवळ जवळ हा विषयच पूर्णत्वाला आणला होता. किंतु अर्जुनासारख्या ज्ञानी, श्रेष्ठ महायोद्धयाला ह्याही पेक्षा अजून परिपकव बनवून मगच युद्धाला सिद्ध करण्याचे भगवंतांनी नियोजन केले होते. विचार पोचतील त्या त्या विषयांचे सखोल, गूढ ज्ञान प्रभूंनी एका एका तत्वाचा आधार घेऊन अर्जुनास निरोपुन माझी आवृत्ती अजून सुबक करून ठेवली.

प्रभूंनी अर्जुनास असुरी वृत्तीची अधिक लक्षणे सांगणे योजिले होते. त्यानुसार, दुर्योधन, दुःशासन, कौरवादि हे असुरी संपत्ती चे प्रणेते होते, त्याचे त्यास स्मरण करून दिले. आसुरी संपत्तीचे धनी धर्माचे ठिकाणी प्रवृत्ति व अधर्माचे ठिकाणी निवृत्ति मुळीच जाणत नाहीत. त्यांचे न उत्तम आचरण असते, न सत्य भाषण असते. पुण्य कर्म करावे, पाप कर्म टाळावे हे त्याच्या विचारांच्या नित्यक्रमात देखील येत नाही. कोषकीटक जसा कोष विणत विणत ये-जा करायला द्वार सुद्धा ठेवण्याचे विसरतो आणि आपल्याच कोषात अडकून पडतो, तसे हे असुरी लोक आपल्या अधर्म कर्मात अडकून पडतात.

मला सभागृहातील भगवंत - दुर्योधन ह्यांमधील संवादाचे स्मरण झाले. दुर्योधन जेव्हा

जानामि धर्मं न च मे प्रवृत्ति...... असे प्रभुंना म्हणून गेला होता, तेव्हा त्याने आपल्या असुरी संपदेने संपन्न वृत्तीचे उघड प्रदर्शन केले होते. ह्याचेच स्मरण प्रभू अर्जुनाला करवून देत होते.

आसुरी स्वभावाच्या मनुष्याचा ठाम निश्चय असतो की हे विश्व असत्य आणि निराधार आहे आणि केवळ स्त्री-पुरुषांच्या संयोगातून उत्पन्न झाले आहे. परमेश्वरादि कोणीही त्याला कारणीभूत नाही. खरंतर, केवळ मैथुनाच्या इच्छेने हे निर्माण झाले आहे. म्हणून केवळ कामाशिवाय इतर त्याचे काहीच कारण नाही. वेदकालापासून जी व्यवस्था चालत आली आहे ती थोतांड आहे अशी त्यांची पक्की समजूत असते. भोग्य लोक आणि भोगवणारा परमेश्वर हे दोन्ही एकमेकांना प्रत्यक्ष दिसत नाहीत, म्हणून हे आसुर त्यांना व्यर्थ समजतात.

साहजिकच या असत्य, विपरीत ज्ञानाचा अवलंब करून ज्यांचा स्वभाव नष्ट झाला आहे आणि ज्यांची बुद्धी मंद आहे असे सर्वांवर अपकार करणारे, उग्र क्रूरकर्मी मनुष्य केवळ जगताच्या नाशाला समर्थ, प्रवृत्त होतात. असे पाखंडी अंतःकरणात केवळ स्वतः साठी जागा निर्माण करून ह्या विश्वाच्या कर्त्याबद्दल जवळ जवळ तिरस्कारच बाळगून असतात.

दुर्योधनाच्या बाबतीत वेगळे काय होते? एका अभद्र क्षणी साक्षात प्रभुंनाच बंदी बनवायला निघाला होता. ह्या प्रसंगा उपरांत, युद्धाच्या समाप्तीच्या काळात, एका एका कौरवांचा भीमाने वध करून झाल्यावर, कर्णाचा अंत होऊन अंती केवळ दुर्योधन शिल्लक राहिला. त्याला गांधारी मातेने आपल्या दृष्टीच्या सहाय्याने शरीरास वज्रत्व बहाल केले होते. पण नेमके झाकलेल्या शरीराने त्याचा घात केला. जेव्हा शरीर पडायची वेळ येते तेव्हा रोगराई, विकार आणि कोणतेही कारण त्यास पूरक असते. दुर्योधनाच्या बाबतीत आईसमोर संपूर्ण नग्न अवस्थेत जाण्यास केवळ त्याची पुरुष लज्जा घात करून गेली. असे शुल्लक कारणाचे देखील अशा असुरी वृत्तीच्या नाशासाठी योगदान ठरू शकते. सभोतालच्या जगताचा नाश होण्यासाठी त्यांचा जन्म होतो खरा, परंतु ते स्वतःच संपूर्ण उध्वस्थ होऊन जातात.

दुर्योधनाने देखील दुर्भर अशा कर्माचा त्याग करून दांभिकपणा, मान व गर्व यांनी युक्त होऊन द्वंद्वमोहाने दुराग्रह धरून अशुद्ध, अधर्म कर्मांची मालिकाच सुरु ठेवली. तो मदमत्सराने युक्त होऊन इतका ईर्षेला पेटून उठला की आपले वरिष्ठ, गुरुजन ह्यांना सुद्धा वेठीस धरू लागला. स्वतःच्या जन्मदात्यास देखील त्याने संमोहित करून घेतले आणि केवळ अशुचिर्भूत कर्मे करण्यास व्रतस्थ झाला.

अशा तऱ्हेने मरेपर्यंत असंख्य चिंतांचे ओझे घेऊन, हे असुरी, विषय भोगण्यासाठी नुसते तत्परच नाही, तर त्यातच आनंद मानू लागतात.

ह्या प्रवुत्तीचे मनुष्य दिवस रात्र ह्याच आनंदात दरवळत असतात. त्यांच्या अंतःकरणातील हाव इतकी पराकोटीला पोचते की साऱ्या विषयवासनांचा मेळावाच त्यांच्या पाशी घर करून असतो. मग त्यांचे चोचले पुरवण्यासाठी ते निरनिराळया अपायकारक पाताळयंत्री योजना साधतात आणि सभोतालच्या जगाला लुटून काढतात. शेवटी केवळ अमिषाच्या आसक्तीने गळाला अडकतात आणि जीव हरवून बसतात.

असा मनुष्य द्रव्य संपत्तीचा अमर्याद संचय करण्यातच धन्यता मानतो. त्याचा विचार असतो की आजपर्यंत मी जे हे मिळवले त्याने नजीकच्या काळासाठी देखील माझा मनोरथ प्राप्त करून घेईन आणि तत् उपरांत अजून मिळवत राहीन. ही संपत्ती हे माझे धन आहे, हे धन पुनरपि सुद्धा माझे होईल, आणि ह्यातच तो धन्यता मानून असतो. विश्वाची सारी धन संपत्ती त्याला एकट्यालाच मिळावी अशी पाशवी आसक्ती बाळगून असतो. इतर ज्याची ज्याची दृष्टीही त्या संपत्तीवर पडेल, त्याचा समूळ नाश करण्याची प्रतिज्ञा करतो, आणि तशी कर्मे करू लागतो.

ह्या विचारांनी तो स्वतःला अति बलवान समजू लागतो. एका शत्रूचा नाश करून इतर उद्भवणाऱ्या शत्रूंचा देखील समूळ नाश करण्यास सज्ज असतो. क्रमाक्रमाने, ह्या चराचर विश्वात जो स्थित आहे, तो ईश्वर तो स्वतःच आहे अशी त्याची उन्मत्तपणे पक्की धारणा होते. अशा अनेक कल्पनांनी चित्त भ्रमण पावलेले, मोह जालामध्ये गुरफटलेले, विषयोपभोग घेण्यामधे अत्यंत गर्क झालेले असुरी वृत्तीचे प्रणेते अखेरीस पतन पावतात.

दुर्योधनाचा अंत देखील अशा क्लेशदायक अवस्थेमध्ये झाला. इतका की त्याचे और्ध्वदेहिक करण्यास देखील कोणी सख्खे शिल्लक राहिला नाही.

ह्याच प्रमाणे स्वतःलाच श्रेष्ठ मानणारे घमेंडखोर, गर्विष्ठ मनुष्य, धन आणि मान यांच्या मदाने उन्मत्त होऊन केवळ नावाच्या यज्ञांनी पाखंडीपणाने अविधिपूर्वक केवळ नावाचे यज्ञ करीत असतात. त्याप्रमाणे आपल्या यज्ञकर्माला सर्व जगच अर्पण करून यज्ञाच्या निमित्ताने सर्व जगाला लुटतात. युगानुयुगे, असे असुरी वृत्तीचे हिरण्यकश्यपू, रावणादि पुरस्कर्ते आपल्या यज्ञ बल सामर्थ्याच्या योगाने साऱ्या त्रिलोकास वेठीस धरून उन्मत्त पणे संचार करताना आढळून आले आहेत. तेव्हा साक्षात त्या परमात्मा स्वरूप भगवंतांनाच वेळोवेळी अवतार घेऊन धर्मस्थापनेसाठी उपचार करणे भाग पडले आहे. द्वापार युगात, हस्तिनापुरादि परिसरात देखील, अधर्माची बाजू इतकी अमर्याद वाढू लागली की भगवंतांना ह्या विराट अवताराचे औचित्य साधून, धर्मसंस्थापन करण्यासाठी हे महा युद्ध घडवून आणावे लागले.

अशा असुरी पुरुषांची असुरी वृत्ती त्यांना पुढल्या अनेक जन्मात नीच किंवा असुरी योनीतच पुन्हा पुन्हा जन्मास यायला कारणीभूत ठरते. किंबहुना, प्रत्येक जन्मात ह्या असुरी वृत्ती चा अवलंब करीत, त्याच वासनेत गुरफटून प्रत्येक जन्मात ती संपत्ती अजून वाढीलाच कारणीभूत ठरते. अशा चक्रात अडकणाऱ्या अभागी जीवांना त्या परम परमात्म्या प्रभूंची प्राप्ती कशी काय होणार?

असे असुरी मनुष्य काम, क्रोध व लोभ ह्या तीन प्रकारच्या द्वारांनी प्रवेश करून अधःपतनाला प्राप्त होतात. अशा प्रवेशाने जीवात्म्याला किती क्लेश उत्पन्न होतो ह्याचे त्यांना साधे भान सुद्धा नसते.

अर्थात, या तिन्हींपासून जो मुक्त होतो, तो आपल्या आत्म्याचे कल्याण करतो. ह्या उपरांत, तो श्रेष्ठ गती पावतो, भगवंतांना येऊन मिळतो, त्यांच्याशी एकरूप होऊन जातो.

त्रिदोषांनी (कफ, वात, पित्त) शरीरास टाकल्यावर जसे शरीर निरोगी राहते; चोरी, चहाडी व शिंदळकी यांचा नाश झाल्यावर नगरी जशी सुख शांती प्रस्थापित होते, अथवा त्रिताप (आध्यात्मिक, आधिभौतिक व आधिदैविक) नाहीसे झाल्यावर अंत:करण जसे निर्मल होते, त्याप्रमाणे कामक्रोधलोभाची त्रिकुटी ज्याने टाकली आहे, तो मोठ्या सहजतेने मोक्षमार्गात सज्जनांचा संग मिळवू शकतो.

तात्पर्य, शास्त्राविधीप्रमाणे कल्याणकारी कार्य कोणते व अकल्याणकारी कार्य कोणते यांमधील भेद अचूक ओळखून जाणणे हेच कर्म प्राप्त होय.

ह्या टप्प्यावर प्रभूंनी पुन्हा अर्जुनाला आश्वस्त केले, "पार्था, तू केवळ सांप्रत धर्माचरणाच्या जोरावर शास्त्रांना कल्याणकारी सार्थकता प्रदान करण्यास जन्मा आला आहेस. धर्मराज युधिष्टीराचा अनुज, धर्मानुज हे जे नाव तुला प्रदान झाले आहे, त्यावरून हे तर सहज समजून येते. तर तुला धर्माविरुद्ध न वागता, योग्य – अयोग्य ह्याला विवेकाने, ज्ञानाच्या तराजूवर तोलून, योग्य ते कर्म ठरवून त्याचे आचरण करणेच योग्य आहे." असे सांगून प्रभूंनी जणू विश्वप्रमाणाचा शिक्कामोर्तबच केला.

याप्रमाणे आसुरी दोष समुदायाची लक्षणे सांगून, आसुरी दोषांपासून सुटण्याचा उपचार देखील प्रभूंनी अर्जुनाला बहाल केला.

◆◆◆

१७

सत्व, रज, तमरूपी तीन तटांनी वेढलेला ह्या जीवभावरूपी गडाच्या तटबंदीत आपला आत्मा अडकलेला असतो. त्या आत्म्याला सुखी वा दुःखी करण्यास कृत्य व अकृत्य यांची रीति आचरणात आणण्यास एक शास्त्रच संपूर्णपणे प्रमाण होय.

वेदशास्त्राप्रमाणे, कर्म करण्यास त्याचे यथार्थ ज्ञान, लागणारी द्रव्यादी साधने, तत्वदर्शी गुरु, योग्य ठिकाण व काल या चार साधनांचा एकत्र योग गरजेचा आहे. ह्या योगाने ते कृत्य शास्त्रविहित पार पडते. पण असा योग एकतर क्वचितच घडणार अथवा सर्वांना हा असला योग सहजासहजी कसा साध्य होणार? मग शास्त्राशिवाय कर्माचरण करणे शक्यच नाही का?

जी मनुष्ये शास्त्रविधीला सोडून (त्याचे यथार्थ ज्ञान नसल्याने) स्वतःच्या धारणेने आणि श्रद्धेने युक्त होऊन देवादिकादि पूजन करतात, त्यांची काय अवस्था असते, त्यांची स्थिती कोणती? ते सत्वगुणी, रजोगुणी की तामसी? हे स्वाभाविक प्रश्न अर्जुनाच्या मनात उत्पन्न झाले. प्रभू अत्यंत स्थित मुद्रेने अर्जुनाच्या शंकेला उत्तर देऊ लागले.

प्रभू म्हणाले,

त्रिविधा भवति श्रद्धा देहिनां सा स्वभावजा।

सात्त्विकी राजसी चैव तामसी चेति तां श्रृणु ॥ १७-२ ॥

"मनुष्यांमध्ये शास्त्रीय कार्यपद्धतीचा आणि कर्माचरणाचा संस्कार जरी नसला, तरी केवळ स्वभावतः उत्पन्न झालेली श्रद्धा मुळात सात्त्विक, राजस व तामस अशा तीन प्रकारचीच असते."

आणि प्रभू ह्याचा विस्तार सांगू लागले.

"मूलतः श्रद्धा म्हणले की तेवढ्यावरच, म्हणजे केवळ श्रद्धेनेच कार्यभाग साध्य होईल अशी धारणा असणे हे संयुक्तिक नाही. ती श्रद्धा कोणत्या प्रकारची असेल ह्याला महत्व आहे.. श्रद्धेचे स्वरूप स्वभावत: शुद्ध असते, परंतु ज्यावेळी तिचा जिवाशी संयोग होतो, तेव्हा ती त्रिगुणात्मक होऊन जीवाला व्यापून टाकते. त्या त्रिगुणात देखील, एखादा गुण बलवान होऊन इतर दोन गुणांचे हरण करतो आणि वाढीस जातो. त्या वेळेला जीवाच्या वृत्ती देखील त्या वाढत्या गुणासारखी होते. हे गुणांचे एकमेकांमधील प्रमाण बदलत राहते खरे पण प्राण्यांचे त्रिगुणत्व काही बदलत नाही."

जेव्हा शुद्ध सत्वगुण वाढतो, तेव्हा ज्ञान संपादन करण्याची इच्छा बळकट होते. परंतु त्याला इतर दोघे रज आणि तम प्रतिकार करतात. गंमत अशी की सत्वाच्या सहाय्याने मोक्षदायी ज्ञानाकडे पाऊले पडू लागली, तर रज आणि तम काय स्वस्थ बसतील? सत्वाचे बल हरण करून जेव्हा रजोगुण आरूढ होऊ लागतो, तेव्हा त्या श्रद्धेची कर्मकेरसुणी होऊन जाते. आणि कालांतराने तमाचे बल वाढले की त्या श्रध्येचा कल निषिद्ध विषयवासनांकडे जातो.

मुळात प्रत्येक जीवाची श्रद्धा त्याच्या त्याच्या सत्वादि संस्कारांप्रमाणे असते. कोणत्याही जीवग्रामी सत्व, रज व तम या तीन गुणांविरहित श्रद्धा नाही. मनुष्यप्राणी हा श्रध्दामय असतो, ज्याची ज्यावर श्रद्धा असते तसा तो बनत असतो. जल जीवन आहे, ते जागवते. परंतु विषयुक्त झाले

असता तेच जल मारक ठरते. जल मिऱ्याशी अथवा तिखटाशी युक्त झाले असता तिखट होते, किंतु साखरेशी युक्त झाले असता ते गोड होते. तसे एखाद्या मनुष्यामध्ये तमाचे अधिक्य स्थापन झाले, तर त्याची श्रद्धा तमोमय होऊन जाते. तीच बाब सत्वाची आणि रजाची.

समजण्यास सोप्या पद्धतीने विचार करता, सात्विक श्रद्धेने युक्त असे मनुष्य देवादी उपासना करतात, विद्यांचे अध्ययन करतात आणि यज्ञक्रियेत निष्णात होतात. राजस श्रद्धेने घडलेले यक्षराक्षसांची उपासना करतात आणि तामसी श्रद्धेने विसर्जित झालेले मनुष्य निर्दयपणे अकल्याणकारक प्रेते व भूते यांची उपासना करतात असे समजावे.

जे सात्विक श्रद्धेचे जतन करून, सात्विक बुद्धीची जोपासना करून कार्यरत असतात, त्यांनी शास्त्रानुसार विहित कर्मे न करून सुद्धा, ब्रह्मसूत्रांचे अध्ययन व कर्माचरण न करता सुद्धा, केवळ थोर लोकांना अनुसरुन सात्विक आचरणाची पाऊले टाकत कर्मे संपन्न करून त्यांना सात्विक श्रध्येची सात्विक फळे प्राप्त होतात.

उलटपक्षी,

जे मनुष्य शास्त्रविधी तर सोडा, केवळ मनाच्या आग्रहाच्या जोरावर घोर तप करतात, तसेच दंभ, अहंकार, अभिलाष, आसक्ती आणि बळाचा अभिमान यांनी युक्त असतात, ते शास्त्राचे वळण धिक्कारून अविवेकाने, शरीराच्या रूपात असलेल्या भौतिक तत्वांना आणि अंतःकरणात राहणाऱ्या आत्म्यालादेखील कष्टावतात. अशा वृत्तीचे अज्ञानी मनुष्य आसुरी स्वभावाचे आणि तामसी श्रद्धेचे होय.

प्राणिमात्रांना प्रिय असणारा आहार सुद्धा तीन प्रकारचा असतो. यज्ञ, तप, तसेच दान ही देखील तीन प्रकारची असतात.

प्रथमतः, जेवणारा तीन गुणांच्या आधीन झालेला असतो. हे लक्षात घेता जेवणाऱ्याच्या रुचिप्रमाणे स्वयंपाक तयार केला जातो.

दैवयोगाने जो मनुष्य सत्वगुणाच्या उत्कर्षात प्रकाशून जातो, तेव्हा मधुर पदार्थांच्या ठिकाणी त्याची रुची स्थायिक होते. असे पदार्थ मधुर, स्निग्ध, रुचीला आवडणारे आणि परिपक्व असतात. त्याचे सेवन केल्याने सेवन करणाऱ्यास तृप्ती आणि संतोष प्रदान होतो. ह्यांचे सेवन करता, आरोग्य आणि आयुष्याचे रक्षण होते, आणि शरीरास उत्तम बल प्राप्त होते.

इतरत्र, कडू, आंबट, खारट, कढत, झणझणीत, रुक्ष, जळजळीत भोजनाचे पदार्थ राजसी माणसांना रूचतात. ह्याच्या सेवनाने स्वाभाविकपणे दुःख, काळजी व रोग उत्पन्न होतात.

ह्याच्याच पुढे जाऊन शिळे अन्न, अथवा जे अर्धवट शिजवलेले आहे, ज्यामधील रस गेला आहे, उष्टे आणि सदोष, असे भोजन तमोवृत्तीच्या लोकांना प्रिय असते.

अशाच प्रकारे तीन यज्ञांची देखील लक्षणे आहेत, ती अशी.

कर्मफलांचा अभिलाष टाकून केवळ विधीच्या सर्वांगांनी परिपूर्ण असलेला यज्ञ करणे हेच कर्तव्य आहे. हे अनुसरून समाधानयुक्त मनाने जो यज्ञ केला जातो, तो सात्विक यज्ञ होय. येथे कर्माच्या फळाच्या प्राप्तीविषयी कर्तेपणाचा अहंकार शिल्लक राहत नाही. जसे तुळशीच्या झाडाचे तर उत्तम प्रकारचे संरक्षण केले जाते, परंतु त्याचे संरक्षण करताना त्या वृंदावनातल्या रोपाच्या फळांचा, फुलांचा अथवा छायेच्या संपूर्ण अभिलाष टाकलेला असतो. परंतु केवळ दिखाव्यासाठी किंवा फलप्राप्ती नजरेसमोर ठेवून जो यज्ञ केला जातो, तो यज्ञ राजस यज्ञ होय.

पशुपक्ष्यांच्या लग्नामधे किंवा समागमामध्ये जसा विषयवासना हाच मूळ आग्रह असतो, त्याप्रमाणे तामस यज्ञाला विषयवासना हा आग्रहच मूळ असतो.

येथे विधीची पर्वा नसते, मंत्रोपचार नसतो, केवळ स्वैर वर्तन आणि द्रव्याचा व्यय असतो.

श्रद्धा, अन्न, यज्ञांप्रमाणे तप देखील तीन प्रकारचे असतात. शुद्ध तप; शारीरिक, मानसिक व वाचिक असे तीन प्रकारचे असते.

देव, ब्राह्मण, माता-पिता व ज्ञानदान करणारा गुरु यांचे पूजन, शुद्धता, सरळपणा, ब्रह्मचर्य आणि अहिंसा यांना शारीरिक तप असे म्हणतात.

ज्याने उद्वेग तर होणार नाहीच, किंतु त्याच्या गोडव्याने ऐकणाऱ्याचे देखील कल्याण होईल असे सत्य, प्रिय आणि हितकर शब्द, उच्चार, वाक्य; स्वाध्यायाचा वेद अभ्यास, अथवा नामस्मरण यांना वाङ्मय किंवा वाचिक तप असे म्हणतात. आणि ह्या व्यतिरिक्त समाधान, शांत स्वभावाची बैठक, एकाग्र मौनवृत्ती, आत्मसंयम, कल्पनाविरहित अशी अंत:करणाची शुद्ध स्थिती, याला मानसिक तप असे म्हणतात.

हे तीन प्रकारच्या श्रद्धा, यज्ञ आणि तप सांगायचे प्रभुंना कोणते कारण होते?

प्रभूंनी कर्मयोग, कर्मसंन्यास, आत्मसंयोग संपादून सतत चिंतन, मनन आणि निजध्यास साधून परमस्थितीला प्राप्त होण्याचा गुरुमंत्र अर्जुनाला प्रदान करीत समस्त जीवजातीला पोचता केला होता. परंतु, हे साध्य करण्यासाठी आधी काही साध्य क्रिया, आचरण पद्धती अनुकरून त्या स्थितीला सिद्ध होण्यासाठी एक एक पायरी चढवत तो सोपान साधण्यास,

ते साधकास सज्ज करीत गेले. सद्यकालीच नाही, कोणत्याही युगात ह्याचे अनुकरण योग्य होय.

ह्या साऱ्या भव्य योजने भोवती, प्रभूंनी असे सूचित केले की भौतिक लाभांची अथवा कर्मफळाची इच्छा न करणाऱ्या योगी पुरुषांकडून अत्यंत श्रद्धेने केलेल्या या त्रिविध तपाला सात्त्विक तप म्हणतात.

सत्कार, मान सन्मान, स्तुती, पूजा, या हेतूने आणि दांभिकपणे, ढोंगीपणे जे तप करतात, त्याला मृत्युलोकी राजस तप म्हणले आहे. ते चंचल व अनित्य आहे, आणि क्षणिक फळे देणारे आहे. द्वैतभाव हा राजस तपाचा तर पाया आहे. राजस तप फळाच्या संबंधाने पूर्ण निष्फळ होते हे काय वेगळे सांगावे लागेल काय? गर्जना करीत आकाशातील मेघ धांगडधिंगा करतो खरा, पण तो किती काळ टिकतो? काही क्षणात त्या विशाल आकाशात लयाला जातो. तसे, असले राजस तप स्थिर राहत नाही.

ह्याच्या पलीकडे जाऊन मूढपणाच्या हट्टाने, आत्म पीडा उत्पन्न करून जो तप केला जातो, अथवा दुसऱ्या मनुष्याच्या नाशाकरता जो तप केला जातो, त्याला तामस तप असे म्हणतात. ह्या तापाच्या अघोरी आहारी जात, स्वतःच्या शरीराला देखील वैरी ठरवले जाते.

श्रद्धा, यज्ञ, तप आणि दान ह्यांनी सिद्धी प्राप्त होते. यज्ञादी तप जसे सात्विक, राजस आणि तामसी असतात, तसेच दान देखील ह्या तिन्ही गुणांनी युक्त असते

स्वधर्माने मिळवलेल्या उत्पन्नातून केवळ कर्तव्यबुद्धीने केलेले दान ह्यास सात्विक दान म्हणतात. ह्याच्या पासून प्रत्युपकाराची अपेक्षा ठेवली जात नाही, व हे योग्य देश, काल व परिस्थिती पाहून दिले जाते. असे उत्कृष्ट प्रकारचे दान घडवून आणण्यासाठी सत्वगुणास आपोआप प्रोत्साहन

मिळते, आणि ते साध्य करणयास देश, काल, पात्र व द्रव्य अशा चार योग्य गोष्टींचा उचित संगम घडून येतो. दान अर्पण केल्यावर, दात्याला त्याची आठवणही चित्तात उरत नाही. हे दान देखील सत्पात्री पोचते.

साहजिकच, प्रत्युपकाराची अपेक्षा ठेवून, आकुंचित वृत्तीने, फलेच्छेने केलेले दान, राजसी दान होय. दूध दुभत्याची आस ठेवून ज्या प्रमाणे गायीचे भरणपोषण केले जाते, तसे ह्या यज्ञाची फलेच्छा ठेऊन हे राजस दान संपन्न होते. ह्या प्रकारचे दान केले असता, तेवढ्याच प्रमाणात तो दान घेणारा पुन्हा आपल्या कामी यावा अशा भावनेने जेव्हा दान दिले जाते, ते राजस दान होय.

अयोग्य ठिकाणी, अकाली, अपात्र मनुष्यांना जे सत्काररहित व अवहेलनापूर्वक, तिरस्कारपूर्वक दान दिले जाते, त्याला तामसिक दान असे म्हणतात. ह्या दान कर्मात अंत:करणात संतोष वा तृप्ती नाही.

तात्पर्य, श्रद्धेपासून आरंभून दानापर्यंत सर्व क्रियामात्र त्रिगुणांनी व्याप्त आहेत. आणि जेव्हा कर्माला निश्चितपणे सात्विक गुण येऊन मिळतो तेव्हा त्या सात्विक कर्माचा मोक्षग्रामी प्रवेश होतो.

एतदर्थ, सात्विक कर्म मोक्ष मार्गी येत असता, दैवी योगाने त्यात विघ्ने येत नाहीत. प्रभूंनी तो मोक्ष मार्ग सुकर होण्यासाठी एक गुह्यतम मार्ग सांगितला.

परंतु हे सुरु कसे आणि कोठून झाले? सृष्टी रचण्याचे सामर्थ्यही सृष्टी रचेत्याकडे नव्हते, तेव्हा एका नामाने ते सामर्थ्य प्राप्त झाले.

जणू काय वेदाने दाखवलेल्या एका नामाच्या आवृत्तीने श्रृष्टी रचेत्या ब्रह्मास हाक मारली. ज्या नामाच्या, त्या शब्दांचा -ॐ, तत्, सत् असा उच्चार झाल्याने त्या ब्रह्मदेवाला सृष्टी उत्पन्न करण्याची योग्यता प्राप्त झाली. 'ॐ' ते त्या नावातील पहिले अक्षर समजा, 'तत्' हे दुसरे अक्षर

होय व 'सत्' हे तिसरे अक्षर आहे. 'ॐ तत् सत्' या ब्रह्माचे हे तीन नामरूप झाले. मग आचरण पद्धती शिकवणारे वेद निरोपिले गेले. जीविकासाठी यज्ञकर्म उत्पन्न झाला. एकोहं बहुस्याम, ह्या तत्वावर ब्रह्मदेवाने किती जीव उत्पन्न केले ह्याची गणती नाही.

ज्यावेळी सात्विक कर्माचा या नामाशी विनियोग होतो, तेव्हा ते सात्विक कर्म मोक्षाला मार्ग खुला करते. अर्थात हे विनियोगाचे रहस्य उकलणे गरजेचे ठरते. संपूर्ण स्वयंपाक तयार असून, क्षुधा देखील उत्पन्न झाली असून तान्ह्या बालकास भोजन करणे ठाऊक नसल्याने उपासच घडतो.

म्हणून वेदमंत्रांचा उच्चार करणारे, शास्त्राने सांगितलेल्या यज्ञ, दान व तप रूप क्रियांचा नेहमी ॐ या परमात्म्याच्या नावाचा उच्चार करूनच आरंभ करतात. शास्त्राला जाणून जे बोलतात, ते आपले ब्रह्माशी ऐक्य होण्याकरता, यज्ञादिक कर्मांचा त्याग करत नाहीत. ते आरंभी ध्यानाने ॐकार सिद्ध करतात आणि कर्म आचारण्याला सुरवात करतात. सात्विक यज्ञ, दान, तपे ही मोक्षदायी म्हणून त्रिलोकात गाजली आहेत, परंतु त्यांच्या आरंभी प्रणवोच्चार केला असता तीच यज्ञादिक कर्मे त्या करणाऱ्याला मोक्ष सोपा करून देतात. तेव्हा, या यज्ञदानादिक क्रिया ॐकाराच्या सहाय्याने चालू व्हाव्या.

मोक्षाची इच्छा करणारे, फलाची अपेक्षा न धरता यज्ञ, तप आणि दान यांच्या विविध क्रिया 'तत्' अक्षराचा उच्चार करून करीत असतात. अर्थात सर्व यज्ञादिक क्रिया, काही भोगण्यास उर्वरितच राहू नये म्हणून फळासह ते 'तत्' स्वरूप ब्रह्मालाच अर्पण करतात. इदं न मम (हे माझे नाही), असे मानून आपला व कर्माचा संबंध तोडतात.

अशा रीतीने ॐकाराने कर्माचा आरंभ करतात आणि तत् शब्दाच्या विनयोगाने ब्रह्माला अर्पण करतात. कर्म ब्रह्मरूप होते खरे परंतु कर्म व कर्ता ह्यात भेद मात्र शिल्लक राहतो. हेच द्वैताचे कारण होय. द्वैत हेच संसारभयाचे कारण होय. तो परब्रह्म आत्म्याने अनुभवता यावा म्हणून सत् ह्या शब्दाचे योगदान आहे.

परम सत्य हे यज्ञाचे परम उद्धिष्ट होय. जे सत् शब्दाने नियोजिले आहे. कर्ता ब्रह्मरूप होण्याकरता सत् अक्षराचा उपयोग करतो. ॐकारतत्कारांनी युक्त अशा ब्रह्मरूप कर्माचे ठिकाणी सत् शब्दाचा उपयोग करतो. त्या ठिकाणी सत् म्हणजे ब्रह्माचे निर्दोष स्वरूप दिसते. असे स्वरूप देश काल परिस्थितीने बदलत नाही आणि अखंड निश्चल असते.

ह्या वळणावर, सर्वात्मक ब्रह्म झालेले जे कर्म आहे, त्याचे त्या सत् संज्ञक ब्रह्माशी ऐक्य करून त्यास आपल्यासह अद्वैत अनुभवाने पाहणे आवश्यक आहे. तर ॐकार व तत्कार यांनी कर्म ब्रह्मस्वरूप होते खरे किंतु ते कृत्य करणारा करता तरी वेगळेपणाने उरतो, म्हणून ही अस्तित्वाची भावना नाहीशी करून एकदम ब्रह्मच होऊन रहावे.

तसेच यज्ञ, तप आणि दान यांमध्ये जी स्थिती असते, तिलाही सत् असे म्हणतात आणि त्या परमात्म्यासाठी केलेले कर्म निश्चयाने सत् असे म्हणले जाते.

त्यामुळे ॐ, तत्, सत् या नामाच्या विनियोगाने केलेली कर्मे ब्रह्माच्या ठिकाणी अर्पण केली असता ब्रह्मच होतात.

प्रभूंनी परम महात्म्य असलेले ब्रह्मनाम ॐ, तत्, सत् ह्याचे मर्म अर्जुनाला यथार्थ पणे सांगितले. ह्या विषयावर प्रभूंनी शेवटी अर्जुनाला विवरण केले,

अश्रद्धया हुतं दत्तं तपस्तप्तं कृतं च यत् ।

असदित्युच्यते पार्थ न च तत्प्रेत्य नो इह ॥ १७-२८ ॥

"श्रद्धेशिवाय केलेले हवन, दान, आणि तप आणि जे काही केलेले शुभ कार्य असेल, ते सर्व असत् म्हणले जाते. त्यामुळे त्याचे फळ न इहलोकात प्राप्त होते न परलोकात. ह्या प्रकारच्या कर्मात श्रद्धेचा आधार नाहीसा होऊन दुराग्रही बल मात्र वाढू लागते. ह्यासाठी ब्रह्मनामावरील श्रद्धा सोडून जी खटपट घडेल ती व्यर्थ व शीण होय."

प्रभूंनी हे क्रियाशील, उत्तमातील, उत्तम तत्व ह्या साऱ्या गुह्य ज्ञान संस्कारांती अर्जुनाला नव्हे, साऱ्या विश्वातल्या प्राणिमात्रादि जीवांना बहाल केले. अवघ्या निरूपणात प्रभूंनी प्रथमच विशिष्ठ, विनिर्दिष्ट शब्दांच्या समूहाचे महत्व आणि त्याचे अनुकरण करण्याचा दृष्टांत बहाल केला होता.

मुळात, अर्जुन जर जिज्ञासूनपणे विचारता झाला नसता, त्याला आत्मज्ञानाची प्राप्ती करून घ्यायची गोडीच उत्पन्न झाली नसती, तर प्रभूंनी आत्मज्ञानाच्या भांडाराचे दरवाजे तरी का उघडले असते? आणि मग परमार्थाला जाणण्याचा मार्ग साऱ्या मानवजातीला कशाने मोकळा झाला असता? त्यामुळे प्रभुंना बोलते करण्याचे योगदान ते अर्जुनाचे होय. आणि एकदा का प्रभूंच्या वाणी ला मार्ग मिळाला की मग तो प्रवाह अखंड खळखळत तत्त्वादिक महासागराचे भव्य दर्शन घडवून गेला.

१८

परमात्मास्वरूप प्रभूंचे ज्या ज्या विशेषणांनी वर्णन करावे म्हणले तर त्या त्या विशेषणांनी दाखवलेले दृश्यस्वरूप इतकेच ते प्रभुंचे रूप नाही, ह्याची मला जाणीव आहे. म्हणूनच या स्वरूपाची स्तुतीच्या शब्दांनी वर्णन करण्याची मला धास्ती वाटते. ते प्रभूंचे स्वरूप चर्मचक्षी दिसत नाही. ते रंगातीत, गुणातीत, निर्वाच्य, निराकार आहे. ते जाणून घेण्यास तत्वदर्शी सद्गुरूची कृपादृष्टी पडली तरच त्याचा बोध होणे होय. परंतु, प्रभूंनी अर्जुनाला स्वतःच ते परमात्मा विश्वस्वरूप समक्ष दाखवून दिले. ह्याखेरीज ह्या अद्वितीय कृष्णार्जुन संभाषणात, प्रभूंनी अर्जुनाला अनेक दिव्य, गुह्य, तत्वदर्शी, सनातन ज्ञानाचे तीर्थस्नान घडवले. व्यामोहात गोंधळून गेलेला अर्जुन ह्या अभ्यंग स्नानाने नखशिखांत उजळून गेला.

ज्या ज्या वेळी प्रभूंचे स्मरण होते, त्या त्या वेळी मला माझ्या वेगळ्या अशा स्वरूपाचे विस्मरण होऊन जाते. तरी एखादा भ्रमित होऊन जशी बडबड करेल, तसे मी त्यांचे सारे तत्वज्ञान नव्याने ह्या विश्वासमोर ठेवणाचा खटाटोप केला. ताथपि ह्या सद्य मैलाच्या दगडाशी माझ्या जीविताचे सारे जीवन शास्त्र दडलेले आहे. सर्व तत्वज्ञानांती, प्रभूंनी ह्या ज्ञानमंदिराचा कळस चढवला. महर्षी व्यासांनी त्याला अलंकृत करून त्याची जोपासना केली. ह्या कळसावर ही मोक्षदायी ज्ञानाची पताका अखंडपणे झळकत आहे.

म्हणून मंडळी, जे कोणी ह्या माझ्या व्यक्त स्वरूपाच्या ज्ञानमंदिराची भक्तिभावाने प्रदक्षिणा घालतील, श्रद्धेने भक्तियोगात विलीन होतील, त्यांना मोक्षाचा मार्ग सापडून त्याच्या द्वारात साक्षात भगवंत त्यांची वाट पाहत तिष्ठत उभे दिसतील.

वास्तविक ह्या संवादातून अनेक पदे, श्लोक व अध्याय उत्पन्न झालेले दिसत असले तरी ते एकाच माळेचे विविध मणी व माणिके होय. त्या माळेचे सौंदर्य त्याच्या माणिक मोत्यांनी तर सिद्ध होतेच, परंतु ते सौंदर्य, त्या सुंदर माळेला पाहून झालेल्या आत्यंतिक आनंदाचा अनुभव व परिणाम होय.

प्रभू ह्या आधी अर्जुनाला सांगून गेले होते की "ॐ तत् सत्" ह्या ब्रह्मनामाविषयी श्रद्धा सोडून देऊन जी कुठली आसक्त कर्मे करावीत, तितकी सर्व व्यर्थ जातात. एरवी संन्यास व त्याग या दोघांचे आचरण करून प्राणिमात्रादि कर्माच्या बंधनातून सुटण्याचे मार्ग शोधू पाहतात. अर्जुनाला प्रभूंच्या निरूपणाची इतकी सवय आणि आस लागून राहिली होती की त्यातूनच त्याला आत्मसुखाची अनुभूती प्राप्त होत होती. मग त्याला प्रभू पुढे क्षणभर देखील स्वस्थ, मौनात दिसले तर असह्य अस्वस्थता जाणवू लागे. म्हणून अर्जुनाने प्रभुंना त्याग व संन्यास विचारण्याच्या निमित्ताने, पुन्हा बोलते केले. त्यावर योगेश्वर श्रीकृष्णांनी अर्जुनाला उपदेश केला,

काम्यानां कर्माणां न्यासं संन्यासं कवयो विदुः ।
सर्वकर्मफलत्यागं प्राहुस्त्यागं विचक्षणाः ।। १८-२ ।।

“अर्थात, कर्माचा त्याग म्हणजेच ‘संन्यास’ होय आणि सर्व कर्मांच्या फलाचा त्याग म्हणजे ‘त्याग’ होय.”

मुळी कर्मच करावयाचे नाही, ह्या कर्माच्या त्यागाला संन्यास म्हणावे आणि कर्म करून त्या कर्माचे जे केवळ फळ टाकणे त्याला त्याग म्हणावे.

काम्यकर्म म्हणजे फळाच्या आशेने कर्म करणे, आणि असे कर्म टाकणे म्हणजे फलेच्छेलाच मुळासकट उपटून काढणे होय. मुळात कर्मे दोन प्रकारची आहेत, एक जी नित्यकर्मे असतात आणि दुसरी नैमित्यिक असतात. परंतु दोन्ही कर्मे अंगभूतपणे फलद्रुप आहेत. त्या फळांचा त्याग करणे हेच परम उद्दिष्ट होय.

एक उदाहरण बघू. वसंत ऋतूत झाडा-वृक्षांना नवीन पालवी फुटते, लता-वेली टवटवीत होतात, वनराई फुलाफळांनी बहरून जाते. हे सारे संपूर्ण वसंत ऋतूत अविरत घडत राहते. परंतु ही सृष्टी ग्रीष्माच्या हवाली करून वसंत निसर्गाचे कुठलेही फलग्रहण न करता निघून जातो. हाच नित्यनैमित्यिक कर्मांच्या फळांचा त्याग. असा कर्मत्याग केलेल्या मनुष्याकडे आत्मज्ञान पत्ता शोधीत येते.

हे न समजता कर्माचा त्याग केल्यास त्याचा निश्चित विपरित परिणाम होतो. भूक लागली असता जर अन्नाचा त्याग केला तर भुकेने भूकबळी नाही का पडणार? परंतु अन्नाची आसक्ती न ठेवता, यज्ञकर्माप्रमाणे क्षुधेच्या समाधानासाठी अन्नाचे सेवन करणे हेच त्या भोजन कर्माच्या फळांचा त्याग होय. मग साहजिकच कोणत्या कर्माचे फल टाकावयाचे व कोणते कर्म मुळीच करायाचे नाही हे जाणण्यासाठी अंगी विवेक उत्पन्न व्हावा लागतो.

येथे मतामतांचा गलबला होतो. कित्येक ज्ञानी विद्वान सर्वच कर्म दोषवत् (बंधक) म्हणून त्याज्य समजतात आणि काही पंडित केवळ यज्ञ, दान, तप ही कर्मेच त्याज्य नाहीत असे प्रतिपादन करतात.

मुळात फलाची इच्छा टाकण्याविषयी असमर्थ असलेले लोक कर्मच वाईट आहे असे ठणकावतात व मग ते कर्मच टाकावे अशी ठाम भूमिका घेतात. तर काही विद्वान यज्ञादिक कर्मे अवश्य करावीच ह्या मतावर निश्चयी असतात. कारण यावाचून शुद्धि घडवणारे इतर साधन नाही अशी त्यांची पक्की समजूत असते. ह्याचा उलगडा प्रभूंनी लीलया करून दाखवला. प्रभू म्हणाले,

निश्चयं श्रृणु मे तत्र त्यागे भरतसत्तम ।

त्यागो हि पुरुषव्याघ्र त्रिविधः सम्प्रकीर्तितः ॥ १८-४ ॥

यज्ञदानतपःकर्म न त्याज्यं कार्यमेव तत् ।

यज्ञो दानं तपश्चैव पावनानि मनीषिणाम् ॥ १८-५ ॥

"अर्जुना, कर्मत्यागाचे सात्त्विक, राजस व तामस या भेदांमुळे तीन प्रकार सांगतो ते लक्ष्यपूर्वक एक. प्रथम, यज्ञ, दान, तप ही कर्मे त्याज्य नाहीत, ती केलेच पाहिजेत.यज्ञ, दान व तप हीच चित्त शुद्ध, पवित्र करणारी आहेत."

"मुळात, नाव जो पर्यंत नदीच्या काठी पोचत नाही तो पर्यंत तिचा त्याग कसा करता येईल? त्याचप्रमाणे, जो पर्यंत आत्मज्ञानाविषयी बुद्धीचा पक्का निश्चय होत नाही, तोपर्यंत यज्ञादिक कर्मे त्यागणे अनुचित नाही का? उलट अधिकारांप्रमाणे ती योजावी आणि आचारावी हेच योग्य होय. अशी कर्मे यथानुगति पूर्ण केल्यानेच रज-तम गुण लयाला जाऊ लागतात. **पण एक ध्यानात ठेव, ही यज्ञदानतपादि कर्मे तसेच इतरही सर्व कर्तव्य कर्मांची आसक्ती सोडून आणि फळांचा त्याग करूनच केली पाहिजेत हे, अर्जुना, माझे निश्चित असे उत्तम, अंतिम मत आहे."**

बुडत्याला वाचवायला गेलेला पट्टीचा पोहणारा, मी त्याला वाचतो असा अभिमान न धरता, कोणतीही अभिलाषा न बाळगता, केवळ त्या प्रसंगाला अनुसरुन, योग्य असे कर्म संपन्न करतो. तेच कर्मकार्याचे महत्व आहे. येथे कर्माचा आरंभच फळाची आशा सोडून झालेला असतो. किंवा बाळंतपणाची सुईण, न नात्याची न गोत्याची. केवळ बाळंतिणीला वेदना झाल्या की अंमळ प्रसूतीसाठी हजर होते आणि ती प्रसूती यथासांगपणे पार पाडते. अशी कर्माची अनासक्ती बाळगून हळूहळू आत्मसुखाचा बोध होऊ लागतो.

कर्म त्यागाचे देखील तीन प्रकार आहेत, काही मनुष्य तामसिक पणे कर्मांचा त्याग करतात, तर काहीजण राजसिक मार्गाने. जे कर्तव्यबुद्धीने कर्म करून त्याच्या फळांचा अनासक्तिने त्याग करतात तो सात्विक त्याग होय. एरवी नित्यकर्माचा संन्यास करणे योग्य नाही, परंतु मोहाने अथवा कर्माच्या द्वेषाने केलेल्या त्याच्या त्यागास तामसिक त्याग म्हणतात. भ्रमित झालेला तामसी मनुष्य, खरंतर कर्माचे बंधन, कर्म करूनच नाहीसे करावे, हे जाणत नाही. उलटपक्षी, वर्णाश्रमधर्माप्रमाणे वाट्याला आलेले जे कर्म, ते कर्मच टाकून मोकळा होतो.

कर्म दु:खरूप आहे म्हणून त्याचा शरीरत्रासाच्या भीतीने जो त्याग केला जातो तो राजस त्याग होय, त्या राजस त्याग करणाऱ्यास त्यागाचे फळ मिळत नाही. असा मनुष्य आश्रमधर्माप्रमाणे आपला धर्म काय आहे हे ते योग्यपणे जाणतो, आपले कर्तव्य सुद्धा त्याला उमजते, परंतु एकतर ते कर्म करण्याच्या त्रासाला तो कंटाळतो अथवा त्याला त्या त्रासाचे, श्रमांचे भय उत्पन्न झालेले असते. आरंभिले कर्म देखील ह्याच कारणांमुळे तो अर्धवट देखील सोडून देतो. म्हणून ह्यात कर्मत्याग जरी असला, तरी ह्याने खऱ्या त्यागाचे पुण्य प्राप्त होत नाही.

म्हणून आपल्या वर्णाश्रमधर्मानुसार जे कर्म स्वाभविक रीतीने आपल्या वाट्याला आले असेल, ते कर्म, शास्त्राचा मान ठेवून जो यथासांगपणे आचारतो, तो सात्विक त्यागाचे पुण्य संपादन करतो. ह्या प्रक्रियेत न तो कर्तव्याचा अभिमान बाळगून असतो, न कर्मफलांच्या अभिलाषेचा भोक्ता असतो. असे दोन्ही कर्मबंध त्यागून त्याला आत्मबोधाची प्राप्ती होऊ लागते.

अशा बुद्धिमान, सात्विक त्यागाने युक्त मनुष्याला कर्माबद्दल काही संशय उरत नाही. तो अशुभ कर्माचा द्वेष करीत नाहीच पण शुभ कर्माचे ठिकाणी देखील आसक्त होत नाही. स्वप्नातील सुख दुःखे जशी दोही असत्यच असतात, तसे तो शुभाशुभ कर्मांना समदृष्टीने पाहतो.

मंडळी, हे सारे जरी अनुकरणीय असले, तरी सर्व कर्मांचा त्याग करणे खरोखर देहधारी मनुष्याला व्यवहार्य असेल का? त्यावर प्रभूंनी खुलासा केला,

न हि देहभृता शक्यं त्यक्तुं कर्माण्यशेषतः ।
यस्तु कर्मफलत्यागी स त्यागीत्यभिधीयते ॥ १८-११ ॥

"पूर्णपणे त्याग करणे देहधारी मनुष्यास शक्य नाही. परंतु जो कर्मफलाचा त्याग करतो, त्याला त्यागी असे म्हणतात."

सारांश, विहित कर्माला टाकण्याचा एकच प्रकार आहे तो हा की विहित कर्म करीत असताना त्याच्या फलाशेच्या कचाट्यातून निसटून जावे.

कर्मफळाचा त्याग न करणाऱ्या मनुष्यांना, मृत्यूनंतर कर्माचे इष्ट, अनिष्ट व मिश्र असे तीन प्रकारचे फळ प्राप्त होते; परंतु कर्मफळाचा त्याग करणाऱ्या मनुष्यांना कर्माचे बंधनच प्राप्त होत नाही.

जे विषयाधीन बुद्धीने स्वैराचार अंगवळणी पाडून निषिद्ध, वाईट कर्मात प्रवृत्त होतात, त्यांना अनिष्ट कर्मफळ प्राप्त होते. जे मनुष्य स्वधर्माने पुण्यकर्म करण्यास प्रवृत्त होतात, त्यांना इष्ट कर्मफळ प्राप्त होते. त्याचबरोबर ज्या मनुष्यांच्या कर्मात उत्तम - वाईट कर्मांची सरभेसळ असते, त्यांना आंबट -गोड असे मिश्रित फळ उत्पन्न होते. एवढे निश्चित, की कर्मफलांचा भोग भोगल्याशिवाय ह्या भूतलावरून सुटका नाही. संचित कर्मफळे भोगीत असताना जी कर्मे घडतात, ती नवी कर्मफळे उत्पन्न करतात आणि ती भोगण्यास पुन्हा पुन्हा जन्म मिळून ती भोगावी लागतात. हे सारे चक्राकार घडत मनुष्याला गुरफटून ठेवते. मग ह्या कचाट्यातून सुटकाच नाही का?

जो कर्मफलाचा त्याग करतो, तो कर्माला नेमून दिलेले 'फळाच्या वाढीचे' जे काम आहे, तेच मुळात संपवून टाकतो. मग कर्माचा त्याने निर्माण केलेल्या फळांचा भोगच उत्पन्न होत नाही.

मंडळी, ज्या भाग्यवंताने हा ज्ञानप्रधान संन्यास साधला, तो जन्ममरणाच्या ह्या फेऱ्यातून मुक्त झाला असे समजा. कारण जेव्हा कर्मत्यागाने दृष्टी, वृत्ती; आत्मस्वरूपी स्थिर झाली, की खरंतर कर्म वेगळेपणे जाणवतही नाही आणि उरतही नाही. ह्या विज्ञानमय अवस्थेत, कोण कर्म करेल, कोण फळाचा उपभोक्ता होऊन राहील?

असेही वाटू लागते की जीवात्माच कर्माच्या बंधनात अडकून जातो. वास्तविक आत्मा आणि कर्म, आरसा आणि आरशात बघणारा जसे भिन्न आहेत, तितके वेगळेपणाने असतात. मुळात, सर्व कर्मांच्या सिद्धींची पाच कारणे असतात. परंतु या कारणांच्या ठाई आत्म्यास जोडणे योग्य नाही. आत्मा; ह्या पाच कारणांहून अलिप्त असून, कर्माची उत्पत्ती न त्यामुळे होते, न तो स्वत: कर्म पार पाडण्यासाठी पुढे सरसावतो. सूर्योदयाने

विश्वाचे व्यवहार सुरु होतात, परंतु सूर्य स्वतः कोणत्या कार्याचे प्रतिनिधित्व करतो किंवा कोणते कार्य घडवतो? तो केवळ उगवतो आणि मावळतो. कर्म करणारे कोणी निराळेच असतात.

प्रभू ही पाच करणे अर्जुनाला निरोपण्यास सिद्ध झाले. अर्जुन देखील पूर्ण भानावर येऊन अतिशय एकाग्रतेने ती ऐकू लागला. माझ्या जीविताची चढी अवस्था, प्रभू सांगू लागले.

अधिष्ठानं तथा कर्ता करणं च पृथग्विधम् ।
विविधाश्च पृथक्चेष्टा दैवं चैवात्र पञ्चमम् ॥ १८-१४ ॥

"अर्जुना; देह, जीव, निरनिराळ्या प्रकारची इंद्रिये, प्राणीमात्रादिकांचे निरनिराळे व्यापार ही ती चार कारणे आणि पाचवे कारण म्हणजे इंद्रियांची अधिष्ठात्री देवता हे होय. देह हेच सुख-दुःखाचे अधिष्ठान होय. नाहीतर कर्मांचे सुख-दुःख दुसरीकडे कुठे भोगले जाणार? प्रकृती जी कर्मे करते, ती कर्मे मीच केली असे जीव भ्रमाने म्हणतो, म्हणूनच जीवास कर्ता असे म्हणतात. हा जीवभाव कर्माचे दुसरे कारण होय. बुद्धीचे ज्ञान ज्ञानेंद्रियांच्या द्वारे वेगेवेगळे होऊन इंद्रियांच्या आकाराने प्रकट होते. सारी इंद्रिये हे कर्माचे तृतीय कारण होय. या शिवाय, निरनिराळ्या कार्यामुळे उत्पन्न झालेली क्रियाशक्ती आणि व्यवहारशक्ती हे येथे कर्माचे चौथे कारण होय. वायू जसा शरीरात शिरून निरनिराळ्या भूमिकेतून आणि निरनिराळ्या अवयवांशी संलग्न होऊन प्राण, अपान, व्यान, समान आणि उदान अशी पंचप्राणात्मक कार्ये करतो, ते कर्माचे चतुर्थ कारण. जसे वाणीला कवित्वाचा अलंकार प्राप्त व्हावा, तसे इंद्रियांच्या ठिकाणी देवतांचा समुदाय असणे हे कर्माचे पाचवे कारण."

मग देह शरीर, वाणी व मन यांच्या योगाने मनुष्य विहित किंवा निषिद्ध जे जे कर्म करतो, ते सारे ह्या पाच कारणांमुळे घडते. प्रथम मनामध्ये कर्मसंकल्पाचा विचार उत्पन्न होतो. तो वाचेने व्यक्त होऊन मनुष्य कर्तृत्वाचा वसा घेतो आणि शरीरादि समुदाय ते पूर्ण करण्यास पुढे सरसावतात.

हे देह शरीर, असे असतांना, अशुद्ध बुद्धि असल्यामुळे जो शुद्ध आत्म्यालाच कर्ता असे समजतो, तो मूढबुद्धि होय. सूर्य जसा दिवस अथवा रात्र आपल्या असण्या नसण्यावर प्रदर्शित करतो, तसा आत्मा कर्म व कर्माचा कर्ता न होऊन केवळ त्या दोघांचे प्रकाशन करतो..

ह्याचे विस्तारित वर्णन करायला प्रभूंनी माझे पुढचे पर्व उलगडले. ते सांगू लागले,

यस्य नाहंकृतो भावो बुद्धिर्यस्य न लिप्यते।

हत्वाऽपि स इमाँल्लोकान्न हन्ति न निबध्यते ॥ १८-१७ ॥

“ज्या मनुष्याच्या अंतःकरणात कर्ताभाव नसतो, तसेच ज्याची बुद्धी सांसारिक बंधनात आणि कर्मांत लिप्त होत नाही, त्याने सर्व जगताला देखील मारले तरी वास्तविक तो कोणासही मारत नसतो आणि तो ह्या कर्माने बांधला देखील जात नाही.”

अर्जुन एक क्षण विचारात पडला. त्याला स्मरण झाले की हे सारे अगाध तत्वज्ञान आणि संभाषणच त्याने त्याच्या आप्तस्वकीयांना मारावे का मारू नये ह्या शंकेने आणि गोंधळामुळे, आणि त्याच्या माघार घेण्याने उदयास आले होते. त्या क्षणी त्याला त्याच्या मायारूप निद्रेतून जाग आल्याची चाहूल लागली होती.

माझे लक्ष पुन्हा प्रभूंनी सांगितलेल्या शब्दांवर येऊन थबकले. आत्मभावाने व्यापून गेलेल्या मनुष्याचा कर्ताभाव जिथे शिल्लक नाही, त्याला मी व माझे हे कसे उरेल? करणारा, कार्य आणि ते करण्याची क्रिया भिन्नपणे असे उरतच नाहीत. अशा स्थितीत कर्म घडले तर त्या कर्माचे बंधन कसे प्राप्त होईल? बंधात अडकणारा वेगळ्याने उरतच नाही. मग आत्म्यावर कर्माचा आरोप तरी संयुक्तिक राहील काय?

माझ्या मनात हे विचार घोळत असता, प्रभूंनी अर्जुनाला ज्ञानाची त्रिपुटी मांडून दिली. प्रभू समजावून सांगत होते,

ज्ञानं ज्ञेयं परिज्ञाता त्रिविधा कर्मचोदना ।
करणं कर्म कर्तेति त्रिविधः कर्मसंग्रहः ॥ १८-१८ ॥

"ज्ञाता, ज्ञान आणि ज्ञेय या तीन प्रकारच्या कर्माच्या प्रेरणा आहेत. आणि कर्ता, इंद्रियकरण आणि क्रिया हे तीन प्रकारचे कर्माचे संग्रह घटक आहेत. ज्ञाता, ज्ञान आणि ज्ञेय ही त्रिपुटी विश्वाचे कारण होय आणि हीच त्रिपुटी कर्माचा आरंभ करते."

इंद्रियांची विषयाकडे धाव असते आणि त्याने सुखदुःखाची लायलूट होते. ज्या ज्ञानाने इंद्रियांच्या आधारे व्यवहार चालतो, तो चालवणारा प्रज्ञा जीव, ज्ञाता होय. इंद्रियांच्या गुणधर्मांमुळे एकाच ज्ञेयाचे विविध इंद्रियांमुळे भिन्न ज्ञान उत्पन्न होते. जसे की आंब्याचे फळ, प्रत्येक इंद्रियांना वेगळेपणे जाणवते. जसे डोळ्याला रंग आणि रूप खुणावते, स्पर्शाने आकार समजतो, जिभेला चव कळते, आणि नाकाला त्याचा मधुर वास मोहित करून जातो. मग नुसत्या 'आंबा' नावाच्या उच्चाराने देखील तोंडाला पाणी सुटते. हे सगळे आत्मसात करून बुद्धीचा निश्चय होतो आणि आंबा

ह्या फळाचे संपूर्ण ज्ञान संपादन होते. तथापि, जेव्हा इंद्रियांचे ज्ञान संपादनासाठी धावणे थांबते, जिथे ज्ञानाची पूर्णता होते, ते साध्य ज्ञेय होय.

ज्ञान ज्ञात्याला तो ज्ञेय विषय दाखताच, ज्ञाता त्या विषयाचा स्वीकार करतो अथवा त्याग करण्यास प्रवृत्त होतो.

विषयांच्या लोभाने ज्ञाता (जीव) इंद्रियसमुदायास व्यवहार करण्यास (कर्म) भाग पाडतो, तेव्हा तो कर्ता होतो. ज्ञाता कर्ता झाला की ज्ञानाचे साधन बनते, त्यातून क्रियाकार्य घडते आणि तेव्हा ज्ञेय हे स्वभावत:च कार्य क्रियेचे फल बनून जाते.

एका ज्ञान सूत्राशी दुसरे सूत्र आणि त्याच्याशी निगडित तिसरे अशा अनेक सूत्रांचे प्रभू अर्जुनाला पाळीपाळीने विवरण करीत होते.

प्रभूंनी तीन गुणांना अनुसरून ज्ञान, कर्म आणि कर्ता ह्यांचेही गुणांच्या भेदाने तीन प्रकार सांगून अजून एक दुवा प्रस्तुत केला. ज्या गुणांनी ब्रह्मदेवापासून किड्या-कीटकापर्यंत सर्वांना गुणयुक्त केले, ते गुण ज्ञानाला, कर्माला आणि कर्त्यालाही अपवाद नाहीत.

अनंत भुतांमधील सर्व जीवांमध्ये एकच, अविनाशी व अविभक्त असा स्वभाव दिसून येतो, तो परमात्मभाव मनुष्य ज्याच्या योगाने पहातो, ते ज्ञान सात्विक असे समजावे. त्याच बरोबर सर्व भूतांचे ठिकाणी, एकच परमात्मभावाच्या ऐवजी भिन्न स्वभाव आणि पदार्थभाव दिसून येतो, असा भेदकारक बोध ज्या ज्ञानाने होतो ते राजस ज्ञान होय. आणि ह्या व्यतिरिक्त, ज्या ज्ञानाने मनुष्य एकाच कार्यरूपी शरीरात आसक्त असतो, तसेच जे तत्वार्थशून्य व क्षुद्र, तात्त्विक अर्थाने रहित असते, ते तामसिक ज्ञान होय.

मग कर्माचा आलेख तरी वेगळा कसा असेल? जे नित्यनैमित्यिक कर्म आसक्ती, प्रीती न ठेवता, फलेच्छा धारण न करता केले जाते त्यास सात्विक कर्म म्हणावे. हेच कर्मकर्तव्याचे खरे भूषण होय. आई जेव्हा बाळाचे कसलीही अपेक्षा न ठेवता, मोठ्या ममतेने संगोपन करते, तेच सात्विक कर्म. पुढे जाऊन तिचे म्हातारपण येऊन त्या बालकाने मग तिची काळजी घ्यावी ही इच्छा देखील त्या वेळी तिच्या मनाला शिवत नाही.

परंतु, कर्मफलेच्छेने, कर्तेपणाचा अहंभाव बाळगणाऱ्या मनुष्याकडून जे मोठ्या प्रयासाने कर्म घडतात, त्यांस राजसिक कर्म म्हणतात. कर्मांमुळे होणारी कर्माची फळे डोळ्यापुढे ठेऊन असा मनुष्य काम्य कर्मे करतो. केलेल्या कर्मांचा मोठा गवगवा करतो आणि कर्मामध्ये बद्ध होतो. आणि यथाकाळी मी कर्माचा कर्ता आहे हा अहंभाव बाळगून राहतो.

साहजिकच, जे कर्म मोहाने, अति लोभाने, परपिडेसाठी, दुसऱ्याला क्लेश देण्याकरिता, केवळ अज्ञानाने, असे निषिद्ध कर्म घडते, त्यास तामसिक कर्म म्हणतात. असा मनुष्य स्वतःच्या शरीराला क्लेश झाला तरी इतरांना पीडा पोचली पाहिजे, ह्या हेतूने विश्वाचे सुख अमिश्रित करून सोडतो.

गुण जसे कर्माला बद्ध करतात, तसे कर्ता देखील ह्याच गुणांनी प्रभावित होतो.

आसक्तिरहित,अहंकार न बाळगणारा, धैर्य व उत्साह यांनी युक्त, नित्यादिक कर्मांची सिद्धि अथवा असिद्धि ह्याने जो विकाररहित असतो, विचलित होत नाही, अशा कर्त्याला सात्विक कर्ता असे म्हणतात. तसेच, आसक्तीच्या भावाने, कर्माचा अहंकार बाळगून, फलेच्छांच्या हेतूने, लोभाने, इर्षेने, कर्म केल्याने त्या कर्मांच्या सिद्धी-असिद्धीने ज्याचा मनात विकार उत्पन्न होतात, तो कर्ता राजसिक होय. आणि उपटसूंभी मनुष्य,

जो शास्त्राविरुद्ध कर्म करण्यात धन्यता मानतो, जो अतिशय दुराग्रही, दुसऱ्यास अपमानित करण्याच्या, क्षती पोचवण्याच्या हेतूनेच, तो मदालस्य युक्त असा कर्ता, तामसिक होय.

ह्याच प्रमाणे, गुणांच्या अधिपत्याखाली, बुद्धी आणि निश्चय ह्यांचे देखील तीन प्रकार होय.

सात्विक बुद्धी प्रवृत्तिमार्ग व निवृत्तिमार्ग, कर्तव्य व अकर्तव्य, भय व अभय तसेच बंधन व मोक्ष यथार्थपणे जाणते. पण हा भेद संपूर्ण न जाणणारी बुद्धी राजसिक होय. आणि दुर्योधनाच्या बुद्धी सारखी जी बुद्धी अधर्मालाच धर्म समजते, विपरीत मार्गाने धावते, बंधनातच मोक्षमय आनंद शोधते, ती तामसिक बुद्धी.

ज्याचा निश्चय अचल आहे, जो योगयुक्त धारणेने मन, प्राण, आणि इंद्रियांच्या क्रियांना संमोहित करतो, तो सात्विक निश्चय. परंतु ज्या धृतीने मनुष्य त्या कर्मांच्या फळांशी आसक्ती ठेवून असतो, तो राजसिक निश्चय होय. स्वाभाविकपणे, जो निश्चय निद्रा, आलस्य, चिंता, दुःख उत्पन्न करून देखील उन्मत्तपणे माघार घेत नाही, तो आत्म-विध्वंसक तामसिक निश्चय समजावा.

प्रभूंनी समस्त प्राणिमात्रादि, त्यांचे आचार, विचार, वैचारिक बैठक, धारणा, धृती व्यवस्था, आणि अनुभवभाव ह्यांना त्रिगुणात्मक रूप देऊन गुणांची व्याख्या अधोरेखित केली. ह्या ओघाने सात्विक, राजसी आणि तामसिक सुख हेही आलेच.

जे सुख इंद्रियांच्या सुखापलीकडे धाव घेते. ते आरंभी अतिशय खडतर, अगदी विषाप्रमाणे वाटले, तरी परिणामी अमृताप्रमाणे असते. त्या सुखाने, साधकाला परमात्मविषयक बुद्धीच्या प्रसादाने आत्मस्वरूपाची जागृती

होते, हे सुख सात्विक सुख म्हणले जाते. ह्या सुखात साधक भक्तिमय, ध्यानमय आणि सेवाभावी अवस्थेत रमतो. ते सुख, दुःखाचा समूळ नाश करून टाकते. परंतु जे सुख इंद्रियांच्या विषयसंयोगातच रमलेले असते, ते अंती विषासारखे हानिकारक असते, ते राजसिक सुख.

ज्या सुखातून निद्रा, आलस्य, प्रमाद, अति लोभ, उत्पन्न होतो, परपिडेत आनंद मिळतो, ज्यात आत्मस्वरुपाकडे चुकून देखील लक्ष जात नाही, हे सुख तामसी सुख असते.

सृष्टीरचेत्या ब्रह्मदेवापासून, अणुरेणू पासून तो थेट भगवंतापर्यंत, पाताळ, भूतलावर, त्रिलोकात असा एकही जीव नाही जो ह्या त्रिगुणांनी युक्त नाही. इतकेच काय, वर्णव्यवस्था देखील ह्या तीन गुणांच्या रचनेनेच निर्माण झाली आहे. ब्राह्मण, क्षत्रिय, वैश्य व शूद्र ह्या मनुष्य जाती नसून वर्णांच्या आधारे केले गेलेले वर्गीकरण आहे.

अंतःकरणाची शांती, इंद्रियदमन, क्षमाशीलता, धर्मासाठी कष्ट, अंतर्बाह्य शुद्धता, आस्तिक्य, वेदशास्त्रांचे अध्ययन-अध्यापन आणि परमात्मतत्त्वाचे अनुभवयुक्त ज्ञान, ह्या भावांनी; ब्राह्मणाची स्वभावज कर्मे आहेत. शौर्य, तेज, निर्धार, युद्धपक्वता, दानशूरता, स्वामीभाव ह्या गुणांनी क्षत्रिय कर्मे करतात. कृषी, गोपालन, व्यापार हे वैश्यांचे स्वभावतः कर्म आहे आणि शरीर मेहनत, सेवा आणि श्रम हे शूद्रांचे कर्म होय.

परमात्मस्वरूप साक्षात प्रभूंनी आता पर्यंत सांगितलेल्या तत्वज्ञानाचा सारा सारांश, निष्कर्ष आणि त्यागाची पूर्तता त्यांच्या परम शिष्य अर्जुनाला सांगितली. हा सारांश हाच माझे मर्म होय. किती तरी प्रकारे, जीवाभोवती असणाऱ्या प्रत्येक घटकाचा गुणमय अविष्कार सांगून प्रभूंनी साधकाला साऱ्या धारणेच्या अगदी स्वभावतः वर्णकर्माच्या मुळापर्यंत पोचवले.

"हे आत्मसिद्ध, सर्वव्यापी प्रभू, तुम्ही जे काही वर्णन अर्जुनास सांगून त्याला ज्ञानाने उद्युक्त केले, तेच ज्ञान मी काही युगांनंतर आजच्या काळातील मनुष्यप्राण्यांसमोर पुनःप्रक्षेपित केले आहे. तुमचे अधिष्ठान आहे ह्या जाणिवेनेच हे पाऊल टाकण्याचे मज धाडस झाले. तुमच्या अक्षरभावाचा अंश समजून मी हा सारा योग विश्वासमोर मांडला. तुमच्या वरदहस्ताने हे साध्य झाले." प्रभूंनी एक आश्वस्त करणारे वचन मांडले. ते म्हणाले,

स्वे स्वे कर्मण्यभिरतः संसिद्धिं लभते नरः ।

स्वकर्मनिरतः सिद्धिं यथा विन्दति तच्छृणु ।। १८-४५ ।।

आपापल्या स्वाभावज कर्मगुणांचे पालन करून कर्मांत तत्पर असलेल्या मनुष्यास सिद्धीचा लाभ होतो. मग आपला कर्मानुसार अधिकार कोणता हे शास्त्राच्या आधारे जाणून घेणे हे मनुष्याचे कर्तव्य बनून जाते.

वर्णाश्रम धर्माप्रमाणे वाट्याला आलेले, शिवाय शास्त्राने निश्चित केलेले ते आपले विहित कर्म जो आचरतो, फळाची अपेक्षा जो टाकून उरतो, तो खरा मोक्षाचा अधिकारी समजावा.

अशा रीतीने कर्म करणे हेच सर्वात्मक प्रभूंची श्रेष्ठ सेवा होय. त्या सर्वात्मक प्रभुंना स्वकर्मरूपी फुलांची पूजा बांधून ती पूजा त्यांच्या अपार संतोषाला कारणीभूत ठरते. अशा स्वकर्माने मनुष्य सिद्धी प्राप्त करू शकतो. स्वधर्माची महती इतकी अशी की परक्याचे, इतरांचे धर्म सुखाने आचारण्यापेक्षा, आपल्या वर्णाश्रमास अनुसरून असलेले कर्म सदोष जरी असले, तरी अधिक श्रेयस्कर आहे. जातिस्वभावाने येणारे कर्म करणारा मनुष्य मग पापाने युक्त होत नाही. स्वधर्म आचरण्यात अडचणी येऊ शकतात, ते कंटाळवाणे वाटू शकते, तरी ते टाकून मोक्षाचे द्वार

कायमचे बंद होण्याचा धोका उत्पन्न होतो. त्यामुळे स्वधर्मापासून उत्पन्न झालेले कर्म दोषयुक्त असले तरी त्याचा त्याग करणे योग्य नाही. अग्नी मध्ये धुराचा दोष नाही का? म्हणून अग्नीने उष्णता, तेज आणि प्रकाश देणे थांबवून टाकावे का? **तसेच दोषयुक्त असले तरी मनुष्याने त्याचे स्वभावज विहितकर्म करणे हीच त्याची इतिकर्तव्यता.**

ह्या स्वकर्माच्या अर्चनाने उपस्थित झालेला चित्तावरचा रजो-तमाचा परिणाम विरळ करीत स्वधर्माने कर्म करणाऱ्या मनुष्याला सत्त्वगुणांचे महाद्वार अलगदपणे उघडून देतो. असा पुरुष, आत्मसंयमाने, अनासक्तपणे, कर्मभोगांचा अर्थात अज्ञानाचा त्याग करून, ज्याला संन्यास म्हणू, त्याला साधून, उत्तम सिद्धी प्राप्त करतो.

पक्व फळापरी, देठापासून विभक्त करून मोकळा होतो. तो विषयांशी फारकत घेऊन अंतर्मुख होऊन राहतो. ह्या एकाग्र चित्ताच्या अवस्थेत, तो परमस्थितीच्या शोधात मोठ्या आनंदाने नांदू लागतो.

ती ब्रह्मस्थिती प्राप्त होणे हेच अंतिम ध्येय. त्याची प्राप्ती करण्यास जी साधना आहे, ती प्रभूंनी संक्षेपात सांगितली. मी मागे सांगितल्या प्रमाणे पूर्ण कृष्णार्जुन संवादात प्रभूंनी अमुक एक उपासना कर, पूजा अर्चा कर असे सांगण्याचे निक्षून टाळले. कसे सांगतील? जेव्हा अर्जुनाला त्या परमस्वरुपाशी संलग्न होण्याचा महामंत्र सांगायचा होता तर मग क्षुल्लक क्रियांना ती कोणती किंमत? भगवंत म्हणाले,

बुद्ध्या विशुद्ध्या युक्तो धृत्यात्मानं नियम्य च ।
शब्दादीन्विषयांस्त्यक्त्वा रागद्वेषौ व्युदस्य च ॥ १८-५१ ॥
विविक्तसेवी लघ्वाशी यतवाक्कायमानसः ।
ध्यानयोगपरो नित्यं वैराग्यं समुपाश्रितः ॥ १८-५२ ॥

अहङ्कारं बलं दर्पं कामं क्रोधं परिग्रहम् ।
विमुच्य निर्मम: शान्तो ब्रह्मभूयाय कल्पते ॥ १८-५३ ॥

"पार्था, तत्वत:, भाग्याचा कलश भरू लागला की साधक आत्मसिद्धी प्राप्त करण्याच्या दिशेने पाऊले टाकू लागतो. ह्या स्थितीत त्याला अनुग्रह प्राप्त होऊन तो ज्ञानाची उपासना करण्यास प्रारंभ करतो. ज्ञान संपादन करण्याचा हा वैराग्यसंपन्न अधिकारी मग त्या उत्कर्षावर आत्मसाक्षात्कार होईल ह्या अंतिम ध्येयाने प्रेरित होऊन मोक्षदायी संपन्नतेचा वारसाहक्क प्राप्त करू लागतो."

"तो विचार आणि बुद्धीने परमशुद्ध होऊन नियमित आणि सात्विक भोजन ग्रहण करतो. त्याची त्यागपूर्ण आणि वैराग्यसंपन्न बैठक विस्कटून जाईल असे वाटून तो एकांतात शुद्ध ठिकाणी देखील जाऊन निवास करतो. अशा अवस्थेत तो इंद्रिये आणि त्यांनी उत्पन्न केलेल्या विषयांवर संयम ठेऊन असतो. ह्या अवस्थेत त्याला राग, द्वेष, कामना, कर्तेपणाचा अहंकार, मदालस्य, असे रजोतमादि युक्त विकार शिवायची देखील हिंमत करत नाहीत. ज्याचे ममत्व पूर्ण पणे शमलेले असते, तो अंतर्बाह्य निरवतेचा जिवंत पुतळा बनून राहतो, तो मनुष्य आत्मसाक्षात्काराचा परम अधिकारी बनून ब्रह्मरूप होऊन राहण्यास पात्र होतो."

आतापर्यंत सांगून झालेले सर्व तत्वज्ञान, आणि साधनक्रम प्रभूंनी ह्या सारांश वचनात प्रस्थापित केले.

मंडळी, अशा अवस्थेला प्राप्त होणे हे भाग्याचे लक्षण, तेथे पोचणे हे साधनेचे आणि परम भाग्याचे फलित आणि तेथे पोचल्यावर मग तो परमानंद. त्याचे वर्णन काय करावे?

ब्रह्मात तद्रूप झालेला प्रसन्न चित्ताच्या योग्याला शोक, चिंता कसली? किंवा इच्छा देखील कसली? सर्व प्राणिमात्रांमध्ये सम भाव बाळगणारा, हा समदर्शी, तत्वदर्शी योगी मग प्रभूंच्या परमभक्तीला प्राप्त होतो. हे वर्णन करणे शब्दादि विषयांना थिटे पडते. तेथे माया लटकी पडते. केवळ उरतो तो सच्चितानंद.

प्रभूंच्या ह्या स्वरूपाच्या आधारे राहणारा असा कर्मयोगी सर्व कर्मे नेहमी करीत असला तरी प्रभूकृपेने सनातन अविनाशी परमधामाची प्राप्ती करून घेतो.

हेच गमक प्रभूंनी त्यांच्या मधुर वाणीतून प्रकट केले. भगवंत म्हणाले,

चेतसा सर्वकर्माणि मयि संन्यस्य मत्परः ।

बुद्धियोगमुपाश्रित्य मच्चित्तः सततं भव ॥ १८-५७ ॥

“अर्जुना, एवढे निश्चयाने जाण, सर्व कर्मे करून ती मला अर्पण करून तसेच समबुद्धीरूप योगाने मत्परायण आणि निरंतर माझ्याठायी चित्त जडलेला असा हो.”

हे ऐकून जणू काय, असंख्य शंखनाद होऊ लागले, देव सूर-ललना आकाशातून पुषवृष्टी करू लागल्या, समस्त भूतलावर एक शाश्वत आश्वासन प्रस्थापित झाले. प्रभूंच्या ह्या अमृत वचनाने, माझ्या, अर्जुनाच्या, आणि सर्व जीवप्राण्यांच्या अंगावर जणू रोमांच उभे राहिले. नकळत माझे हात प्रभुंना वंदन करण्यासाठी जुळले. प्रभूंनी ते नमन स्वीकारले आणि माझे चित्त अखंड पणे त्यांच्या पाशी राहील असा आशिष प्रदान केला. मी कृतकृत्य झाले.

माझ्या साठी हाच आत्मसाक्षात्काराचा अनुभव होता.

ह्याहून इतर काही विपरीत करणे, उपेक्षा पारणे हे किती मूढपणाचे आणि अविचारी ठरावे? तो परमात्मस्वरूप आनंदघन पुरषोत्तम स्वतः घरी येऊन दार ठोठावीत असेल आणि आपण गाढ निद्रा सुखाचा आनंद घेत घोरत पडलो, तर किती दैवदुर्विलास घडेल!!!प्रभूंनी ह्या तत्वज्ञान पाटावरून अर्जुनाला पुन्हा एकदा युद्धाचे स्मरण करवून दिले. ते उद्गारले,

यदहङ्कारमाश्रित्य न योत्स्य इति मन्यसे ।

मिथ्यैष व्यवसायस्ते प्रकृतिस्त्वां नियोक्ष्यति ।। १८-५९ ।।

स्वभावजेन कौन्तेय निबद्धः स्वेन कर्मणा ।

कर्तुं नेच्छसि यन्मोहात्करिष्यस्यवशोऽपि तत् ।। १८-६० ।।

"हे परंतपा, तू अहंकार धरून मी युद्ध करणार नाही, असे मानतोस खरे, परंतु तो तुझा निश्चय व्यर्थ आहे. तुला मार्गभ्रष्ट करून ठेवील. तुझा स्वभावच तुला आता युद्ध करण्यास प्रवृत्त करेल. हे धर्मराज अनुजा, तू केवळ व्यामोहाने कर्म करणे टाळीत आहेस, तुझा तो राजसी त्याग होय. परंतु आता ते कर्मही आपल्या पूर्वसंस्काराने, स्वभावजकर्मानि बद्ध असल्यामुळे पराधीन होऊन करशील."

ज्ञानाचा अविष्कार झाला की सर्वांगाला दिसू लागते. ह्या सर्वांग दृष्टीने, बुद्धीला कमालीची स्थिरता प्राप्त होते आणि नैष्कर्मयोगाने मनुष्य आपले स्वभावज कर्म मोठ्या निष्ठेने करू लागतो.

प्रभूंनी अर्जुनाला गुह्यातून गुह्य असे ज्ञान प्रतिपादन केले. परंतु येथे देखील प्रभू त्याला सांगून गेले,

"ह्या ज्ञानाचा तो सखोल आणि योग्य तू विचार कर आणि तुझ्या इच्छेला प्रेरित करेल त्याप्रमाणे कर्म कर."

*असे सांगून प्रभूंनी "**श्रीमद्भगवद्गीता**" म्हणजे माझे स्वरूप अर्जुनाच्या स्वाधीन केले. सर्व ज्ञान निरोपताना, स्वामींनी ज्ञानाचे सारे कोष रिक्त करून सर्व ज्ञानाची बीजे अर्जुनाच्या स्वाधीन केली.*

ह्याने देखील प्रभूंचे पूर्ण समाधान झाले नाही. त्यांनी आपल्या परम भक्ताला पुन्हा एकदा भक्तियुक्त कर्मयोग साधण्याचे स्मरण करून दिले. पुरषोत्तम भगवंत सांगू लागले,

मन्मना भव मद्भक्तो मद्याजी मां नमस्कुरु।

मामेवैष्यसि सत्यं ते प्रतिजाने प्रियोऽसि मे ॥ १८-६५ ॥

"अर्जुना, तू माझे निरंतर चिंतन कर, माझ्याशी अनन्य भक्तीने युक्त रहा, माझे पूजन कर आणि मला नमस्कार कर. असे केले असता तू मद्रूप होऊन राहशील. हे माझे प्रतिज्ञापूर्वक वचन मी तुला अत्यंत ममत्वाने सांगत आहे कारण तू माझा अत्यंत प्रिय आहेस."

"सर्व कर्मांचा त्याग करून केवळ मला शरण ये, ह्यातच तुझे अनन्य कल्याण आहे. तुला ह्या युद्धाच्याच काय, सर्व आकलनीय आणि अनाकलनीय पापांपासून मुक्ती प्राप्त होईल, ह्या बद्दल मनात तिळमात्र भय अथवा शंका उत्पन्न होऊ देऊ नकोस."

भगवंतांचे असे आश्वस्त करणारे वचन अर्जुनाला जन्मजन्मांचे शाश्वत स्थैर्य प्राप्त करून गेले. आता मी विचार करू लागले की प्रभूंनी अर्जुनालाच हे गुह्यतम गुह्य ज्ञान सांगण्यास का निवडले असावे? प्रभूंचे इतर आप्तेष्ठ काय प्रभुंवर प्रीत ठेवून नव्हते काय? पण अर्जुनाचे सख्य हे नवविधा भक्तीमध्ये नमूद केल्याप्रमाणे अत्यंत निर्मल, निस्सम, संपूर्ण शरण जाऊन एकरूपास आलेले सख्य होते. ह्या सख्यासमोर साक्षात जगदीश्वर देखील

नमता झाला आणि त्यांनी त्यांच्या प्रियतम सख्याला त्याच्या जीवनाच्या परमोच्च संकटातून नुसता बाहेरच काढून आणला नाही तर त्याला जीवनाविषयीच्या अचाट तत्वज्ञाचे निसर्गचित्र रेखाटून बहाल केले. ह्या प्रकारच्या सख्यापेक्षा, भक्तापेक्षा प्रभुंना ह्या त्रिलोकात अजून कोणी प्रिय असता?

ह्या पवित्र कृष्णार्जुन संवादाचे जे कोणी अध्ययन करतो, प्रक्षेपण करतो, विवरण करतो, तो ज्ञानयज्ञाने युक्त होऊन वस्तुतः प्रभुंनाच प्राप्त होतो. हे आठवून मला माझ्या ह्या सद्य उपक्रमाचे यथायोग्य समाधान प्राप्त झाले. मनोमन, मी माझी प्रभूंविषयीची कृतज्ञता व्यक्त केली. मला ठाऊक आहे, की कुरुक्षेत्रावर जसे प्रभूंनी माझ्या पाठीवर अनेकदा कौतुकाची थाप दिली तसे ह्या माझ्या आजच्या युगातील प्रयत्नाची देखील प्रभू आपल्या स्मित मुद्रेने प्रशंसाच करतील.

सुरवातीला संपूर्ण विचलित झालेला, मोहाने व्याकुळ झालेला, अज्ञानाने प्रभुंचीच उलटपरीक्षा घेणारा अर्जुन अत्यंत नम्रपणे स्वीकारून गेला,

नष्टो मोहः स्मृतिर्लब्धा त्वत्प्रसादान्मयाच्युत ।

स्थितोऽस्मि गतसन्देहः करिष्ये वचनं तव ।। १८-७३ ।।

"हे अच्युतनंदना, आपल्या कृपेने माझा मोह नष्ट झाला आहे, आणि मला तुमच्या कृपेने माझी विस्मरणात गेलेली स्मृती पुन्हा प्राप्त झाली. तुम्ही माझ्या स्मृतिपटलवारचे मळभ नाहीसे केलेत. आता मी संशयमुक्त आपल्या आज्ञेनुसार कर्म करण्यास तयार झालो आहे."

ह्या साऱ्या विलक्षण संवादाचा शेवट, त्याचा निष्कर्ष, अर्जुनाला अज्ञान नष्ट होऊन तो युद्धास सज्ज होऊन, तसे प्रभुंना स्वतः कबुल करून झाला.

प्रभूंनी वास्तविक आपल्या ज्येष्ठ अधिरकारवाणीने अर्जुनाला युद्ध करण्यास आदेश देऊन सज्ज केले असते, परंतु सनातन धर्मसंस्थापनाचा जो पाया आहे, तो ज्ञान संपादन करून वैश्विक सुखासाठी योग्य तो कर्मयोग साध्य करणे होय. हे प्रभूंनी युद्धाच्या उंबरठयावर उभे राहून अर्जुनाला निरोपून संपूर्ण विश्वाला पुन्हा उर्जित केले.

ह्या सारा घडलेल्या अभूतपूर्व संवादाची, प्रभू, अर्जुन आणि मी ह्या तिघांच्या व्यतिरिक्त अजून एक व्यक्ती देखील साक्षी होती. दैवयोगाने त्याला दिव्यशक्ती प्राप्त झाली आणि जो संवाद सोहळा प्रभूंनी केवळ अर्जुनासाठी आरक्षित केला होता, तो लीलया संजयला ज्ञात झाला. संजय सारा युध्दवृत्तांत सम्राट धृतराष्ट्राला वेळोवेळी सांगत. आणि ह्या स्वरसंवादाने, प्रभूंच्या वाणीतून निघणाऱ्या पवित्र ज्ञान सूत्राने, आणि स्वामींच्या त्या अति विराट, दैदिप्यमान, तेजस्वी, विश्वरूपाने संमोहित होऊन संजय उद्गारला,

राजन्संस्मृत्य संस्मृत्य संवादमिममद्भुतम् ।
केशवार्जुनयोः पुण्यं हृष्यामि च मुहुर्मुहुः ॥ १८-७६ ॥
तच्च संस्मृत्य संस्मृत्य रूपमत्यद्भुतं हरेः ।
विस्मयो मे महान् राजन्हृष्यामि च पुनः पुनः ॥ १८-७७ ॥

विस्मयित होऊन संजय अत्यंत सात्विक लोभाने म्हणाला, "तो अद्भुत संवाद आणि ते अलौकिक रूप मला पुन्हा पुन्हा आठवून मी पुनः पुनः अत्यंत हर्षित होत आहे. माझ्या आनंदला सीमा उरलेली नाही."

मंडळी, जेथे योगयोगेशवर आहेत, आणि धर्माचे रक्षण करणारा गांडीव धारी महाधनुर्धर अर्जुन आहे, तेथे विजय, नीती, सामर्थ्य आणि

स्वधर्माचरण स्थित असते. हे युगानुयुगे असेच चालत आले आहे. योगेश्वर तोच आहे, निश्चल, शाश्वत, अनंत आणि सर्वव्यापक आणि अर्जुन एकामागून एक जन्म घेतो, स्वधर्माचे कर्म करून अधर्माचा बिमोड कराया.

तरी, भक्तियोगाने, कर्मयोगाने आणि यथार्थ ज्ञानाने, भाग्याने अनुकूल कौल दिलेला साधक परमोच्च ब्रह्मस्थिती प्राप्त करू शकतो, त्याच जन्मी, नाहीतर पुढच्या काही जन्मांती. मात्र त्याचे सुकृत आणि भगवंतांचे अधिष्ठान त्याला योग्य गतीस पोचवतील हे अटळ.

अहल्येची लुप्त अवस्थेतून जशी मुक्ती झाली तशी माझी व्यक्त मुक्ती प्रभूंच्या मधाळ वाणीतून झाली. तत् उपरांत, मी अनेक योगी महायोग्यांच्या माध्यमातून अगणित वेळी पुनःप्रक्षेपित झाले आहे. आज मी स्वतः त्या प्रक्षेपणाचा घाट घालून तुमच्या समोर स्वतःला प्रस्तुत केले आहे. त्यातील ज्ञानाचा उजेड पांघरून, हे सनातनी भक्तगणहो!, तुम्ही तुमच्या बुद्धीला जे स्फ़ुरेल, त्याचे अनुकरण करून योग्य स्थितीला प्राप्त करून घ्यावे ही माझी आग्रहाची भलावण होय.

ॐ तत्सत् श्रीकृष्णार्पणमस्तु ॥

www.ingramcontent.com/pod-product-compliance
Lightning Source LLC
LaVergne TN
LVHW041924070526
838199LV00051BA/2712
9789365549430